VẾT NÁM

VẾT NÁM

Tuyển tập truyện dài **Lê Nguyệt**

Dàn trang: **Nguyễn Thành**

Bìa: **Nguyễn Thành**

Tranh bìa: **Họa sĩ Khánh Trường**

Nhân Ảnh Xuất Bản **2020**

ISBN: 9781989924518

Copyright © 2020 by Le Nguyet

LÊ NGUYỆT

VẾT NÁM

Tuyển tập truyện dài

NHÀ XUẤT BẢN
NHÂN ẢNH
2020

MỞ LÒNG
SẼ THỨC TỈNH LƯƠNG TRI

Cảm nhận khi đọc truyện dài VẾT NÁM
của nhà văn Lê Nguyệt

Nhà văn Trần Thị Hồng Châu

Học gì cũng không khó bằng học LÀM NGƯỜI

Tôi nghĩ vậy đó!

Để làm một con Người thật sự, ngoài hình hài cha mẹ cho chúng ta lại phải cần có được ba thứ rất quan trọng: TRI THỨC, Ý THỨC, LƯƠNG TRI.

Có TRI THỨC để con người theo kịp với thời thế. Nó cho con người DANH VỌNG

Có Ý THỨC để con người đối Nhân xử thế. Nó tạo nên NHÂN CÁCH cho con người.

Có LƯƠNG TRI là có con mắt của tâm để phân biệt điều đúng sai, phải trái. Nó là BẢN CHẤT thật ai cũng có ẩn chứa trong mỗi con người.

Cả ba thứ này tạo nên PHẨM GIÁ một con người.

Mà khổ nỗi trong ba thứ tạo nên PHẨM GIÁ con người đó, chỉ có TRI THỨC là ta dễ có nhất. Vì kiến thức nhân loại ta có thể thấy đã to tới đâu, đã vươn bao cao để mà bươn, mà chải cho kịp không thì tụt hậu. Hay tạm đủ cho cuộc đời rồi mà nghỉ, mà dừng.

Còn Ý THỨC, LƯƠNG TRI là hai thứ vô cùng quan trọng lại không thể sờ, không thể thấy… Không ai biết ta có nó tròn hay méo, to, hay nhỏ...?

Ai cũng cho là mình làm đúng, công của mình to nhất, lương tâm mình đẹp nhất đâu cần nghe, cần luyện, cần rèn... Vì vậy mà các thói hư tật xấu ích kỷ, tham lam, độc ác... càng ngày càng lộng hành.

Nếu xã hội loài người không có 10 điều răn của Đức Chúa Trời, ngàn lời Phật dạy, những bài học từ các bậc tiền bối Khổng Tử, Lão Tử... Và đến thời đại ngày nay là luật pháp để chế tài, để làm kim chỉ nam, để định nghĩa Ý THỨC và lấy đó định hướng sống thì chắc đã loạn hết cả lên rồi.

Vậy nên con người không thể hoàn thiện, luôn bị thiếu hụt một trong ba thứ. Người có TRI THỨC chưa chắc đã có Ý THỨC. Người có TRI THỨC, có Ý THỨC thì lại ích kỷ để LƯƠNG TRI ngủ yên với danh vọng và sự bình yên của riêng mình. Nên mỗi con người được gọi là một nhân tố của xã hội lại luôn có một mảng đen trong phẩm giá. Dẫn đến xã hội loài người luôn có những góc tối u hoài.

MẢNG ĐEN, GÓC TỐI này được nhà văn Lê Nguyệt gọi trong truyện dài 17 chương của mình là VẾT NÁM.

Xoay quanh sự việc bắt đầu từ cô gái tên Thu một mình ẵm con đi trốn. Tình tiết câu chuyện được mở ra dưới ngòi bút kể chuyện sống động, tỉ mỉ có duyên, có hồn của Lê Nguyệt. Các nhân vật xuất hiện từ hình hài, vóc dáng đến tính tình một cách rất rõ nét…

Câu chuyện gây sự hấp dẫn ở chỗ, ta tưởng vậy mà nó không vậy. Ta nghĩ vầy mà lại ra kia. VẾT NÁM hiện ở mỗi con người, trong mỗi làng quê, dưới mỗi mái nhà... muôn màu muôn vẻ, to nhỏ khác nhau...

Thu đem con đi trốn về vùng quê nghèo, rất hẻo lánh này. Ta nghĩ cô đi trốn để tránh miệng đời? Để trốn nợ? Để trốn người? Tất cả đều không phải. Cô đem con đi trốn tội ác, trốn vết nám của chính mẹ đẻ ra mình.

Cù là người bản xứ đã sẵn lòng cưu mang, giúp đỡ cô. Anh cũng là người về đây trốn. Anh trốn vết nám của chính đời mình.

Thu đã tìm được bình yên nơi đây, nơi tuy nghèo mà thấm đậm tình người này chưa? Chưa được! Vì cô lại gặp một lão nhà giàu dê cụ...

Bản thân Thu, cô cũng có vết nám, vết nám của sự hận thù, hận thù chính mẹ đẻ ra mình...

Và cứ thế cậu chuyện dẫn dắt chúng ta vào cái khoảng tối mê hồn trận của cuộc đời mỗi con người để thấy được muôn hình vạn trạng những VẾT NÁM.

Có vết nám do đời đưa đẩy, tuổi trẻ vô tri (Cù). Có vết nám vì vô tri, vô thức (Tụng). Có vết nám do con thú đội lốt người hoàn toàn vô tri, vô thức, vô lương (The mẹ Thu) và có cả vết nám cố tình vì là con người vô lương (Vũ bố của đứa con Thu)...

Cái hay, cái nhân văn, cái đẹp nhất của truyện mà Lê Nguyệt đã dựng lên được là hai nhân vật The và Cù để ta thấy được giá trị của Ý THỨC, LƯƠNG TRI trong mỗi con người.

Nhân vật The ta không thể gọi là con người được vì cô đã tự lăn vào bùn nhơ, là một VẾT NÁM ít có ở người phụ nữ Việt Nam, là người bất hiếu với mẹ, bất nghĩa với chồng (giết chồng) bất nhân với cháu, với con (con bị hãm hiếp không thương, thuê người bắt cóc cháu). Làm mẹ mà vô trách nhiệm, làm vợ không chung thủy... Với xã hội cô ta là một con người nguy hiểm, không những tay mình tự nhúng chàm còn lôi kéo người khác (Tụng) làm theo. Có cơ hội để thức tỉnh nhưng cứng lòng không hối cải. Một người mà vô tri, vô thức, vô lương như The thì chỉ làm hại người, bẩn xã hội, cuối cùng kết cuộc chỉ là sự thảm hại...

Cù lại khác, vì hoàn cảnh lỡ sa chân vào chỗ đen tối (xã hội đen) đã ý thức được việc làm tốt, xấu đã không sợ khổ sở, khó khăn cùng anh em đồng đạo ẩn dật quay đầu hướng thiện và với ý thức phải giúp người chứ không hại người. Anh là người hiếu đạo, có nghĩa, có tình nên hai cậu của Thu biết thân thế của anh mà vẫn mở lòng tin cậy. Lương tri trong con người anh thức tỉnh.

Nhờ có anh mà một mối hận thù huyết thống suýt xảy ra được dẹp yên, một cái chết tang thương được sáng tỏ... Và cao đẹp hơn cả là anh cũng đã mở lòng nhân từ tha cho hai vợ chồng Tụng, The hai con người vô ý thức đã gây bao tội nghiệt và kết quả làm cho lương tri trong con người Tụng thức tỉnh dù là quá muộn màng.

Câu chuyện đã kết thúc yên ả. Mặc dù là buồn đấy, Cha chết, mẹ chết sao không buồn. Nhưng tôi thấy tác giả đã rất thấu đáo và từ tâm khi cho hai nhân vật đó chết.

The chết vì tội ác của chính mình, giải bớt đi mối họa cho xã hội, giải đi mối hận, một VẾT NÁM đang manh nha hình thành trong Thu.

Để cho Tụng chết dưới tay The là một sự giải thoát khỏi mọi nỗi ân hận dày vò, xóa sạch những vết nhơ tàn tích tội lỗi, để Thu được thanh thản sống...

VẾT NÁM là một truyện rất sâu sắc về bài học làm người. Ai cũng có VẾT NÁM dù là to hay nhỏ, dù nguy hiểm hay không nguy hiểm. Chúng ta cũng cố gắng loại bỏ để biến những VẾT NÁM đậm thành mờ, to thành nhỏ, nhỏ mất đi và cố mở lòng giúp nhau nâng cao ý thức, thức tỉnh lương tri. Nếu được vậy xã hội sẽ bớt dần những góc khuất tối tăm, cuộc sống ngày càng tươi sáng hơn!

Xin cảm ơn nhà văn Lê Nguyệt đã cho tôi hồi hộp, tức giận, buồn vui, bức xúc... theo từng nhân vật.

Truyện VẾT NÁM ý nghĩa rất hay xin giới thiệu đến bạn đọc.

Dresden 30/06/2018
Hong Tran-Trần Thị Hồng Châu

HẠNH PHÚC THẬT SỰ

Cảm nghĩ khi đọc truyện dài SÂU Ô MÔI
của nhà văn Lê Nguyệt

Nhà văn Trần Thị Hồng Châu

Vì khó có thể giải thích được nghĩa của HẠNH PHÚC là gì? Nó có giá trị và tầm quan trọng đến cỡ nào với cuộc sống, mà chúng ta lại luôn chúc nhau có được nó?... Nên HẠNH PHÚC đến lúc này vẫn luôn chỉ là một từ có khái niệm trừu tượng để diễn tả Con Người khi lòng đã thỏa, tâm đã mãn với những điều gì mình mong ước. Tâm trạng họ được rơi vào cảm xúc rất rất sung sướng, rất rất vui... như trong lòng có tiếng nhạc reo, như được bay lên chín tầng mây... và cũng như có thể làm ta chết đi, sống lại...

Nhưng trong thời đại nay, mắt loài người lại cứ nhướn cao, tay luôn cố với xa, lòng tham không hề có đáy, thứ gì cũng muốn có... không chịu hài lòng với tình cảm hôn nhân, không thỏa mãn với cuộc sống, với công việc, với xã hội... để rồi HẠNH PHÚC xa dần. Cô đơn buồn bã bủa vây... rồi than trời, trách đất, đổ cho số phận này nọ... rồi lại loanh quanh đi tìm hạnh phúc...

Vậy hạnh phúc có ở xa ta lắm không? Có khó tìm lắm không?...

Lê Nguyệt thiệt không hề hổ danh "Nhà văn kể chuyện quê". Cô được quê hương yêu quí, được bạn bè mọi nơi thương mến, trân trọng…, lần này với truyện dài SÂU Ô MÔI chắc chắn sẽ làm hành trình đi tìm hạnh phúc của tôi, của bạn trong cơn mê dài bừng tỉnh...

Khi mới đọc cái tựa SÂU Ô MÔI, tôi lại cứ liên tưởng, đoán già, đoán non... Có lẽ lần này nhà văn dẫn chúng ta vào một thế giới Ký sinh trùng gớm ghiếc, kỳ dị... cùng với những con người tâm lý không bình thường (ô môi còn có nghĩa chỉ về những người đồng tính)... Nhưng hoàn toàn không phải, mà là đi vào thế giới tình yêu, thế giới có những con người đã tìm ra hạnh phúc.

Ai nói chuyện tình cứ phải lâm ly bi đát, trúc trắc trục trặc, lệ đẫm gối nhàu… mới hay, mới hấp dẫn… SÂU Ô MÔI là một truyện TÌNH êm đềm, không sóng gió, bằng phẳng trơn tru… có cái hậu hả hê, tròn trịa ngập tràn hạnh phúc vậy mà hay tuyệt vời.

Chuyện kể về một cặp trai, gái. Ở rất gần nhau, gần đến độ "Nhà nàng ở cạnh nhà tôi / Cách nhau cái giậu mồng tơi xanh rờn" - Nguyễn Bính.

Chàng Khó vẻ bề ngoài thì giống như một tảng đá thấm đẫm sương gió, xù xì mộc mạc không dễ ưa chút nào… có bên trong lại là ngọc đẹp, đẹp đến lung linh, đẹp đến phát thèm, đẹp đến ganh tị… nhưng không phải một chốc, một mai là thấy.

Nàng Nhẫn giống như cây Ô môi ra bông ra trái thơm ngần, đẹp rực rỡ dưới ánh Mặt Trời nhưng lại luôn sinh ra những con Sâu gớm ghiếc như để hù dọa những kẻ nhăm nhe muốn tới hái hoa, ngắt nhụy… kẻ tầm thường không dám động.

Nàng là người đoan chính nên thuở đầu không ưa cái kiểu cua gái quá mạnh bạo… của chàng Khó.

Chàng đã vấp một lần vì gái, nên biết đau, biết sợ mỗi khi nàng Nhẫn xù lông nhím...

Họ lớn lên gần nhau, biết nhau từng chút, có lúc giúp đỡ nhau, có lúc chảnh chọe nhau… cả hai cùng lỡ thì (Nàng 35, Chàng 40), cả hai cùng đi tìm hạnh phúc.

Với phong cách kể chuyện tài tình, có duyên tếu tếu sẵn có… nhà văn Lê Nguyệt với SÂU Ô MÔI đã là một nhà tâm lý học, phân tích tỉ mỉ những diễn biến thay đổi trạng thái tình cảm, suy nghĩ của Nhẫn từ ghét, đến hết ghét rồi đến yêu chàng Khó một cách uyển chuyển hợp lí, hợp tình… Những màn tỏ tình, ve vãn mộc mạc, giản dị, chân quê, không màu mè đòi hỏi cao xa của Khó cũng thật đáng yêu, thật chân tình, thật rất hiểu ý người đã lay động được trái tim Nhẫn… Tình cảm của họ được nảy sinh cho ước muốn của mẹ già, được xây dựng trên nền tảng hiếu thuận. Những va chạm làm cho họ rung động với nhau, gắn chặt tình cảm với nhau, từ những lần đi chia sẻ những nỗi đau, những khó khăn cùng tình làng nghĩa xóm. Họ thương nhau vì nết… Họ quý nhau vì tình, tôn trọng nhau vì nhân cách… Giữa họ không hề có sự nghi ngờ, tính toán thiệt hơn, không có phân chia mẹ anh, mẹ tôi… chỉ có tin nhau tuyệt đối, hai nhà là một, hai trái tim là một. Giữa họ chỉ cần một chữ tình, yêu thương, lo lắng cho nhau… Giữa họ đã có hạnh phúc trọn vẹn.

SÂU Ô MÔI thật sự là tiếng reo ca, là bức tranh tuyệt hảo về hạnh phúc mà Nhà văn Lê Nguyệt muốn gửi gắm, muốn chúng ta thấy, muốn chúng ta nghiệm ra HẠNH PHÚC LUÔN Ở QUANH TA. HẠNH PHÚC SẼ ĐẾN VỚI NHỮNG AI BIẾT THỎA NGUYỆN. Rất cảm ơn Nhà văn Lê Nguyệt!

Đọc SÂU Ô MÔI chúng ta sẽ được cười nghiêng ngả, sẽ được hạnh phúc của Khó và Nhẫn truyền sang… Xin giới thiệu đến các bạn.

08/05/2020
Hong Tran - Trần Thị Hồng Châu

VẾT NÁM

PHẦN I

Trời đất vần vũ.

Mây đen nghịt. Chỉ mới giữa trưa đã báo hiệu một trận mưa dữ dội sắp trút xuống.

Cô gái khoảng hai mươi ba tuổi, tay ôm đứa con trai mới lên hai, lính quính tìm chỗ ẩn nấp tránh cơn mưa.

Cô gái đó tên Thu. Đứa con nói chuyện chưa đủ nhưng rất nhanh nhẹn. Cô gọi nó là thằng Tép.

Về cái xóm nhỏ nầy thân cô thế cô, Thu may mắn mướn được miếng đất vườn ba trăm mét của anh Hai Cù Lần để cất một căn chòi tạm bợ. Anh Hai tên là Cù nên hàng xóm gọi là Hai Cù Lần, đã góa vợ hơn một năm nay nên điều tiếng về hai người là không sao tránh khỏi, nhưng họ vẫn an nhiên làm bạn láng giềng tốt với nhau mặc cho những dư luận xì xào bên ngoài.

Hai Thu mang ơn anh, ngày cô đến cái ấp nầy trong một buổi chiều mưa tầm tã, quần áo ướt sũng mà vẫn cố gắng ôm cứng đứa con trước ngực che chắn cho nó không bị lạnh. Cô vừa đi vừa ngó quanh quất tìm chỗ đụt mưa nhưng lác đác hai bên đường chỉ có vài căn nhà đã đóng cửa kín mít, nơi đây cũng không có những tàng cây cao để khả dĩ đứng tránh bớt cơn mưa đang dữ dội. Hai Thu muốn khóc, buồn tủi cho thân mình thì ít mà lo sợ cho đứa con thì nhiều.

Mưa càng lúc càng nặng hạt, Thu cảm thấy đuối và lạnh nhưng tình mẫu tử buộc cô phải nhanh chân tìm chỗ sưởi ấm cho con. Hết cách rồi, nơi nầy hoàn toàn xa lạ, thậm chí cô cũng không biết đây là đâu.

Bỗng như có một phép màu, Thu nghe tiếng chân thình thịch rồi một người con trai chạy vụt ra, dùng miếng vải mủ trắng choàng qua đầu cô, hỏi gấp rút:

- Trời ơi, mưa lớn vầy mà không kiếm chỗ đụt, lạnh chết đứa nhỏ còn gì?

Thu ngước nhìn anh bằng đôi mắt biết ơn:

- Dạ, em cũng đang tìm chỗ đụt mà không có.

- Vô nhà tui đi, muốn tìm chỗ trú mưa cứ gọi cửa nhà người ta chứ ở đây đâu nhà nào có mái hiên để đụt được.

Vừa nói, anh vừa kéo tấm mủ, tự che cho mẹ con cô và bước trở ngược vào nhà, buộc lòng Hai Thu phải đi theo.

Vào trong nhà, khi nhóm bếp lửa để sưởi ấm cho mẹ con, anh kêu cô thay đồ. Thu cứ đứng tần ngần hoài, anh nghĩ là cô ngại vì nhìn quanh chỉ thấy có mình anh nhưng anh không biết là quần áo trong giỏ của cô lúc dùng che cho đứa bé đã ướt hết.

Thu cùng con trai ngồi xuống bên bếp lửa, anh dùng lá dừa đốt cho cháy bừng bừng, ngọn lửa reo vui như tâm tình thằng bé con hai tuổi với cơ thể đang ấm dần lên.

Anh nhìn cô, ngập ngừng:

- Cô từ đâu đến đây vậy?

- Cà Mau.

- Xa dữ. Có bà con ở đây hay sao?

Thu lắc đầu. Anh ngạc nhiên nhưng thấy không tiện hỏi nữa nên im lặng. Nhìn vào đôi mắt đỏ vì vừa khóc hay vừa bị mưa xoáy vào anh thấy chạnh lòng. Chắc là cô đang mang trong lòng một tâm sự khó giải bày thì việc chi phải khơi dậy để làm tổn thương người ta?

Cả hai ngồi im lặng như vậy rất lâu, anh bắt đầu cho củi vào lò để giữ ngọn lửa lâu hơn. Thằng Tép đã khô ráo và cảm thấy nực, nó tuột khỏi tay mẹ rồi chậm chạp lần dò đi "quan sát" căn nhà. Hướng mắt trông chừng con, Thu cũng âm thầm nhìn, nhà cũng thuộc loại thường, mái lợp bằng lá chằm, chung quanh dừng bằng lá dừa nước. Được cái nền tráng bằng ciment sạch sẽ, trong nhà cũng không có gì quí giá ngoài bộ ván gỗ đen mun được đặt giữa nhà, bên cạnh là chiếc ghế bàn dài bằng loại gỗ thường với những chiếc ghế đai, chỗ trang trọng nhất trong nhà, bên trên là bàn thờ có hình của một người đàn ông trạc bốn mươi tuổi và tấm kề bên là hình cô gái khoảng hơn hai mươi, cô nhẹ nhàng hỏi anh:

- Là ai vậy?

- Là cha và vợ tui.

Thu lặng người. Cô nhìn anh một lần nữa rồi cúi đầu xuống:

- Xin lỗi.

- Đâu có gì. Cũng hơn một năm rồi. Cha tui mất nhiều năm trước khi tui có vợ. Lấy vợ được hơn một năm cô ấy cũng mất sau khi sinh cho tui đứa con gái trạc tuổi thằng nhỏ nầy. Bây giờ tui ở với má tui và nó. Sáng nầy bà cháu dắt nhau đi chợ chắc mắc mưa rồi.

Thu chưa hỏi gì mà anh đã khai hết bối cảnh gia đình ra, cô mỉm cười, người nhà quê chơn chất thiệt thà làm sao. Anh lại hỏi cô:

- Tạnh mưa rồi cô định đi đâu?

Thu rụt rè:

- Em muốn kiếm chỗ mướn một miếng đất vài trăm mét cất căn chòi mẹ con tìm cách sống qua ngày.

Anh la lên:

- Trời ơi, cô có tìm hiểu kỹ chỗ nầy chưa? Là một cái ấp nghèo nhất xã, không có nhà ai đủ ăn, sống quanh năm bằng nghề làm thuê làm mướn cho các ấp khác. Ít hộ mà đông người. Cô nhắm mình chịu cực nổi hôn?

Thu tự tin gật đầu:

- Em không sợ cực.

- Được, vậy thì tui cho cô cất căn nhà nhỏ trên đất của tui để cô đi làm thuê kiếm sống, dù gì má tui cũng chăm sóc cho con gái tui, có thêm thằng bé nầy má dòm chừng cũng tiện cho cô.

Thu vui mừng trong lòng nhưng lại cũng sợ vì quá bất ngờ. Cô nán lại qua cơn mưa, chờ mẹ của anh về để bà quyết định, không những bà bằng lòng mà còn vui vẻ nấu đãi cô một bữa cơm với đồ ăn bà vừa mua từ chợ về. Bà Bảy "Vậy Sa" (Bí danh thân mật người ta gọi mẹ anh vì bà mở miệng ra hay nói tiếng "Vậy sa?") nói là trong một thời gian dài bà sẽ không lấy tiền đất của cô, bà còn nói sẽ giới thiệu để cô quen biết nhiều chỗ sau nầy người ta kêu đi làm. Trông bà xởi lởi hiền lành Thu rất có cảm tình. Tuy nhiên cô vẫn luôn giữ kẽ, ở gần nhau một thời gian dài, cô biết hết chuyện gia đình anh nhưng đối với anh, Thu vẫn là một bí mật.

Thu nghĩ, đời sao có nhiều người tốt như vậy mà trước giờ cô cứ mãi sống với những kẻ chẳng ra gì. Nơi đó, cái nơi mà cô gọi là gia đình, ngoài đứa em cùng mẹ khác cha thì đó là nơi ám ảnh cả tuổi thơ mà mỗi lần nhớ lại cô cảm thấy mình bơ vơ như chơi vơi trên bờ vực thẳm, bất cứ lúc nào cũng có thể té nhào xuống lòng vực sâu ngàn trượng.

Thu cất căn chòi nhỏ đúng mười sáu mét vuông. Chỉ có một buồng ngủ và chính tay cô đắp cái nền bếp, anh Hai nặn cho cô sáu ông táo để làm hai bếp nấu ăn. Anh đề nghị cho mượn cái bàn bằng mủ và vài chiếc ghế nhưng cô từ chối, viện lý do chỉ có hai mẹ con và tuyệt đối không tiếp ai trong nhà.

Thu nói sao thì Hai Cù Lần nghe vậy không ý kiến gì thêm, chỉ có bà Bảy cứ chắc lưỡi, mèn ơi, nhà cửa gì mà tum húm to hó vậy sao ở được hổng biết.

Anh thấy cô thường ngồi ôm con trầm ngâm nhìn ra đường, đôi mắt thẫn thờ ẩn chứa một nỗi niềm sâu kín. Những khi như vậy, Cù muốn đến chia sẻ với cô nhưng lúc nào cô cũng tỏ ra xa cách nên anh ngại ngùng. Nhất là trong những buổi chiều, cô Hai dẫn con đi vòng ra phía sau nhà anh, chỗ có con sông nhỏ chảy ngang, cô ôm con ngồi trên gò đất, nhìn ra tận phía trời xa và ngâm lên khe khẽ:

Chiều nay như những buổi chiều
Hoàng hôn tắt nắng gió đìu hiu
Ôm con mà nhớ người năm cũ
Trong lòng nghe nặng nỗi cô liêu.

Nghe giọng ngâm buồn não nuột của Thu, Cù chạnh lòng, từ đó anh biết mình phải làm gì để cuộc sống của cô không bị tổn thương thêm.

PHẦN 2

Căn chòi nhỏ của Thu nằm thụt phía sau ngôi nhà của Cù nên từ hôm cô xuất hiện đến nay hàng xóm chưa nhìn thấy. Căn chòi nằm nép một bên hai cây dừa xiêm mới vừa ra trái nên còn lùn sủn, vườn của Cù khá rộng trồng toàn là dừa, lớn nhỏ đều có đủ nên "nhà" của Thu quanh năm được tàn dừa che mát rượi.

Cù lấy tre đóng hai dãy ghế hai bên, để cái bàn mủ vào chính giữa hình thức giống như cái "hỏa đường" của nhà giàu. Biết Thu kỹ tính, anh nói với cô:

- Cái nầy tui làm cho tui, trên đất của tui nhưng nếu cô chừng nào muốn ra ngồi chơi thì ngồi nhen.

Thu ngước nhìn, cười nhưng không trả lời, Cù nghĩ, trên đời sao có người kiệm lời kỳ cục.

Trưa, anh bưng hai tô cơm nhỏ, dẫn con gái ra đỡ nó ngồi lên ghế rồi đưa tay ngoắc ngoắc thằng Tép. Thằng nhỏ lơn tơn chạy ra, Cù ẵm nó cho ngồi gần Dung, con gái anh, chia mỗi đứa một tô cơm để sẵn đồ ăn trong đó rồi ngồi xuống trông chừng chúng ăn.

Thu nhìn thấy, lật đật chạy ra bế Tép lên, Cù nắm tay nó kéo lại:

- Ủa? Cô nầy lạ nhen? Thấy có đồ ăn cho hai đứa nhỏ ăn chung để nó giành nhau ăn được nhiều, chén cơm có là gì đâu mà giữ kẽ chi cho khó coi với nhau vậy? Dù sao cũng để hai đứa nhỏ làm quen, mai mốt có gì cô gửi tui hoặc má tui trông chừng cũng được.

Thu vẫn giữ vững lập trường:

- Em nuôi nổi con mình.

- Ủa? Chứ bộ tui nói cô nuôi không nổi sao? Láng giềng với nhau mà, hôm nào tui bận nhờ cô cho con tui ăn giùm một bữa không được sao?

Thấy Thu im lặng, Cù đánh cú chót:

- Không sao. Chỉ có hai việc:

1) Thả nó xuống ngồi ăn cơm.

2) Đừng có cho tui thấy mặt mẹ con cô nữa.

Nói xong, anh thản nhiên lấy muỗng múc miếng cơm đút cho con gái. Thu tự thấy mình cũng quá đáng bèn từ từ để con ngồi xuống rồi cũng ngồi bên cạnh.

Hai đứa bé nhìn nhau cười, tự mình múc cơm ăn lào lạo, bà Bảy đứng cửa sau nhà nhìn ra, cười thành tiếng:

- Con nhỏ đó dỗ nó ăn cực trần thân à, vậy mà giờ coi nó ăn lem lẻm dòm phát thèm. Thôi từ nay chừng ăn cơm mạnh ai nấy bới tô cho tụi nó ăn chung đi bây ơi.

Thu cũng nhận ra con mình khó dỗ cho ăn giống y như bà Bảy nói.

Ổn định chỗ ở xong, bà Bảy kêu Cù giữ hai đứa nhỏ để bà dẫn Thu đi giới thiệu hàng xóm và đăng ký tạm trú với Trưởng ấp.

Thu mặc áo bà ba màu xám nòng súng, quần sa tanh đen, rặc ri một thôn nữ chính gốc, lần đầu tiên nhìn kỹ Thu, Cù bỗng cảm thấy ngây ngất như uống phải ly rượu mạnh năm mươi độ. Anh nhìn cô trân trối không chớp mắt, hy vọng cô trả lại bằng sự e thẹn của một người đàn bà trước tia nhìn say đắm của người đàn ông ngưỡng mộ mà mình cũng có chút cảm tình nhưng anh đã không được như ý, cô lặng lặng theo chân bà Bảy tuyệt nhiên chẳng ngó qua anh một lần. Bà Bảy dẫn Thu đi ra đường, con đường liên xóm nhỏ tẹo chỉ vừa đủ cho hai chiếc Honda chạy ngược chiều nhau, nhà nầy chỉ cách nhà kia chừng vài trăm mét bởi vì ai cũng hạn chế về đất đai. Mỗi nhà đều có trồng một vài cây dừa, Thu nghĩ thầm "Dân ở đây đúng là nghèo như Hai Cù nói, cả Ấp không có nổi một căn nhà được xây tường".

Trên đường đi, bà Bảy hỏi Thu:

- Tao hỏi thiệt mà bây cũng phải trả lời thiệt tình nhen, chứ thằng chồng bây đâu mà để mẹ con trôi dạt về cái xứ nầy vậy?

Thu cúi đầu:

- Dạ, ảnh chết rồi bác.

Bà Bảy đang đi bỗng khựng lại, ngó Thu:

- Vậy sa? Tội nghiệp hôn. Hèn chi...

Chưa nói hết câu thì một trung niên đứng trong nhà cất tiếng chào:

- Đi đâu vậy dì Bảy?

Bà đon đả:

- Ừa, tao tính lợi nhà mầy nè Sáu Năm, mời tao vô nhà cái coi mậy.

Sáu Năm gì đó cười ha hả mời bà Bảy vô nhà, anh ta mặc vội cái áo vào vì thấy có người lạ, xong mời bà và Thu ngồi vào cái bàn tròn duy nhất trong nhà, anh rót cho mỗi người một ly trà, cười tươi:

- Thấy dì là con vui hà. Bộ tính mở rộng nhà thêm hả dì Bảy?

- Mở mồ tổ tao chứ mở, nhà nhiêu đó ở hổng hết mở nữa

cho ma nó ở ké hả mậy?

- Sao hôm bữa còn thấy thằng Hai Cù Lần đốn tre, hỏi nó mần gì nó nói cất nhà?

- Vậy sa? Thì đó, cho nên hôm nay tao mới tới kiếm mầy nè.

Bà Bảy chỉ vào Thu, nói tiếp:

- Con nhỏ nầy tên Thu, là con gái của bạn dượng Bảy mầy. Chồng nó chết mà bà má chồng khó quá trớn ở không được nên mẹ con đùm túm nhau dìa đây, tao cho nó miếng đất cất bậy cái nhà nho nhỏ ở tạm thời cho qua giai đoạn rồi tính nữa, nay dẫn nó tới đăng ký tạm trú với mầy nà.

Sáu Năm nhìn Thu, cô ngạc nhiên sao bà lại nói chuyện trơn tru như có thật mà không cần biết cô có đồng ý cách giải thích của bà hay không?

Nhưng cô không giận bởi vì hiểu dẫu sao cũng là ý tốt chỉ vì muốn cô không gặp trở ngại nào mà thôi.

Sáu Năm hỏi:

- Cô có mang theo CMND không?

Thu gật đầu, cô móc trong túi áo ra đưa CMND cho Sáu Năm, anh cầm lên nhìn qua rồi hỏi tiếp:

- Con cô là trai hay gái? Bao nhiêu tuổi rồi?

- Dạ trai, được hai tuổi.

- Có giấy khai sinh không?

Thu bối rối:

- Dạ do vội vàng quá nên không kịp mang theo.

- Cũng chẳng có gì, tui hỏi cho biết vậy thôi. Tạm thời tui giữ CMND của cô để lên xã đăng ký cho cô tạm trú. Xong sẽ gửi trả lại cô. Thôi, về với bà con xóm nầy rồi thì cùng nhau mà mần ăn, cô biết không, cái ấp nầy nó nghèo sát số, tui là chi bộ ấp mà cũng thuộc diện cận nghèo thì cô biết sao rồi.

Bà Bảy chen vô:

- Vậy sa? Bây cũng chưa thoát nghèo nữa ha Sáu?

- Thoát gì nổi dì Bảy ơi. Cầu có phép tiên họa may.

Từ giã nhà Sáu Năm, Bà Bảy dẫn Thu qua nhà khác, bà cười hề hề đưa hai hàm răng nâu xỉn vì nhai trầu nói qua chuyện khác không đá động gì tới việc vừa rồi đặt chuyện về Thu:

- Bây biết sao thằng đó có tên Sáu Năm hôn?

Rồi bà nói luôn:

- Cha má nó hồi đó ham con đông nên tính sanh ra một hơi mười đứa, đếm từ trên đếm xuống, thằng Hai Chín, thằng Ba Tám, con Tư Bảy, con Năm Sáu , tới thằng Sáu Năm cái bả ngưng ngang hổng để nữa, cha nó chờ hoài không được nên tức mình chết queo.

Bà Bảy nói xong nhìn phản ứng của Thu nhưng thấy cô chỉ mỉm miệng cười, bà nghĩ bụng giống như Hai Cù "Trên đời sao có người ít nói kỳ cục, mà ít nói cũng tốt, không đi thọc mách chuyện nhà người ta chứ ở cái chỗ nầy dù dân nghèo và tốt bụng thiệt nhưng không có gì là bí mật hết, mọi người biết là cả xóm đều hay."

Bà Bảy dắt Thu ghé nhà bà Tám Ván, là bạn già của bà bấy lâu nay, trước khi vào nhà, bà nói với Thu:

- Bà Tám nầy có biệt danh là "Nói cho có", bị vì mở miệng ra là nói câu " Nói cho có" y chang như tao là bà Bảy Vậy Sa, có nhiều lúc bả xài mấy cái tiếng đó lãng nhách không ăn nhập gì tới cái chuyện bả nói hết trơn hết trọi.

Bà Bảy nói xong cười ngất. Hai người đứng trước cửa một căn nhà thoạt nhìn đã biết nghèo, bà Bảy réo rùm lên:

- Chị Tám ơi chị Tám.

Trong nhà ba bốn người đàn bà túa ra, Thu nhận ra ai là bà Tám liền vì trạc tuổi bà Bảy, bà Tám đon đả, "chào hàng" liền:

- Bà Bảy kìa. Nói cho có, tụi tui vừa nhắc chị cái sột nè.

- Vậy sa? Nhắc tui chi?

- Nói cho có, tụi tui nói cái ấp nầy giờ chỉ còn có mình nhà chị là còn khả năng thoát nghèo, tụi tui nghèo tới chết luôn.

- Vậy sa? Ui mà nghèo, cận nghèo hay hổng nghèo cũng có được gì đâu mấy bà ơi. Năm khi mười họa mới có được chục gạo, chai nước tương, chai dầu ăn vậy thôi. Mình lo cho mình là chắc ăn.

- Ủa mà hôm nay sao đi kiếm tui vậy? Ai đây?

Một bà khác nói:

- Dâu mới phải hôn bà Bảy?

- Nói điên gì đó mậy? Tao ngắt họng mầy bây giờ. Người ta có chồng con rồi đó nhen. Là vầy...

Nghe xong chuyện của Thu, ai nấy đều nhìn cô bằng ánh mắt ái ngại pha lẫn thương xót. Bà Tám chắc lưỡi:

- Tội nghiệp, còn trẻ quá mà đã góa bụa rồi. Mà bà mẹ chồng cũng ác nhơn sát đức, con mình chết rồi thì phải coi con dâu như con gái để nó vui vẻ mà nuôi cháu nội cho mình chứ mẹ chồng con dâu chi cho mang tội rồi mất luôn đứa cháu ha. Thôi vầy đi, nghỉ ngơi vài bữa rồi dì dẫn vô cái nhà giàu kia làm công cho họ, cơm nước lau chùi giặt giũ sáng đi chiều về, có thể đem theo thằng con nữa để coi chừng nó luôn. Nhà người ta giàu có chắc chẳng có keo kiệt đâu.

Bà Bảy hỏi:

- Vậy sa? Vậy chứ chị nói nhà ai vậy chị Tám?

- Nhà ông giám đốc Sỹ đó, nhà đang cần người giúp việc dữ lắm mà tui thấy dân xóm mình toàn là dân lao động tay chưn vụng về lỡ như làm bể cái chén cái dĩa của người ta cũng bị nặng nhẹ đừng nói tới quanh năm ăn kho khô kho quẹt làm sao biết chế biến đồ ăn ngon. Dòm bộ vó cháu nầy có vẻ khéo chắc được. Đâu con dìa tính coi sao nhen? Có gì cho chị Bảy đây hay dì dẫn đi cho.

Trong vòng một buổi mọi người trong ấp Nghèo đã biết về sự có mặt của Thu với lý do về đây vì không chịu nổi cảnh làm dâu quá khó khăn của mẹ chồng khi chồng đã chết.

Trên đường về, bà Bảy nhìn Thu, hỏi nữa:

- Tao giải thích với người ta vậy bây có khó chịu hôn?

Thu vội vàng trả lời:

- Dạ không. Con hiểu bác muốn tốt cho con mà.

- Ừ, bây biết vậy là tao mừng. Mà nè, tao thấy hàm răng bây đẹp quá sao trống hươ hết mấy cái vậy? Chưa đủ tiền đi trồng phải hôn?

Thu giật mình, cô đưa bàn tay che miệng lại, nhớ đến một chuyện đau lòng khiến cô sục sôi căm hận.

Bà Bảy thấy mặt Thu đanh lại, đôi mắt long lên có vẻ giận dữ khiến bà hết hồn, chẳng biết mình đã lỡ lời điều gì, lính quính nói:

- Bộ tao có nói bậy gì hả?

Thu choàng tỉnh, cô cảm thấy mình hết sức vô lý với người ơn:

- Dạ không. Tại con nhớ tới hôm bữa nhổ một lần hai cái răng mà phát sợ.

- Vậy sa? Bây làm tao cũng phát sợ hà.

Thu cười hiền lành:

- Con xin lỗi bác.

Tối hôm đó, nằm ôm con, Thu chua chát nghĩ về cuộc đời mình. Nếu muốn duy trì sự sống đành phải cam tâm đi ở đợ cho người thôi. Ở đợ? Vì sao ra nông nỗi chứ? Thu mím môi căm hận. Có nên trả thù không? Có nên không? Tên đàn ông ma quỷ đã làm đời cô lao đao lận đận. Điều đáng nói hơn là, mẹ cô, phải, người đàn bà mà cô nghĩ là người thân duy nhất trên đời sau khi ba cô vô cớ chết đi lại trơ mắt đứng nhìn con gái mình bị dày xéo mà không rơi một giọt nước mắt. Thằng Tép trở mình, quơ tay tìm mẹ. Thu ôm lấy con, nếu không có nó, cô nghĩ mình sẽ không đủ dũng khí để tiếp tục sống và rời khỏi nơi quỷ ám đó.

Cất giọng buồn như mùa thu lá úa, cô nghe khẽ ru con:

À ơi
Con ơi con ngủ cho ngoan
Mẹ nằm bên cạnh khẽ khàng ru con
Dù hy sinh tuổi xuân son
À ơi
Vẫn vui vì được ôm con trong lòng.

Bên ngoài vách nhà, Cù lặng lẽ lắng nghe, buông một tiếng thở dài. Anh biết Thu đang mang trong lòng một niềm đau thầm kín không thể bày tỏ cùng ai. Cũng như anh, vì sao sáu năm trước đùm túm dắt mẹ và vợ về nơi khỉ ho cò gáy nầy cũng duy nhất một mình anh biết.

PHẦN 3

Thu nói với bà Bảy là cô đồng ý đi làm cho nhà ông giám đốc nhưng để đầu tháng mới chính thức làm vì hôm nay cũng đã là hai mươi tám tây rồi. Bà Bảy vui vẻ nói để cho bà Tám hay trả lời với người ta. Thu thấy bà Bảy suốt ngày cứ cặm cụi quét dọn chung quanh và có tàu dừa nào rụng xuống cũng đều tranh thủ lôi ra róc lấy lá bó lại rồi chẻ từng đoạn nhỏ đem phơi, củi khô bà chất thành cự, lấy mũ trùm lại để dành mùa mưa chụm còn mùa nắng bà kiếm đầu nầy đầu kia về nấu cơm và làm đồ ăn, đúng là một người hay lam hay làm.

Nhìn bà, cô nhớ ngoại quá đỗi. Thấy mẹ suốt ngày không ngừng tay, Cù cằn nhằn:

- Nghỉ chút đi mẹ, củi cả ngàn chụm gì hết mà cứ rị mọ chặt hoài, để nhiều nhiều con gom làm một lần chút xíu chứ mấy mà.

- Trời ơi mầy để cho mẹ mần đi, ở không nhỏng nhỏng tao chịu hổng được, tao già rồi còn ít ngày mần tranh thủ mần, bây còn trẻ mặc sức mà mần ai cấm cản được bây.

Vì lẽ đó, nên nhà bà khá hơn các nhà khác.

Sáng nay tranh thủ lúc bà đi chợ, hai đứa bé chơi với nhau. Thu vội vàng quét tước chung quanh cho gọn gàng ngăn nắp, cô không biết Cù làm công việc gì nhưng mỗi buổi sáng anh đều đi trưa về ăn cơm, nghỉ ngơi một chút rồi đi tiếp đến chiều mới về như một người đang làm cho cơ quan nhà nước.

Một mình ở nhà trông chừng hai đứa bé, vừa quét sân, Thu vừa nhớ ba mình, người cha mà cô chỉ còn biết trong di ảnh. Thu nghe bà ngoại nói, ba cô là cô nhi, sau khi rời khỏi Cô Nhi Viện đã cùng hai người bạn về Cà Mau khai khẩn đất hoang, ba người con trai còn trẻ măng đã chung tay cần mẫn cuối cùng cũng mở được mười công đất, họ không khai phá nữa mà bắt đầu canh tác. Do chưa có kinh nghiệm nhiều nên mùa đầu tiên họ chỉ thu nhập đủ lúa ăn chờ mùa sau. Đến năm sau thì ba người bội thu. Sau ba năm họ cất được một căn nhà nhỏ nhưng hai người kia không ở lại, cùng đứng tên sở hữu đất nhưng họ chia đều cho cả ba số tài sản hiện có rồi nhường cho Cả Lì (ở đó người ta ai cũng gọi ba cô như vậy, đến khi đi học cô mới biết ba mình tên Doãn, Phùng Kế Doãn, còn cô là Phùng Kế Thu.) canh tác và thu huê lợi một mình.

Bà ngoại kể rằng, sau khi hai người bạn đi rồi, ba cô vẫn chí thú ở lại làm ruộng, ông rất là giỏi và có sức khỏe, cần mẫn siêng năng lại hôm sớm ngoài đồng ruộng mặc mưa sa bão táp không sờn, nước da càng ngày càng đen sạm nên bà con lối xóm ai cũng gọi ông là Cả Lì, ông rất được dân làng thương nhất là bà ngoại.

Ông ngoại chết trong thời chiến tranh lúc bà ngoại còn rất trẻ chỉ có một mình mẹ cô là đứa con duy nhất. Chính vì vậy mà mẹ được ngoại nuông chìu, giao du với đủ loại hạng người, từ người gốc gác Cà Mau đến dân tứ xứ tới đây để mua lúa hoặc làm mướn. Đến khi ngoại bắt đầu thấy con gái mình càng ngày càng đi quá xa cái thuần phong mỹ tục của xứ sở thì mẹ cô không còn nghe lời ngoại nữa. Ngoại chấm ba cô làm rể nhưng mẹ cô chê là nhà quê và đen đúa xấu xí không xứng với một cô gái xinh đẹp con nhà khá giả như mẹ. Mặc bà ngoại nói gì thì nói, mẹ Thu vẫn coi ba cô là một kẻ tầm thường dưới cơ của mình.

Ba cô không hề bận bịu vì về việc vợ con nên cũng không quan tâm tới cô gái nào, lại càng chẳng để ý đến cô The là ai.

Nhưng ông đặc biệt thương và kính trọng ngoại cô, nhà ngoại không có đàn ông, mẹ cô thì chẳng bao giờ chú ý đến việc nhà mà ngoại lại sở hữu cả mấy mẫu Tràm, tới mùa tràm, ghe xuồng các nơi đổ về hỏi mua, trước đây ngoại bán "xác" cho họ, một công là bao nhiêu tiền rồi họ tự động đốn, sau nầy khi có ba cô hay tới lui, bà bán cây. Một trăm cây là bao nhiêu té ra số tiền rất lớn dù bà đã dùng để trả xong công thợ đốn, ba cô tuyệt đối không nhận tiền "trông chừng và kiểm tra" khi người ta đếm cây. Cho nên ngoại xem ông như người nhà, như con trai và rất mực thương yêu.

Rồi bỗng một hôm, mẹ cô về òn ĩ với ngoại là cảm động trước chân tình của ba đối với gia đình, nên đồng ý lấy ông làm chồng. Bà ngoại mừng lắm nhưng cũng nghi ngờ cớ sao ít khi thấy hai người tiếp xúc với nhau và mẹ cô luôn miệng chê ba cô nay lại dễ dàng đồng ý như vậy. Bà gợi ý với Cả Lì và ba cô, có lẽ cũng muốn yên nơi yên chỗ nên gật đầu ưng thuận.

Vậy là đám cưới của Cả Lì và cô The được tiến hành, lúc đó mọi người mới biết là có bao nhiêu cô gái đang chờ Lì mở lời để về bầu bạn với ông.

Họ sống không có hạnh phúc.

Ngoại nói, giống như ngoại đang ở với thằng con trai mà con dâu bất nghỉnh bất ngảng, quanh năm suốt tháng chưa từng nấu cho chồng một bữa cơm, ngày chí tối đánh quần đánh áo bơi xuồng đi bán mỹ phẩm, dầu thơm nước hoa gì đó tới tối mới về, sau khi sinh cho ba cô một cục nợ (theo kiểu nói của mẹ cô) rồi quăng cho bà và ba, mẹ phủi tay. Cục nợ đó chính là Thu.

Trong lúc ấu thơ Thu không có ấn tượng gì nhiều, chỉ nhớ lúc nào cũng lẩn quẩn bên bà ngoại và ba, tối mẹ mới về và cô thì ngủ với ngoại. Tới mùa lúa là cô thích nhất, mặc dù hết mấy ngày trời ba không có ngủ ở nhà phải ở ngoài đồng giữ lúa, nhưng sau khi đem lúa bó về nhà thì cô mặc sức mà gần ba, cả ngày cho tới khuya. Sáng ngoại nấu xôi, mẹ gói theo một cục rồi xách giỏ bơi xuồng đi, ba người còn lại ăn xong, Thu ngồi xem ba đánh trâu đạp lúa. Đầu tiên ba chất lúa đứng chựng đưa những hạt lên trên, vòng theo đường xoắn ốc cho đến khi đống lúa lớn ra rồi dẫn trâu lên đạp. Ba và trâu đi vòng vòng bã lúa cho đến khi hạt tách ra khỏi thân cây thì cọng lúa bây giờ được gọi là rơm. Ba cho trâu nghỉ, tự mình dùng cây sải xốc rơm lên cho những hạt lúa nằm phía dưới còn rơm nằm trên, cọng nào còn lúa đeo ba gom lại cao hơn rồi dẫn trâu đạp lần nữa, mỗi bã phải mất gần ba tiếng đồng hồ mới đạp xong, mà ba cứ dẫn trâu suốt ngày như vậy cho đến khi trời tối mịch không thấy đường mới chịu nghỉ.

Vui nhất là khi con trâu đang đi bỗng đứng lại, nhỏng đuôi lên, ba vội vàng đè đuôi nó xuống rồi hô lên:

- Dò... dò... Ỉa.

Là tức tốc, Thu mang cái ki đan bằng tre chạy nhanh ra, một tay ba hốt vô miếng rơm vụn để hứng, tay kia buông đuôi trâu ra, nó nhỏng đít lên ỉa bạch bạch bạch đầy nhóc một ki. Ba cô bưng ra ngoài để đó lát đem đổ vào một chỗ. Thu khoái chí cười vang mỗi lần thấy như vậy.

Chật vật là ba đánh một ông cúi bằng rơm ướt dài thượt để ung muỗi. Trời, cái thời đó muỗi và bù mắc ở đâu mà quá chừng, quơ tay là đụng. Ung muỗi xong, ba tắm rửa rồi ôm Thu vào lòng hát rùm mấy câu vọng cổ, Thu nghe chưa xong đã ngủ mất tiêu.

Cô thương ba mình, thương lắm dù chỉ mới ba tuổi thôi. Nhưng hình ảnh ông hay ngồi trầm ngâm dưới gốc rơm sau nhà, mắt hướng ra bờ kinh có những khóm lục bình trôi vật vờ, Thu không biết cha đang nghĩ gì. Trên dòng kinh, sát mé bờ chạy một khoảng dài toàn là bông súng.

Kinh ở trước nhà ai thì bông súng là của nhà đó. Ba cô hay dặn có chơi cũng đừng đứng gần bờ kinh vì nước sâu lắm. Có lần cô hỏi ba mà sao nầy ngoại nhắc lại cô mới biết:

- Ba buồn gì hả? Ít thấy ba cười?

Ba ôm cô vào lòng mình, hôn lên đôi má phúng phính của Thu rồi cười lớn:

- Ba có con là vui rồi. Ba là người không biết buồn, đời dạy cho mình như vậy. Lớn lên con phải nhớ lời ba, không được buồn nghe con.

Rồi đến một hôm, ba đi mất mấy ngày không về nhà, Thu khóc đòi ba, bà ngoại ban đầu ngồi đứng không yên sau đó thấy mẹ cô tỉnh bơ không hề buồn bã, bà chửi mẹ một trận hãi hùng là chính vì The nên Lì mới bỏ con mà đi, mẹ cô cũng cãi lại kịch liệt, cho rằng thứ đó có đi biệt tăm mẹ cũng thây kệ. Sau đó ngoại chỉ còn biết ôm cháu mỗi chiều thơ thẩn nhìn ra móng đường như chờ đợi con trai về vì bà biết ba không phải là loại người vô tình vô nghĩa như vậy và bà cũng biết khi đi ba không mang theo một xu dính túi.

Đúng ba hôm, người ta đi nhổ bông súng phát hiện ra Cả Lì bị kẹt dưới đám rễ bụi súng, xác đã trương sình.

Mẹ cô thất sắc còn ngoại thì chết lên chết xuống, Thu không nhìn thấy ba lần cuối vì người ta không cho bé lại gần, sau đó họ đem ba chôn trên đất của ông và hai người bạn. Ngoại nói ba cô không thể nào bị chết như vậy vì ông từng lặn xuống nhổ bông cho bà con dọc bờ kinh, khi lớn lên Thu nghe nhiều người nói cái chết của ba cô có nhiều oan khuất chưa được sáng tỏ nhưng vì chôn vội quá và gia đình không khiếu nại nên cũng nhanh chóng trôi qua.

Từ đó, Thu sống bằng tình thương của ngoại, mẹ cô như một người ở trọ trong nhà.

Thời gian có thể xoa dịu vết thương lòng, nhưng hình ảnh Cả Lì luôn luôn ở trong lòng bà cháu Thu.

Chưa mãn tang ba, mẹ đã tự bước đi bước nữa mặc cho bà ngoại cương quyết cản ngăn và tuyệt đối không nhìn nhận con rể.

Lấy nhau xong, họ dọn về căn nhà của ba Thu để trống ở, chiếm luôn đất của ba. Cha ghẻ là người đàn ông đã có một đứa con gái riêng và sau một năm họ sinh thêm đứa con gái nữa. Ông ta chỉ mong muốn có con trai nên đứa bé không được chào đón, bị ghẻ lạnh mà mẹ cô có bao giờ biết lo cho ai, dần dà rồi ngoại, mặc dù không ưa, không nhìn thằng rể nhưng vẫn đón cháu về nuôi, Thu có chị có em nên cũng vui và hạnh phúc.

Cuộc đời của cô lẽ ra cũng sẽ được êm đềm lớn lên, êm đềm như dòng chảy của con kinh sau nhà nếu như ngoại đừng sớm ra đi.

Thu đã quét dọn xong, bà Bảy vẫn chưa về. Cô vào nhà mình nấu nồi cơm, định bụng sau khi nấu xong nếu bà vẫn chưa về, cô sẽ vào nấu cơm cho bà luôn.

PHẦN 4

Thu vừa xúc hai lon gạo định sang nhà bà Bảy để nấu cơm giùm thì bà về tới, thấy sân trước sân sau sạch sẽ hết thì chúm chím cười, khen:

- Coi bộ bây cũng lẹ tay lẹ chưn dữ đa. Tao dìa sớm đó chứ, tại thấy cái đám đụng xe ngoài lộ cái, phát sợ nên ghé nhà con Hằng bánh lọt ngồi một chút. Bà cố nội cha ơi, từ hồi cha sanh mẹ đẻ tới giờ mới tận mắt ngó cái cảnh xe đụng chết người, thằng nhỏ tưng lên cao một cái rớt xuống đất cái bịch chết tươi. Tao mắc đái mắc ỉa một lượt. Tổ cha cái quân nó chạy ẩu, đụng con người ta xong phóng xe đi luôn bị dân chúng đuổi theo lôi đầu lại đem vô công an rồi, nó coi mạng người như cỏ rác hay sao đó mà.

Thu nghe xong, nghĩ nếu mình làm thinh cũng tội cho sự nhiệt tình thích có người nói chuyện với bà nên lịch sự hỏi:

- Không thấy ai đụng hả bác?

- Sao không đi. Mấy cái thằng ôn binh dịch vật ở cái ấp Chảnh chọc chứ ai. Đám đó ăn không ngồi rồi đi phá làng phá xóm mà chẳng có con ma nào trị nổi chúng. Bữa nào cũng bị trời trồng cho biết mặt.

Rồi sực nhớ ra, bà để cái giỏ xách xuống cái ghế mủ, nhìn Thu:

- Ừ, tao nói với bà Tám rồi, bả mừng lắm. Lát chạy te lợi nhà ông Sỹ khoe liền chứ đâu.

Bà lấy trong giỏ ra hai cái bánh bò phát cho hai đứa bé, chúng cầm lấy nhìn nhau cười hớn hở rồi leo lên bộ vạt cùng ăn.

Thu quay vào nhà, chiên hai trứng vịt cho mẹ con dùng cơm trưa. Cô nghĩ, bà Bảy chắc khoảng tuổi của ngoại nhưng ngoại cô là người khá giả, lại tiếp xúc với dân tứ xứ nhiều nên lời lẽ cũng văn hoa hơn bà Bảy. Cuộc sống của ngoại có lẽ không vui và vô tư như bà vì lúc nào cũng canh cánh nỗi lo cho cháu mà mẹ chúng chẳng hề có trách nhiệm gì. Bà Bảy thì khác, Hai Cù hiếu đạo, thương yêu kính trọng mẹ và tưng tiu con, sống có tình có nghĩa. Một người lạ huơ lạ hoắc như cô mà họ cũng sẵn lòng cưu mang thì nói chi là ruột thịt với nhau.

Ngoại. Nếu như ngoại còn sống nhỉ? Có ngoại thì Thu sẽ là người hạnh phúc nhất thế gian nầy, cô đã không còn ba, cô cũng không cần mẹ, hay nói cho đúng là mẹ không cần cô, Thu chỉ cần có ngoại và em là đủ. Nhưng trời thật không chìu lòng người, năm Thu mười tám tuổi, bé Bo chỉ mới mười ba tuổi thôi thì ngoại, một buổi sáng lội ra coi người ta đốn tràm, đạp phải gốc tràm mà do sơ ý họ không đốn cho bằng mặt lại để gốc nhọn hoắc, máu chảy ròng rã nhưng ngoại vẫn cố gắng lội sình về tới nhà mới rửa vết thương băng bó. Mấy ngày sau, vết thương làm độc, chân ngoại sưng vù, đau đớn không chịu được phải đưa bà lên bệnh viện tận Cà Mau để chữa trị. Lúc đó Thu vừa thi Tốt nghiệp cấp ba xong đang chuẩn bị thi Đại học, Bé Bo sắp lên lớp tám.

Nói tới tên bé Bo, Thu lại càng giận. Khi sinh nó ra, cha dượng không dòm ngó đến còn kêu mẹ đem cho ai nuôi thì cho vì ông ta đã có con gái rồi. Ông trước sau đều kêu tên con bé là Bỏ và không làm khai sinh cho nó. Mẹ cô cũng xem ra chẳng thương yêu gì con, suốt ngày chì chiết mà con nhỏ thì chưa đầy tuổi có biết gì. Chuyện tới tai ngoại, bà lật đật mang nó về, sửa tên lại là Bo và khai sinh cho nó với tên cha là Vô danh. Nhưng khi nó có nhận thức, ngoại nói cha nó tên là Phùng Kế Doãn, đã chết, nó là em ruột một cha một mẹ với Thu. Từ lúc về với ngoại, mẹ coi như trút được gánh nặng, không còn bận tâm tới sự có mặt của nó trên đời. Nhưng Bo cũng không còn những ngày tháng hồi hộp lo sợ đòn roi của ba và nạt nộ của mẹ, nó vui vẻ hạnh phúc bên ngoại và chị. Bà ngoại ghét cha dượng và ghét luôn cả mẹ của Thu, cấm không cho bén mảng tới nhà.

Rồi ngoại mời vài người hàng xóm có uy tín tới, mời cả chủ tịch xã, làm giấy cho Thu thừa kế tất cả tài sản của bà gồm nhà cửa đất đai, dặn dò cô chăm sóc và nuôi dưỡng Bo thành người tốt, sau nầy gả cưới cho nó chút vốn liếng của cải hồi môn về nhà chồng. Nghe ngoại dặn dò, Thu sợ quá đỗi, linh cảm như có chuyện gì sắp xảy ra.

Sau đó Thu thi đậu vào cao đẳng sư phạm, học ở Cà Mau. Cô muốn khi ra trường được về huyện Thái Bình dạy cho gần nhà, gần em và ngoại.

Trong một đêm mùa hè, chị em Thu chưa đến lúc nhập học, tối rồi mà trời vẫn còn nóng như lửa thiêu, hàng tràm trước cửa nhà đứng trân không có một làn gió lay động. Ngoại mấy lúc gần đây cứ hay bệnh rề rề. Chị em Thu đem chiếc giường kê cạnh giường ngoại để ngủ canh chừng. Buổi tối hễ Thu đi một bước là Bo theo một bước không rời vì nó sợ ma. Thu nằm quạt lạch bạch cho em đến lúc mỏi tay thì Bo đã ngủ và cô cũng thiu thiu bỗng nghe bên giường ngoại có tiếng rầm rầm, Thu hoảng hốt vặn lớn ngọn đèn dầu phóng qua thì thấy ngoại đang giãy giụa, mắt trợn trắng, nước bọt ứ đầy trong khoang miệng. Cô run lên, đứng không vững nhưng nghĩ ra, nếu mình không bình tĩnh lúc nầy thì ai lo cho ngoại, bèn nhanh chân đến vỗ vào mông Bo:

- Dậy, dậy đi Bo ơi, chạy qua nhà cậu Bảy kêu qua cứu ngoại.

Bo ngồi bật dậy nhưng vẫn còn say ke, nó dụi mắt lia lịa:

- Kêu cậu Bảy cứu ngoại gì?

- Nhanh lên, ngoại đang uốn ván, không kịp bây giờ.

Bo co rúm người lại:

- Sao em dám đi?

- Em không đi thì ngoại chết. Em sợ ma hay sợ ngoại chết?

Bo tuột xuống giường, không kịp xỏ chân vào dép:

- Em sợ ngoại chết.

Rồi nó phóng đi trong màn đêm không kịp cầm theo bó đuốc. Thu nhìn theo em, nước mắt chảy dài. Cô nắm tay ngoại, bà cong người lên, Thu nhớ bác sĩ dặn nếu thấy ngoại có dấu hiệu như vậy là đã bị uốn ván, phải lấy khăn mềm cho bà cắn kẻo bị cắn vào lưỡi, Thu lấy khăn, cố gắng cạy miệng ngoại ra để nhét vào, bà dần dần nằm im thì cậu Bảy dẫn theo cậu Chín và dượng Mười chạy sang, bé Bo run rẩy mếu máo theo sau, vào tới nhà nó ôm lấy chị, khóc òa:

- Chị ơi, ngoại có sao không chị?

Thu ôm Bo, ra dấu cho em im lặng để người lớn tính. Cậu Bảy hỏi tình hình vừa xảy ra, nghe Thu kể lại cậu phán một câu:

- Bà bị giựt kinh phong rồi. Ba cái dằm tràm nầy độc thiệt. Ý là bác sĩ mổ nặn máu ra rồi đó.

- Vậy có sao không cậu?

- Chờ bà khỏe lại chút đưa đi bịnh viện chứ sao. Thằng Chín mầy chạy đi kêu con The về coi nó tính sao để có chuyện gì nó đổ thừa mệt lắm. Lo thì không lo chứ trách móc thì không ai hơn nó ở cái vùng nầy.

Cậu Chín xách đuốc nhưng vừa bước ra cửa bỗng quay trở lại:

- Hay dượng Mười mầy đi ví tui. Nửa đêm nửa hôm tới kêu cửa biểu con vợ nó đi theo mình cái thằng chồng quỷ sứ đó nó nổi khùng chém chết mẹ à.

Cậu Bảy gật đầu:

- Cũng phải. Ai chứ thằng đó dám à. Phải Cả Lì còn thì bà đâu có ra ruộng mần chi. Nghĩ tiếc cho ảnh quá trời quá đất, người tốt mà vắn số.

Nghe nhắc tới ba, Thu không cầm lòng được, thút thít khóc. Mọi người nhìn cô ái ngại rồi cậu Chín và dượng Mười xách đuốc đi gọi mẹ cô.

Bà ngoại ngủ yên được gần một tiếng đồng hồ. Bé Bo mòn mỏi cũng ngủ theo luôn. Cậu Bảy biểu Thu nằm nghỉ chút đi để cậu coi chừng ngoại nhưng cô nói sẽ ngồi với bà mới yên tâm. Cậu lên võng nằm đưa tòn teng chờ hai người kia về.

Thoáng thấy cậu Chín và dượng Mười quơ đuốc tuốt đàng xa, Thu nhóng lên xem mẹ có theo về không vì cũng đã lâu chị em cô chưa gặp mẹ dù hai nhà không cách xa gì mấy mà hôm ngoại nằm viện mẹ cũng không có tới thăm nuôi. Nhưng chỉ thấy có hai người về, cô thoáng thất vọng. Cậu Bảy ngồi dậy:

- Sao? Nó không theo tụi bây về hả? Tao nói cái thứ đó sau nầy mần ăn không có ngóc đầu dậy nổi, cái thứ mà không biết cha biết mẹ thì trời đất nào dung được. Vậy chứ bà có trăm tuổi cái nó chạy dìa làm bộ khóc mướt để giành của với con nó cho coi. Tao còn đây, nó ăn cứt chứ ăn của.

Cậu Bảy bức xúc cứ lèng èng hoài. Cậu Chín gạt ngang:

- Thôi mặc xác nó anh ơi, nó sợ cái thằng Tụng hơn sợ cha nó nữa mà nói sao được. Trên đời không có ai thân bằng mẹ con, mẹ nó cũng không thân, con nó cũng không thương thì thân thương ai cũng là giả tạo nhất thời thôi. Thằng đó dụ ăn hết của rồi đá cái bỉnh cho nó biết mặt.

Dượng Mười:

- Nhớ anh Cả Lì mà thương sao đâu. Ảnh mà còn thì bác Hai không bị tai nạn vầy đâu.

- Mầy nhắc tao thêm tức, thằng Tụng mà không có dính líu gì tới cái chết của ảnh tao làm con tụi bây đó.

Cậu Chín đưa mắt nhìn cậu Bảy, ra dấu cho cậu "thắng" lại sợ chạm vào chỗ nhạy cảm của Thu nhưng cậu Bảy lại muốn cô nhìn nhận sự thật:

- Cũng phải để cho con Thu nó biết đặng đề phòng cái quân khốn nạn đã hại chết cha nó chứ. Ở đây ai cũng nghĩ như mình thôi.

Thu điếng trong bụng. Thật sao? Thật vậy sao? Nếu hắn ta là thủ phạm gây ra cái chết của ba cô thì tại sao lại làm vợ chồng với mẹ cô? Hay là...? Thu lắc đầu. Cô không muốn suy nghĩ tiếp nhưng cũng sẽ không bỏ qua. Lúc nầy phải tập trung lo cho ngoại, nếu như trời còn có mắt nhìn, phù hộ cho ngoại được khỏe mạnh, sau khi cô học xong sẽ tìm mọi cách điều tra để vạch mặt hắn. Nếu đó là sự thật thì cô sẽ không bao giờ nhân nhượng với kẻ đã làm cô mất đi người cha, gia đình mất đi một trụ cột, một chỗ dựa tinh thần.

Cậu Bảy hỏi:

- Nó nói sao mà không dìa?

- Nó nói "Bả hổng nhìn tui kêu tui dìa chi? Tui dìa bả thấy tui rồi lên tăng xông báo hại tui mang tiếng nữa".

- Nhưng bả là má của cô đó.

- Ai hổng biết bả má tui. Nhưng bả có coi tui là con đâu? Đất đai, nhà cửa bả thà cho cháu chứ không cho con mà.

Nghe vậy tui giận run trong bụng, nhịn hổng được anh Bảy, tui bụp nó liền:

- Trời ơi, cho con cô chứ có người ngoài nào lọt vô được?

Thằng đó nằm trong mùng, đi sầm sập ra chửi thề:

- ĐM, tới kêu là biết rồi, kêu xong dìa đi, ở đó nói lải nhải. Chuyện nhà người ta để tự người ta tính, tụi tui biết nhà biết cửa không cần mấy người dắt về như dắt trâu. Mẹ bà, nồi nào vung nấy. Thằng đó mà gặp tui là chết mẹ nó rồi. Tức cái mình con nhỏ The gì đâu á. Dượng Mười kều kêu tui dìa chứ đứng lợi nghe nó nói một hồi chắc tui lợi họng nó quá.

Cậu Bảy nói:

- Thôi kệ nó đi, mình thương là thương dì Hai và hai đứa nhỏ, ráng lo cho dì qua khỏi ải nầy chờ con Thu nó lớn một chút đủ bản lĩnh sống thì mình yên tâm rồi.

Ngoại ngủ một giấc thật sâu rồi tỉnh lại, đưa mắt nhìn chung quanh. Thu ngồi cạnh nắm tay bà. Cô sợ quá, sợ ngoại bỏ chị em cô mà ra đi. Sống với bà cả một thời thơ ấu, bà đã chăm sóc chị em Thu như chăm sóc con đẻ ra, nếu như bà có mệnh hệ nào thì chị em cô thật sự sẽ chính thức trở thành mồ côi, rồi từ nay trên vạn nẻo đường đời, cô phải làm sao để bảo bọc em của mình đây?

Tiếng bà Bảy vang lên kéo Thu trở về với thực tại:

- Bây có gì ăn cơm hôn mẹ thằng Tép?

PHẦN 5

Thu đi ra ngoài, bà Bảy bưng trên tay tô canh chua cá lóc nấu với rau nhúc bà trồng đàng sau bờ ao nuôi cá phi. Thu ngại quá, từ chối:

- Thôi để ăn đi bác.

- Vậy sa? Chứ hôm qua tới nay bây cho thằng nhỏ ăn gì? Tao khổng biết trứng vịt có cái chất dinh dưỡng gì mà bữa nào cũng trứng vịt. Cá tao khổng có mua, thằng Hai bắt dìa cả đống, rau nhúc ở nhà trồng, cho thằng nhỏ một tô mẹ con bây ăn có chết tao đền nhơn mạng cho.

Hai Cù đứng trước cửa nhà, hất mặt nói:

- Thôi cầm đi cho bà già vui, cô khách khí chi vậy không hiểu nổi. Hàng xóm láng giềng ai má tui cũng vậy chứ không riêng gì cô đâu.

Thu bối rối đưa hai tay đỡ lấy tô canh, nói cám ơn mà đôi mắt muốn ngân ngấn nước.

Đúng ngày một tây tháng sáu, bà Tám đến dẫn Thu lại nhà ông bà Giám đốc Sỹ để nhận việc. Thu gửi thằng Tép lại cho bà Bảy rồi lủi thủi đi theo bà Tám.

Trên đường đi, bà dặn dò cô đủ thứ, cuối cùng nói:

- Nói cho có, hồi giờ tao cũng ít tới lui với đám nhà giàu cho nên cũng không rành tính nết của bọn họ. Bây vô đó cái gì cũng tự mình trông chừng mình nghe hôn? Người ta nói "miệng người sang có gang có thép", trật họ cũng trở thành trúng, thiệt thời luôn ở người nghèo tụi mình.

Thu dạ. Điều nầy thì cô hiểu rất rõ.

Nhà ông bà Giám đốc Sỹ cũng không xa bao nhiêu, chỉ cách vài cánh đồng trồng toàn dừa, hai bên đường mát rượi bởi tàng lá cao che khuất ánh nắng, nơi nầy không còn trong phạm vi của ấp Nghèo nữa mà thuộc về Thị Trấn cho nên con lộ dần rộng thêm và gần đến nhà ông Giám đốc thì đã được tráng nhựa, con đường nhựa kéo dài ra đến chợ. Nhà cửa gần nhau hơn, đa số là nhà cấp bốn, đan xen vài căn nhà lầu. Khung cảnh ở đây khác một trời một vực với cái ấp Nghèo. Ở ấp Nghèo, có nhà không cửa, có nhà không dừng vách, đa số là không có sân vì ai cũng tận dụng sân để trồng chút đỉnh rau cải thiện bữa ăn. Ở đây thì khác, nhà cao cửa rộng. Thu chua chát nghĩ, cùng là con người sao mức sống khác nhau rõ rệt khi khoảng cách địa lý không xa nhau bao nhiêu. Số phận ư? Đâu phải người dân nơi đó lười nhác, họ cũng quanh năm suốt tháng cắm đầu cắm cổ làm thuê làm mướn chỉ mong có đủ cái ăn cái mặc và cho đám con nheo nhóc được đến trường mà điều đó cũng thật khó khăn. Thu nghĩ, nếu như có điều kiện, sẽ nỗ lực mà giúp đỡ cho bà con ở cái nơi mà cô nhìn thấy đầy ấp tình người.

Đến trước cổng nhà ông Sỹ, đập vào mắt Thu là ngôi biệt thự đồ sộ màu xanh lơ. Có cổng lớn và khoảng sân rộng dùng để các chậu hoa Thược dược, hoa Hồng, và nhiều loại hoa khác mà cô không biết tên. Đường vào nhà chính giữa tráng ciment, hai bên trải sỏi chắc để chủ nhà đi bộ masa chân. Đúng là một chỗ thượng lưu.

Bà Tám bấm chuông, mấy con chó Bẹc giê trong nhà túa ra, kêu sủa ổm tỏi. Người đàn bà sang trọng trạc bốn mươi tuổi ra dáng chủ nhà bước ra, nhìn thấy hai người bèn đon đả chào mừng:

- Dì Tám tới rồi hả? Dẫn em nó vô nhà đi dì.

Bà ta mở rộng cánh cửa đón bà Tám và Thu, tươi cười. Bước vào phòng khách sang trọng, Thu chỉ có một nhận xét, tất cả đồ đạc ở đây có thể qui thành tiền để cất cho ấp nghèo mỗi hộ một căn nhà tình thương che mưa che nắng. Nghĩ là nghĩ vậy thôi chứ cô cũng biết, mỗi người một số phận, sinh ra ai có muốn mình nghèo khó bao giờ.

Ông chủ đang ngồi trên chiếc ghế xoay trong phòng khách, thấy hai người đàn bà bước vào, ngẩng đầu lên gật một cái rồi đan hai tay vào nhau đưa mắt quan sát. Bà chủ đon đả mời bà Tám và Thu ngồi xuống chiếc ghế salon sang trọng. Bà Tám, sau khi đã ổn định chỗ ngồi, vô đề liền:

- Nói cho có, từ hôm chú thím nhờ kiếm giùm một người giúp việc là tui chấm cô nầy liền. Người sạch sẽ gọn gàng, tay chưn nhanh nhẹn, nói cho có, cổ từ xa tới đây, là bà con bên chồng với bà Bảy Vậy Sa nên cũng coi như người quen biết. Cổ tới đây giúp việc có chuyện gì nhờ chú thím chỉ dạy thêm.

Bà chủ hỏi sau khi đưa mắt dò xét Thu xong:

- Em có chồng con gì chưa?

Bà Tám nhanh miệng nói thay:

- Nói cho có. Chồng nó mất rồi nhưng có đứa con chừng hai tuổi. Cho nên nếu như chú thím thông cảm cho nó dẫn con theo để coi chừng luôn thể thì mang ơn dữ lắm.

Bà chủ xởi lởi:

- Được chứ dì. Con nít mà ăn uống bao nhiêu. Vậy chừng nào em bắt đầu được?

- Dạ, lúc nào cũng được.

- Chị tính vầy nhen, mỗi ngày, sáng em lại sớm, dọn dẹp nhà cửa, giặt giũ giùm chị, có máy giặt đó em. Xong nấu cơm chờ hai đứa con chị về ăn. Rảnh tưới giùm mấy chậu hoa của ảnh trước cửa, chiều nấu cơm cho cả nhà là xong bổn phận rồi. Ban ngày anh chị ít có ở nhà, mọi việc giao cho em. Ngày chị gửi em một trăm ngàn. Em định nhận hàng ngày, hàng tuần hay đúng tháng đều được. Chủ nhật em khỏi đi làm nhưng chị vẫn trả lương cho em.

Bà Tám lại chen vô:

- Thím gửi nó mỗi ngày đi cho nó ham.

- Cũng được. Hôm nay là Chủ nhật, vậy mai em đến sớm nhen. Em tên gì?

- Dạ, Thu.

Theo chân bà Tám ra về, trong lòng Thu bỗng nhiên buồn quá đỗi. Bên tai cô, bà Tám vẫn thì thầm:

- Tao nói nhận tiền mỗi ngày để nếu như có bất trắc gì thì mình nghỉ không sợ lướng cướng tiền bạc. Tao thấy bà chủ nầy coi bộ cũng rộng rãi thoải mái nhen. Còn thằng chồng cứ ngồi ngó bây lom lom phát ớn hà. Cẩn thận nhen con, đời bây giờ khó lường trước chuyện gì lắm.

Thu chỉ cười mà không nói gì.

Mỗi sáng, Thu dắt theo thằng Tép đến nhà ông Sỹ, lo công việc xong rồi dẫn con về. Ông bà Sỹ có hai đứa con, một trai một gái, đứa lớn đang học lớp ba còn đứa nhỏ học Mẫu giáo, cả hai đều trưa về ăn cơm, nghỉ ngơi một chút rồi có người đưa đón đi học tiếp. Bọn chúng xem mẹ con của Thu như người ăn kẻ ở trong nhà, tuyệt đối không có một chút tôn trọng. Thu luôn dặn dò con đừng đến gần chúng nó để tránh bị nạt nộ có khi còn bị chúng đánh nhất là thằng bé con chủ.

Ông Sỹ ít khi nói chuyện với Thu, nhưng mỗi lần chạm mặt thì ánh mắt ông ta như xoáy sâu vào thân thể cô khiến cả người Thu cảm thấy bức bối. Bà Sỹ thì khác, lúc nào cũng tỏ ra ân cần, những khi nhìn thấy con mình hiếp đáp thằng Tép bà luôn lên tiếng bênh vực.

Được hơn một tháng thì một hôm, thằng Tép về không vào nhà mà chạy thẳng qua bà Bảy, tìm được bà rồi, nó nhào vào lòng bà, nói lớn:

- Bà ơi, mơi bà nấu cơm cho con ăn với nhen. Con ở nhà chơi với Dung không theo mẹ nữa đâu.

Nghe con nói vậy, Thu điếng hồn không kịp bụm miệng nó, điều nầy Tép chưa từng nói với mẹ bao giờ.

Bà Bảy ôm thằng nhỏ vào lòng, ngạc nhiên ngó Thu:

- Vậy sa? Không theo mẹ nữa hả?

- Không theo nữa, con thích chơi với Dung và ăn cơm của bà nấu thôi.

Thu đứng chết trân nhìn con rồi nhìn bà Bảy và Cù. Cù nhíu cặp chân mày đậm đen nhìn hai mẹ con còn bé Dung nhảy cỡn lên mừng.

Cù ngoắc Tép lại gần:

- Sao con không chịu đi với mẹ nữa?

Thu đâm hoảng, cô kéo tay Tép định dẫn nó về nhưng Cù dằn lại:

- Để cho nó nói.

Tép ấm ức:

- Thằng Diện nó nói con là đồ ăn chực. Nó đi học về, con thấy cây súng nó quăng ngoài vườn nên lượm vô chơi, nó giựt lại nói con ăn cắp rồi còn đá con mấy đá nữa. Mẹ ra không kịp nó đá chết con còn gì.

Cù liếc nhìn Thu rồi hỏi tiếp:

- Sau đó mẹ có méc bà chủ không?

- Không. Mẹ chỉ nói lần sau mẹ sẽ đánh lại nó thôi. Mà mẹ cũng có đánh ông chủ rồi nữa.

Thu lừ mắt nhìn Tép, nó im lặng nhưng Cù phải hỏi cho ra:

- Dữ. Sao mà mẹ đánh ông chủ?

- Ổng vỗ vô đít mẹ đó, mẹ quay qua tán ổng bạt tay cái bốp, ổng lấy ngón tay chỉ chỉ mẹ, nghiến răng rồi bỏ đi.

Cù buông thằng Tép ra, thở dài. Bà Bảy bức xúc:

- Vậy sa? Thôi gặp đồ dê xồm rồi.

Cù nổi giận ngang:

- Rồi cô có nói với con vợ nó không? Không chứ gì? Cao cả quá hén. Nghỉ làm đi, trước sau gì cô cũng bị thằng đó nó lượm. Nếu cô muốn thoát khỏi cảnh nghèo bằng con đường đó thì tùy, tui không có ý kiến, còn nếu không thì tui sẽ ra mặt giùm cho cô. Tùy cô chọn.

Thu cảm động:

- Không ai ăn hiếp em được đâu anh. Anh và bác yên tâm đi.

Cù lớn tiếng:

- Có nghĩa là cô vẫn tiếp tục đi làm chỗ đó chứ gì?

- Không. Em sẽ nghỉ làm.

- Được! Vậy theo tui đi lại nhà hắn.

Thu hoảng hốt:

- Thôi, lớn chuyện à anh ơi. Đụng chạm đến nhà giàu có thế lực thiệt hại bao giờ cũng về phía người nghèo.

- Sợ cái gì chứ? Tui nghèo nhưng tui lương thiện, nghèo nhưng không ăn bám của họ, không lợi dụng lúc người ta hoạn nạn mà giở trò. Cái thứ giàu mà nhắm vô phụ nữ chân yếu tay mềm để làm chuyện đê tiện họ không sợ mình thì thôi mắc gì mình phải sợ nó?

- Thôi được rồi, anh để em tự xử đừng dính vô, anh là người địa phương lỡ như hắn thù nhơ oán chạ thì khổ cho bác và cháu Dung.

- Cô làm được gì chứ? Làm được gì cô đã làm rồi.

Thu nhìn anh bằng đôi mắt biết ơn, cô nói chậm rãi nhưng quả quyết:

- Anh đừng lo. Em tuy nhìn yếu đuối vậy nhưng không dễ để ai bắt nạt được đâu. Sai lầm một lần dẫn đến việc phải tha phương cầu thực là bài học sống cho em ở đời rồi.

Hai Cù im lặng nhìn vào khuôn mặt bừng đỏ như đang phẫn uất nhớ về quá khứ cay đắng của mình. Bà Bảy buột miệng hỏi:

- Đâu bây kể cho tao nghe chuyện gì mà đến dỗi phải lưu lạc xứ người vầy nè? Hy vọng là không đúng như tao đoán nhen. Chứ bây còn cha má anh chị em gì không?

Thu ngập ngừng. Cù hiểu ý nên chen vào:

- Nếu như cô chưa muốn nói thì thôi. Ai cũng có những bí mật không thể chia sẻ được. Khi nào cần thấy nên cho biết thì cô cứ nói. Sống cạnh nhau cũng đã gần hai tháng rồi, ít nhiều cũng hiểu tính nhau. Cô là người sống nội tâm nhiều nên lúc nào cũng u buồn. Sau khi suy nghĩ xong, nghe lời mẹ tui, trang trải lòng mình ra cô sẽ thấy nhẹ nhàng hơn nhiều. Thậm chí nếu như cô đã từng gây án ở một nơi nào đó chỉ vì tự vệ tui cũng sẵn sàng che giấu cho cô.

Thu nhìn anh, chúm chím cười, nụ cười hiếm hoi từ ngày đến nơi nầy khiến Cù thấy vui:

- Chịu cười rồi hén?

- Em làm gì có cái gan gây án anh? Nếu trời cho em có cái gan đó, em sẽ giết một người.

- Là ai?

- Tạm thời chưa nói với anh được. Chờ em đi lên chợ gọi một cú điện thoại xong sẽ nói cho bác và anh biết tất cả mọi điều.

Cù mừng rỡ:

- Điện thoại à? Sao không nói sớm? Tui có điện thoại di động đây.

Thu cũng biểu lộ sự vui mừng:

- May quá. Em thấy chỗ nầy không có điện nên nghĩ rằng chưa ai sử dụng di động.

- Đúng vậy. Nhưng mỗi ngày tui đều đi ra ngoài cô không thấy sao? Tui có cái sạp nho nhỏ bán đồ phụ tùng xe đạp nên cần có điện thoại để... gọi là giao dịch đó mà.

Cù móc túi lấy cái điện thoại nhỏ xíu ra, cô chạy vào trong nhà lấy ra cái sim đưa anh:

- Em cũng có nhưng đã bị người ta đập rồi, còn cái sim với rất nhiều tiền. Anh gắn vào mới đủ cho em nói chuyện.

Cù cẩn thận thay sim vào điện thoại xong đưa Thu, tế nhị đứng lên nhưng cô khoát tay:

- Không cần lánh mặt đâu anh. Em nghĩ, đã tới lúc cho gia đình biết về mình rồi.

Thu bấm số gọi, bên đầu dây nhanh chóng có người bắt máy. Thu nói:

- Trang hả? Thu đây.

- Trời ơi Thu. Mầy đang ở đâu? Mẹ con khỏe không? Sao lâu nay không liên lạc với tao?

- Tao đợi ổn định xong mới gọi cho mầy.

- Thằng Vĩnh sao rồi? Nói chuyện đủ chưa?

- Mới có hai tháng mầy làm như mấy năm. Nó vẫn vậy thôi. Trang ơi, bé Bo có đến tìm mầy không?

- Có. Nó mới tới mấy bữa nay, khóc sướt mướt mầy ơi, thằng chả bắt nó nghỉ học đó.

- Cái gì? Năm nay nó lên mười hai rồi, nghỉ học là sao chứ?

- Thì bởi vậy cho nên nó mới tức mà không dám nói nè.

- Thằng chả đâu có quyền gì mà bắt nó nghỉ học? Tính ra ổng bả đang ăn nhờ ở đậu nhà của nó, không có quyền gì trong cuộc đời nó hết. Còn mấy cậu ở gần không ai đứng nhìn mà không can thiệp đâu.

- Nghe nói chả bắt nó nghỉ học đặng gả chồng đó.

- Gả chồng gì chứ? Nó mới có mười bảy tuổi thôi. Cũng bổn cũ soạn lại. Hắn muốn trục nó ra khỏi nhà để chiếm đoạt tài sản của ngoại chứ gì?

- À, cho mầy hay một tin nữa, Ổng bả đang làm giấy tờ hợp thức hóa miếng đất của ba mầy đặng bán đó. Con Bo ngăn cản nên mới sinh ra chuyện. Nó bị đánh lia chia, mấy cậu can thiệp ổng đánh luôn, nói chuyện nhà ổng cấm ai chen vô. Tao thấy mầy nên về một chuyến rồi Thu ơi.

- Phải. Tao phải về một chuyến mới kịp cho bé Bo đi học. Tao về tới ổng khó sống với tao chứ chẳng chơi. Nhờ mầy một chuyện nhen Trang, mầy tìm cách liên lạc với bé Bo, nói nó bình tĩnh chờ tao về, không có nghỉ học hay có chồng gì hết. Ổng bả làm quá thì qua nhà cậu Bảy ở, hôm tao đi có gửi gắm cậu cũng đã hứa với tao rồi.

- Được, chuyện đó mầy để tao lo. Cố gắng thu xếp về sớm nhen.

Buông điện thoại xuống, Thu thừ người ra. Quá đáng lắm rồi, cô có thể nhịn, có thể nhận thiệt thòi cho mình nhưng không thể nào để Bo phải chịu cảnh như cô được. Đành rằng ông ta là cha ruột của nó, tất nhiên sẽ không làm những chuyện đốn mạt như làm với cô nhưng ông ta có biết thương ai bao giờ? Đứa con gái lớn của ông ta thì luôn chống đối và khinh miệt cha mình, khinh luôn cả bà mẹ kế. Chị ấy sống minh bạch không cần cha mà tự lập từ lúc mẹ qua đời. Cô kính trọng chị nhưng chị cũng ít tới lui với gia đình.

Một lát sau, bình tâm lại, Thu nhìn bà Bảy và hai Cù đang đưa mắt chờ đợi, nói:

- Chắc con phải về quê một chuyến, có trở lại hay không con cũng chưa biết trước được.

Bà Bảy chặc lưỡi:

- Vậy sa? Bây dìa tao buồn dữ à, nhưng chuyện nhà quan trọng hơn. Thôi coi như cũng quen biết rồi, có dịp nào thì trở về thăm tao với bà con lối xóm nghe hôn?

Cù cảm giác như tiếng nói của mình rơi vào khoảng không vắng lặng của một đêm âm u trời không trăng sao:

- Thôi cô vô dỗ cho thằng nhỏ ngủ đi rồi ra tâm sự với tui một lát. Tui chờ cô ở cái ghế tre đó nghe. Mẹ cũng dỗ con Dung ngủ đi mẹ.

Hai người đàn bà dẫn hai đứa bé vào nhà, Cù bước ra ngồi xuống cái ghế mà anh đã cố tình đóng cho mẹ con Thu có chỗ ngồi ăn cơm. Đã nhiều năm rồi, Cù chưa bao giờ thấy tâm tư mình xao động như vậy, anh có một thoáng ân hận đã đưa cho Thu điện thoại nhưng lại tự xỉ vả mình hèn kém, Cù ngước mặt lên nhìn bầu trời, ánh trăng vàng vọt bị che khuất bởi những tàu lá dừa, bỗng chốc Cù muốn đốn sạch hết những tàu dừa khốn kiếp để trả lại vẻ đẹp huyền bí của thiên nhiên lồng trong vầng trăng đêm nay, đêm của sự ly biệt.

Cù chờ đợi Thu ra, không hiểu sao anh muốn dính vào những khuất tất trong cuộc đời cô mặc dù biết rõ sẽ gặp rất nhiều phiền toái. Anh cứ hướng mắt về phía cửa chờ cô bước ra như chờ đợi một người tình.

Cuối cùng thì Thu cũng ra, khác với vẻ lạnh lùng ban đầu,

cô ngồi xuống đối diện anh:

- Anh muốn biết vì sao em lại trôi dạt về đây à?

Dưới ánh sáng mờ mờ nhưng Cù vẫn nhìn thấy đôi mắt sáng quắc của Thu:

- Phải.

- Em sẽ kể cho anh nghe về tất cả. Cuộc đời của em đã gặp những chuyện gì và sau khi nghe xong mong anh cho em vài lời khuyên.

Cù nghe tiếng mình cười:

- Cô sẽ nghe lời tui sao?

- Sẽ.

- Vậy cô kể đi.

Thu nhìn thẳng vào mặt Cù, anh cũng nhìn lại. Dù không thấy rõ mặt nhau nhưng hai người như ngấm ngầm trao cho đối phương một sự tin cẩn tuyệt đối. Thu chầm chậm kể...

PHẦN 6

Ngoại tỉnh dậy sau giấc ngủ chập chờn hơn hai tiếng đồng hồ. Mở mắt ra nhìn chung quanh, thấy Thu đang ngồi cạnh nắm lấy bàn tay bà mân mê và cậu Bảy, cậu Chín, dượng Mười cũng đứng đó nhìn bà đăm đăm. Ngoại trở mình mệt nhọc nhưng môi lại nở một nụ cười:

- Cực cho mấy đứa quá rồi, dì không có sao đâu.

Ngoại kêu đỡ bà ngồi dậy rồi ngoắc ba người đàn ông lại gần, nắm tay Thu đặt vào tay cậu Bảy, đôi mắt tha thiết gửi gắm:

- Nếu như dì có mệnh hệ nào, nhờ mấy cháu dòm ngó giùm chị em nó. Tội nghiệp, có cha mẹ mà cũng như không. Tụi nó còn khờ dại chưa có khả năng đối phó với lũ ma quỷ, dì sợ sau khi dì chết, con mẹ nó tới giành nhà cửa đất đai rồi rẻ rúng chị em nó. Dù bất cứ giá nào các cháu cũng phải ráng bảo vệ căn nhà nầy cho chị em nó và có nơi chỗ để thờ cúng tổ tiên, được vậy dù có chết dì cũng mang ơn các cháu.

Cậu Bảy lật đật nói:

- Trời ơi dì lo chi cái chuyện xa vời vậy? Dì còn khỏe lắm, mà lỡ như có chuyện gì tụi con cũng đâu nhắm mắt làm ngơ được dì. Cái nhà nầy dì tuyên bố cho ai thì người đó hưởng con đố thằng nào dám vô tranh giành. Xã hội có luật pháp mà dì. Bây giờ ráng lo tịnh dưỡng để sống lâu tới ngày gả cưới tụi nó là yên tâm rồi hén.

Ngoại gượng gạo cười cho cậu vui rồi ra dấu kêu Thu lại đầu tủ thờ ông ngoại, giở cái chân đèn phía phải mang lại, ngoại lấy từ trong chân đèn ra một tờ giấy, là bằng khoán đất của ba Thu và hai người bạn cùng đứng tên đồng sở hữu, ngoài ra còn có miếng giấy ghi địa chỉ của hai người, một là Trịnh Công Khanh hai là Nguyễn Bá Đạt. Ngoại đưa tất cả cho Thu:

- Đây là giấy tờ đất của ba con, không có chữ ký của hai người kia không ai có quyền sang nhượng. Nếu như có ai cố ý làm trái thì con đến hai địa chỉ nầy để tìm họ về giải quyết nghe con.

Thu nước mắt chảy dài trên đôi má. Cô sợ quá đỗi, sợ ngoại chết đi thì trên đời nầy cô không còn ai để được ngả vào lòng nũng nịu, không còn ai có thể ngồi lắng nghe cô kể đủ thứ chuyện trên đời với nụ cười hài lòng và tia nhìn âu yếm. Không còn ai để cô thương, để chăm sóc từng bữa ăn giấc ngủ, vui khi thấy ngoại vui và buồn khi nhìn ngoại buồn. Thu nắm chặt lấy tay bà, năn nỉ:

- Đừng nói chuyện trối trăng nữa ngoại ơi. Con và bé Bo rất cần có ngoại bên cạnh. Ngoại biết hôn, Bo nó sợ ma hèn gì, vậy mà đêm hôm khuya khoắt dám chạy bộ qua kêu mấy cậu không cần đèn đuốc gì hết đủ thấy nó thương ngoại tới mức nào rồi. Ngoại ráng lên, mai con sẽ đưa ngoại lên Sài Gòn để trị bệnh, tốn bao nhiêu tiền cũng phải chữa cho ngoại hén Ngoại?

Ngoại héo hắt cười.

Nhưng Thu và các cậu không kịp đưa ngoại đi bệnh viện, sáng hôm đó sau một lần uốn ván nữa, ngoại dần tỉnh lại rồi thanh thản ra đi.

Chị em Thu như điên cuồng phục bên thi thể bà. Thu cảm thấy đất dưới chân đang sụp xuống. Cô chỉ mong ngoại sống dậy ở với chị em cô vài năm nữa dù là phải đổi lấy mười năm tuổi thọ của mình.

Mẹ cô và cha dượng Tụng cũng đến để mẹ chịu tang, lúc nầy đây, Thu thật sự nhận ra sự giả dối của mẹ. Trong thời gian ngoại bệnh bà chưa một lần tự tay đút cho ngoại muỗng cháo, lau cho ngoại khuôn mặt, thậm chí buổi tối trước khi ngoại qua đời, cậu chín và dượng mười tới kêu bà còn không về mà bây giờ xỉu lên xỉu xuống kêu gào thảm thương. Thu cảm thấy sao bà lại hình thức như vậy và cô đau khổ nhận ra mình đang khinh miệt chính người đã đẻ ra mình.

Sau khi chôn cất và làm mộ ngoại xong, mẹ cô đòi cùng ông Tụng dọn về ở chung, Thu cực lực phản đối:

- Mẹ đã ở nhà ba con rồi. Bây giờ mẹ cũng có gia đình riêng, ngoại vốn dĩ không ưa dượng nên mẹ không được đưa dượng về đây ở.

Mẹ cô lồng lên:

- Mầy nói chơi đó hả Thu? Nhà của má tao ai dám cấm cản tao về ở hả mậy? Mầy là con tao chứ không phải má tao đâu nghe hôn.

- Bây giờ là nhà của con, ngoại đã làm giấy tờ cho con rồi. Mẹ có thể về ở nhưng chỉ được ở một mình chứ không được quyền dẫn thêm ai.

- Tao dẫn đó thì mầy làm gì?

- Thì mẹ cũng không được ở...

Mẹ cô nổi nóng, bà lao tới đánh cô một bạt tay nảy lửa:

- Mầy nên nhớ, tao đẻ ra mầy được thì tao cũng giết mầy được.

Thu nuốt giận vào lòng, buột miệng nói ra điều cô đã từng ấp ủ trong tim:

- Cái nầy con biết, mẹ sẽ có cái can đảm giết con như đã giết chồng vậy mà.

The ngừng lại, bà trố mắt ngó Thu trừng trừng, giọng run

rẫy càng làm cho cô khẳng định:

- Mầy... mầy nói cái gì vậy con kia?

- Nói gì thì mẹ tự hiểu. Không có sự thật nào được bưng bít cả đời đâu. Rồi trước hay sau những kẻ thủ ác cũng sẽ bị luật pháp trừng trị, để mẹ coi nhen.

The im lặng một chút rồi lớn tiếng:

- Tao không phải xin phép mầy, mà là báo cho mầy biết rằng ngày mơi tao và ổng sẽ dọn về đây ở, mầy ngăn cản không có được đâu. Trước đây tao muốn làm gì cả má tao còn không cản được huống gì là con tao.

- Được, mẹ cứ dọn về đi, không chừng mẹ sẽ chẳng còn chỗ nào để ở. Mẹ ra khỏi nhà ba con là con lấy nhà cửa đất cát lại liền cho mẹ trắng tay.

The sửng người. Bà không ngờ Thu lại cạn tàu ráo máng như vậy nên đùng đùng quăng ném đồ đạc tứ tung xong bỏ đi một mạch, trước khi đi còn với lại một câu:

- Để mầy coi gan ai lớn hơn nghen Thu.

Ngồi lại, Thu nhìn di ảnh ngoại trên bàn thờ, tự hỏi thầm:

- Ngoại ơi, con có quá đáng không? Dù sao đó cũng là người đã sinh ra con. Nhưng để cho ông ta tới ở thì vong linh của ngoại chắc là buồn tủi lắm. Kệ, cho dù mẹ có oán hận con ra sao đi nữa con cũng phải thực hiện đúng di ngôn của ngoại. Nhân nhượng cho họ ở và làm trên đất của ba con đã dầy công cực khổ làm ra là đã trọn tình trọn nghĩa với mẹ con rồi. Không thể để ông ta liên quan tới cuộc sống yên bình của chị em con nữa hén ngoại?

Thu thấy bà cười gật đầu có vẻ rất tán thành.

Mẹ cô không dọn đến như lời hăm dọa, chắc bà ta sợ Thu nổi điên vì bà biết rằng cô được hàng xóm láng giềng đồng minh.

Nhập học, Thu vào trường cao đẳng sư phạm còn bé Bo vào lớp tám. Từ Cà Mau cô đi về mỗi ngày để ngủ với Bo vì nó sợ ma. Bo nói nó nhớ bà ngoại dù bà có thành ma trở về thăm nó cũng sẽ sẵn sàng chạy đến ngả trong vòng tay bà. Lúc nầy, Thu có cảm giác như cô đang là mẹ của bé Bo.

Rồi Thu cũng có người yêu. Anh tên Vũ, là sinh viên năm cuối còn cô năm thứ hai. Gia đình anh ở tại Cà Mau và thuộc dạng trung lưu. Biết nhau qua Trang, bạn cô, Vũ lân la làm quen và bắt đầu đeo đuổi cô từ khi cô vừa vào năm nhất. Do Vũ là bạn của anh Trang, Thu chấp nhận đeo đuổi của Vũ, lúc đó cô chỉ nghĩ đơn thuần là sẽ tìm một người chồng đàng hoàng tiếp quản công việc của ngoại và để vĩnh viễn không lệ thuộc vào mẹ mình nữa mà thôi...

Hỏi rằng Thu có yêu Vũ không? Cô sẽ trả lời là có. Nhưng tình yêu đó không đủ lớn để cô hy sinh bất cứ một điều gì, có lần Vũ hỏi cô đồng ý lấy anh để về Cà Mau không? Thu dứt khoát là không. Nếu lấy cô, anh phải chấp nhận ở rể và phải xem Bo như em ruột của mình không được phân biệt đối xử. Vũ ngập ngừng vì anh có vẻ như không thích cảnh ruộng đồng. Từ đó, họ vẫn giữ mối quan hệ cũ nhưng chưa tính bước xa hơn.

Buổi trưa một ngày gần đến Tết. Trời đất bỗng tối đen, gió rít từng cơn, mây vần vũ trên bầu trời xám xịt báo hiệu một cơn mưa dữ dội trái mùa sắp đến. Bo đang cho gà vịt ăn bèn chạy vụt vào ôm lấy chân chị rồi ngồi trọn lỏn trong lòng Thu để được che chở. Gió giật từng hồi, chuồng gà của chị em Thu bị tốc mái, Thu vội vã đứng dậy đóng kín các cửa rồi ôm Bo vào lòng. Cô nhớ ngoại quá đỗi.

Gió giật, thét gào, sấm chớp liên hồi như muốn rạch vỡ bầu trời rồi mưa tuôn xối xả cả một buổi chiều. Thu thấy sợ nhưng vẫn tỏ ra cứng cáp để truyền cho em sức mạnh. Đến khi tạm thời lắng xuống cô nghe những tiếng kêu la vang dội ở những nhà cạnh bên:

- Giông tố quá lớn sập biết bao nhiêu nhà mà nói.

Thu mở cửa nhìn sang các nhà lân cận, nghe tiếng trẻ em khóc, cô chạy ra thì thấy nhà dì Mười đã bay mất nóc. Dì dượng và mấy đứa con đang đứng la í ới bên nhà cậu Bảy. Cậu Bảy, cậu Chín và dì Mười là anh em ruột, má các cậu là chị em bạn dì ruột với bà ngoại nên rất là quan tâm đến chị em Thu. Cậu Chín chạy sang:

- Có sao không con?

- Không sao cậu.

- Vậy tao cũng mừng rồi.

Hỏi thăm xong cậu bỏ chạy về ngay để lo cho căn nhà của dì Mười.

Nhưng Thu không mừng vì cô thấy mẹ mình và ông Tụng đang che vải mủ ào tới, toàn thân ướt đẫm và có vẻ lạnh run:

- Cho mẹ tá túc thời gian đi con. Nhà ba bây cất tạo phạo quá nên sập tiêu rồi. Má lạnh quá.

Lúc đó Thu không suy nghĩ gì thêm, kéo mẹ vô phòng lấy đồ cho bà thay, bé Bo nhóm bếp đốt lửa lên cho cả nhà sưởi ấm.

Sau khi mặc đồ của Thu vào người, The vào phòng của mình và chồng trước đây lấy quần áo của Cả Lì cho Tụng mặc. Nếu như lúc khác chắc là Thu sẽ phản ứng dữ dội nhưng bây giờ nhìn họ lạnh run, mặt xanh môi tái cô cũng không nỡ lòng nào lên tiếng đuổi xua.

Nhưng họ đến thì dễ quá mà đi thì không ai có thể đuổi được.

Sau cơn giông bão, họ không có ý định sửa lại căn nhà của ba Thu để về ở, mẹ cô sớm tối cứ rĩ rịt xin cho vợ chồng bà ở lại để dòm ngó và chăm sóc cho chị em cô nhất là Bo, nó đã thiếu tình thương của cha mẹ từ hồi lọt lòng. Song song với những lời hối lỗi, bà cũng tỏ ra là một người mẹ hiền dịu, lo cho chị em cô từ cái ăn cái mặc (Đương nhiên là tiền của cô bỏ ra). Ông ta cũng chừng mực, sắp thu hoạch lúa, ông sáng đi chiều về và cuối cùng đem lúa về nhà, lúc nầy Thu mới lên tiếng:

- Mẹ ở đây để chờ thu hoạch lúa, để có tiền mà cất lại nhà, bây giờ đã thu hoạch rồi mẹ cũng nên coi mà sửa nhà đi, sau nầy có hụt thiếu gì con sẽ phụ thêm chứ mẹ và dượng không thể ở đây hoài được.

The nhìn con, bộc lộ một vẻ đau lòng khiến Thu cảm thấy mình có phần tàn nhẫn:

- Con đuổi mẹ mình sao Thu? Chỉ có hai chị em ở trong một căn nhà cao cửa rộng để mẹ mình phải lủi thủi sống trong căn nhà tạm bợ không biết sụp đổ hồi nào mà đành lòng sao con? Vậy mà làm cô giáo thì con dạy ai? Bản thân không có hiếu nghĩa thì mở miệng nói lời đạo đức được sao con? Phải nhớ rằng, mẹ có là người như thế nào cũng là người sinh ra mình, huống gì mẹ chưa từng ăn bám hay giày vò làm khổ con cái, con biệt xử với mẹ như vậy trời đất nào dòm vô đây Thu?

Thu tức mà không nói được thành lời, cô òa lên khóc:

- Chứ mẹ muốn con phải làm sao đây?

- Con không phải làm sao cả. Nếu con cương quyết, mẹ và ổng sẽ dọn đi và tuyệt đối không bao giờ bước chân vô cái nhà nầy nửa bước, từ đó con cũng không cần bận tâm tới mẹ mình sống chết ra sao nữa. Nhưng mẹ sẽ không bỏ các con, mẹ sẽ âm thầm theo dõi và chúc phúc cho hai con của mẹ.

The khóc nức nở và vào phòng thu xếp đồ đạc.Tình mẫu tử trỗi dậy mãnh liệt trong Thu, cô ôm lấy mẹ, cùng khóc với bà:

- Con không biệt xử mẹ, từ nhỏ đến lớn lúc nào con cũng muốn được có mẹ bên cạnh, được mẹ thương yêu nhưng con không có diễm phúc đó, con không cho mẹ dẫn dượng về vì ngoại không thích dượng có mặt trong nhà nầy, vậy thôi. Nhưng nếu hôm nay mẹ muốn về đây ở để hủ hỉ với chị em con thì tùy mẹ, miễn rằng mẹ hứa với con là chị em con sẽ không phải chịu cảnh ức hiếp của cha dượng là được rồi.

The mím môi, đưa ánh mắt trìu mến nhìn Thu:

- Mẹ hứa, bây giờ là mẹ ở ké với chị em con chứ không phải là chủ nhà, ổng phải tự hiểu điều đó chứ.

Thu nghĩ, có lẽ mình nên tha thứ cho mẹ, nên chấp nhận cha dượng để Bo có đầy đủ tình thương của cha mẹ. Còn chuyện hai người có liên quan đến cái chết của ba cô hay không thì vẫn còn là dấu chấm hỏi, nhưng nếu điều tra ra họ là thủ phạm thì dù mẹ con, cô cũng sẽ không nhân nhượng. Thu nói:

- Mẹ mời dượng ra đi, con có mấy điều muốn nói.

Khi Tụng và Bo cũng có mặt, Thu nghiêm nghị nhìn ông ta:

- Con đồng ý cho hai người về đây ở nhưng với những điều kiện như sau:

1) Thu hoạch đất đai của ngoại mẹ và dượng không được can dự.

2) Phải cho Bo học hành tới nơi tới chỗ.

3) Không được dính líu vào chuyện hôn nhân của chị em con nếu như con và Bo chưa muốn.

Nói gì thì họ cũng ừ. Tiếng ừ dễ dàng làm Thu cảm thấy bất an.

PHẦN 7

Hôm sau, Thu đến nhà cậu Chín, mời cậu Bảy và dì Mười tới nhà cậu để thưa lại quyết định của mình.

Ba người trầm ngâm suy nghĩ một hồi, cậu Bảy nói:

- Cũng khó cho con. Giờ phải đành vậy thôi. Hy vọng là mẹ con sẽ suy nghĩ lại mà sống sao cho đàng hoàng. Suy cho cùng, hai người họ cũng là cha má ruột của con Bo chắc cũng không đối xử tệ bạc với nó. Nhưng con cứ yên tâm mà đi học cho xong, còn mấy cậu dì ở đây sẽ dòm ngó con Bo, sẽ không để nó bị thiệt thòi đâu. Hùm dữ cũng không nỡ ăn thịt con mà. Huống chi bây giờ là họ đang ở đậu với chị em con chứ không phải nhà họ nên cũng có phần nào kiêng dè.

Nghe cậu nói vậy Thu cũng yên tâm.

Thu tiếp tục đến trường theo học năm cuối, Bo cũng đã vào lớp chín.

Mỗi tối, hai chị em nằm cạnh nhau, Bo thủ thỉ bên tai chị:

- Chị, ông Tụng nói em là con của ổng hả chị?

- Em tin hôn?

- Không tin. Ba mình chết rồi, ngoại nói như vậy hoài mà. Em định hỏi mẹ nhưng để hỏi chị trước.

Thu chạnh lòng:

- Ổng đối xử với em ra sao?

- Bình thường thôi. Cả mẹ cũng vậy. Ít khi nào nói chuyện với em lắm trừ khi nhờ em đi mua rượu hoặc mua gì đó ở tiệm.

- Tiền chị cho em đủ xài không?

- Em có xài gì đâu nà. Mẹ hỏi tiền em hoài nhen. Hỏi chứ chị nhiều tiền vậy mà có cho em đồng nào không?

Thu giật mình:

- Đừng để mẹ biết em có tiền riêng nha.

Bo chúm chím cười:

- Em khôn lắm á chị. Em nói chị chỉ cho em tiền ăn sáng mỗi ngày thôi. Mẹ nói tưởng có nhiều cho mẹ mượn vì tiền chợ chị đưa không đủ. Hôm đó nghe mẹ than quá em cũng đưa cho mẹ hết một trăm ngàn.

Thu cười:

- Em cũng nhẹ dạ không thua gì chị. Nhưng mai mốt đừng vậy nữa, tiền chợ chị đưa không có thiếu đâu. Còn ổng? Ổng có làm gì em không?

Bo cười toe toét:

- Có nói chuyện với em đâu mà làm gì. Vậy mà mỗi lần sai em đi mua rượu xưng hô ba con ngọt xớt mới ghê chứ.

- Nhậu ở nhà mình luôn hả?

- Dạ. Mỗi lần kêu người ta lợi bán lúa đều có nhậu hết á. Mà em để ý rồi nhen chị, bán lúa xong ổng không có đưa tiền cho mẹ, bỏ túi hết luôn, mẹ hỏi thì ổng nói đó là phần của ổng cực khổ nên ổng hưởng, mẹ thì có con nuôi là được rồi.

- Rồi mẹ làm thinh hả?

- Dễ gì làm thinh? Cự lộn om trời om đất, nghe họ cự nhau hoài mắc mệt.

- Thôi kệ họ đi, em ráng lo học hành tới nơi tới chỗ, nếu muốn thi đại học chị cũng sẽ nuôi em.

Bo mừng quýnh, níu tay Thu:

- Thiệt nhen chị? Đó là ước mơ của em. Em sẽ thi vô đại học Nông Lâm ở Thành Phố Hồ Chí Minh để về quê mình công tác bên ngành nông nghiệp. Lúc nào em cũng mơ ước vậy đó.

Thu vuốt tóc Bo:

- Cố gắng học từ bây giờ đi là vừa, chị sẽ giúp em đạt được mơ ước của mình.

Đến ngày Thu tốt nghiệp cao đẳng sư phạm, được phân công về dạy ở huyện Thới Bình cách nhà khoảng hai cây số, cô thường đi bộ hoặc đi ghe để đến trường.

Bấy giờ Vũ nhắc lại chuyện cưới hỏi vì đã chờ đợi hai năm rồi, nhưng lần nầy anh nói sẽ dẫn cô theo gia đình lên Sài Gòn để sinh sống. Không cần đắn đo suy nghĩ, Thu từ chối ngay. Cô không thể bỏ Bo ở lại một mình, lại càng không thể bỏ mồ mả tổ tiên nhất là của Ba và bà ngoại. Tình yêu có thể đến vài lần trong một đời người nhưng tình thân ruột thịt thì không dễ gì tìm lại được.

Quyết định của Thu làm Vũ đau lòng, anh không theo cha mẹ lên Sài Gòn mà vẫn ở lại Cà Mau với hy vọng một ngày nào đó Thu sẽ suy nghĩ lại.

Về Thới Bình dạy chưa được một niên học, vợ chồng Tụng The bắt đầu giở những chiêu bài cũ rích.

Đầu tiên, ông ta hay tìm cơ hội nói chuyện với Thu, nhất là trong bữa cơm, ông đề cập đến chuyện cô đã lớn cần nên lập gia đình để ổn định cuộc sống và tiếp quản công việc của bà ngoại để lại. Thu dằm dẳn:

- Dượng vi phạm khế ước rồi nhen. Chuyện chồng con của con để tự con quyết định, khi Bo chưa vào đại học thì con chưa nghĩ đến chuyện có chồng. Từ nay dượng đừng nhắc tới chuyện nầy nữa nhen.

Tụng bị quê, ông ta lừ mắt ngó The như muốn cảnh báo điều gì, The gầm mặt xuống, bà bất bình Thu lắm nhưng chưa dám phản ứng vì thấy thái độ bất hợp tác của cô.

Thật ra, Tụng đã nhắm cho Thu một chỗ mà ông ta cho là qua đó, ông sẽ được lòng Thu và tự do thao túng cái gia tài của bà mẹ vợ khó khăn nầy. Hắn là thằng bạn vong niên của ông, chuyên cùng ông nhậu nhẹt mỗi lần đi ruộng, hắn biếng nhác và ghét cảnh ruộng đồng, khoái nuôi gà nòi để đi đá độ, chịu chơi lắm, sẵn sàng bỏ ra bạc triệu cho con gà nào mà hắn ưng ý để dành đánh những trận lớn. Tửng (tên hắn) mất nhiều hơn được nhưng không nhằm nhò gì tới cái túi tiền của cha mẹ hắn, Tửng thuộc vào hạng con nhà khá giả lại là quí tử nên má hắn cưng như cưng trứng, muốn gì được nấy bởi vậy hắn coi trời bằng vung.

Tụng biết, The vốn không có cảm tình với Tửng nhưng nhằm mẹ gì, ông ta nói mà bà ta dám cãi sao? Chỉ có kết Thu cho Tửng là vẹn cả đôi đường. Nhà Tửng đất điền cò bay thẳng cánh Thu hơi đâu mà tranh giành mấy mẫu đất với The, mà nếu như nó có nhượng cho Bo thì Bo là con gái ruột của ông ta, chạy đâu cho thoát? Càng nghĩ về bà mẹ vợ Tụng càng tức, mắc gì lần đầu gặp mặt bả đã ghét ông rồi; mà lúc đó ông có ăn miếng của nào của bà ta đâu? Bởi vậy cho nên, lần nầy thế nào ông cũng phải lấy cho được đất của bà ta để cho ở dưới âm phủ bả tha hồ mà tức.

Nhưng con nhỏ Thu nầy cũng không phải dễ ăn. Ông quan sát kỹ rồi, nó chưa có bồ bịch gì ráo, chẳng qua là nó giữ của theo lời bà ngoại nó thôi. Chỉ cần nó gặp và biết mặt thằng Tửng, biết gia cảnh giàu có của Tửng thì mọi việc sẽ đâu vào đó, ông tin chắc như vậy. Còn về phần Tửng, nó đã biết mặt Thu rồi và coi bộ chịu đèn lắm.

Tụng cứ rỉ rịt to nhỏ với The mãi về điều nầy, mới đầu, The cũng bực mình nhưng nghe riết rồi cũng thấm thấu, bà quay sang phân tích lợi hại cho Thu nghe, lần nào Thu cũng phản ứng bằng cách bỏ đi. The tức lắm nhưng cũng không dám dùng quyền làm mẹ để bắt buộc.

Nghe lời xúi biểu của Tụng và sự cho phép của The, Tửng bắt đầu đeo đuổi Thu. Cứ đến chiều là hắn ăn bận bảnh bao, chải đầu xịt keo láng mướt tà tà đi đón Thu.

Đường từ trường về nhà đi bộ hơn nửa giờ đồng hồ, đi theo con đường liên xóm nên Thu rất bực mình mỗi khi nhìn thấy Tửng. Khi biết có sự tiếp tay của mẹ và cha dượng cô càng ghét hắn hơn. Mặc cho hắn lải nhải, Thu cắm cúi bước đi, có khi cô giang ghe của học sinh về để tránh mặt Tửng.

Dân hai bên đường ai cũng biết hắn ta đang đeo đuổi cô. Dù Thu đã tỏ thái độ rõ ràng như vậy nhưng Tửng không nản chí. Hắn xem cô như con gà tốt, càng khó gần càng đá giỏi và nhất là hắn tự tin vẻ bề ngoài đẹp trai cũng như khả năng ăn nói uyên bác của mình.

Nhưng sau hai tháng tò tò đi theo Thu, Tửng bắt đầu bực mình. Hắn đi tìm "quân sư" Tụng. Hai người to nhỏ xì xầm để thực hiện kế hoạch quan trọng.

Một hôm, biết Thu phải về nhà tối hơn mọi bữa vì phải họp triển khai kỳ thi cuối cấp lớp chín. Tụng và Tửng bắt đầu làm theo kế hoạch đã định.

Trời chạng vạng tối, hai bên nhà ven đường đã lên đèn. Thu định bụng đi một đỗi nữa tới nhà người quen sẽ xin bó đuốc về vì hôm đó trời sẽ tối đen như mực. Vừa đi Thu vừa suy nghĩ đủ thứ, tới một khúc vắng nhà, mặc dù rất cảnh giác nhưng bỗng nhiên có ai dùng bao bố trùm kín vào đầu cô, hắn còn dùng tay bịt chặt miệng không cho cô la cầu cứu rồi nhấc bổng cô lên chạy vào khu rừng Đước. Nơi đó có chiếc ghe chờ sẵn nhanh chóng đưa gã đàn ông bắt cóc và cô qua bên kia sông là nơi vắng vẻ không có nhà ai. Thu nhanh trí dùng viết gạch một đường thẳng lên vạt áo kẻ đang vác mình trên vai.

Tên khốn (có lẽ là tên khác) rút bao bố ra từ phía sau

cô rồi dùng khăn bịt mắt Thu lại, sau đó nhét vải vào miệng Thu, mặc cô giãy giụa chống trả. Thu nghe tiếng bước chân đạp trên lá khô lạo xạo rời đi. Đang là mùa hè nên ruộng Đước khô nẻ, hắn đè Thu nằm xuống, giật tấm áo bà ba cô đang mặc trong người (vì hôm nay họp nên Thu không mặc áo dài) định giở trò, Thu cầm cục đất gạch lên lưng áo hắn, dùng hết sức tung ra nhưng vô hiệu. Mùi rượu nồng nặc làm cô muốn ói. Thu run rẩy, lẽ nào ở cái tuổi hai mươi đầy hoa mộng lại bị thất tiết với một tên đê tiện như thế nầy? Hắn đè trên người cô, cúi xuống tấm thân trần một cách thèm thuồng man rợ, Thu nhủ thầm "Thôi, vậy là hết", bỗng cô nghe tiếng bước chân ban nãy chạy lại như bay, đá hắn ra, giọng giận dữ:

- Làm gì vậy cha nội?

Hắn phóng đi, Thu nhận ra tiếng của Tửng, Tửng lượm cục đất chọi theo:

- Mẹ bà thằng cha chó đẻ.

Rồi hắn tháo khăn bịt mắt cho Thu, rút miếng vải từ miệng cô ra, Thu nhìn theo tên đàn ông bỏ chạy và nhận màu áo xám của hắn. Cô định mở lời cám ơn Tửng nhưng khựng lại vì thấy vết mực trên vạt áo hắn ta.

Mặc dù rất là giận nhưng không muốn bứt dây động rừng, vả lại cô còn đang trong vòng nguy hiểm chưa thật sự an toàn, Thu muốn nói lời cảm ơn để hắn không nghi ngờ nhưng chẳng thể nào mở miệng được. Tửng lại nghĩ rằng do cô quá sợ nên ân cần ngồi xuống hỏi han:

- Em có sao không? Anh tới sớm một chút là chết mẹ thằng chó đó rồi. Thôi đứng dậy anh đưa em về.

Thu đứng dậy, riu ríu theo Tửng bước xuống ghe, không chờ cô hỏi, hắn huyên thiên nói:

- Cũng may, hôm nay đi đón em, chờ hoài không thấy anh

tưởng em không có giờ dạy nên ghé quán uống ly cà phê xong mới dìa, ai ngờ nhìn thấy thằng cha kia bắt cóc em nên mượn ghe dí theo mới cứu được em.

- Vậy anh có thấy người đó là ai không? Nếu anh dám vạch mặt tên đó ra, tui sẽ làm bạn với anh.

Mặt Tửng sáng rỡ, hắn bộp chộp "Thiệt hả?" rồi như giật mình, hắn lắc đầu:

- Nó đeo khẩu trang kín mít sao nhìn thấy được mà trời cũng tối rồi.

Thu mím môi "Mầy xạo, đứng gần sát nhau như vậy không là đồng bọn thì cũng là kẻ chủ mưu cho mầy dàn cảnh " anh hùng cứu mỹ nhân" màn kịch nầy cũ rích."

Lên tới bờ bên kia, nhìn Thu, Tửng nói:

- Không cám ơn anh tiếng nào à?

Thu quay lại cười, ngọt ngào kiểu "mỹ nhân kế":

- Chờ anh tìm ra kẻ đó cám ơn luôn thể.

Thu về tới nhà trời đã tối mịch. Cô đi tắm, thay đồ xong Thu đem bỏ vào thau đồ dơ của hai chị em. Nhìn thấy thau đồ của mẹ và cha dượng, cô xốc lên, tá hỏa khi nhận ra chiếc áo xám mà tên khốn kiếp đã mặc lúc nãy, cái áo nầy cô chưa từng thấy ông ta mặc bao giờ và trên lưng vẫn còn vết đất mà cô đã gạch. Thu buông chiếc áo xuống, đứng thừ người ra. Khốn kiếp! Đê tiện! Cô nhớ tới ông ta đã làm gì mình mà lợm giọng muốn ói. Không thể để yên cho hắn, không thể nào. Không thể nào. Trong lòng Thu gào lên như vậy.

PHẦN 8

Thu suy nghĩ cả đêm, không biết phải giải quyết lão Tụng như thế nào. Nếu như ông ta không phải là cha ruột của Bo thì dễ dàng quá, chỉ cần đuổi ông ta đi là xong. Nhưng với con người trong lòng đã mang tà tâm rồi thì dù có đuổi đi hắn ta vẫn tìm cơ hội để làm hại cô. Nhưng bây giờ, Bo sắp sửa thi chuyển cấp, không thể để cho nó bị ảnh hưởng tâm lý trong lúc nầy, phải đợi. Cho dù sự chờ đợi có thể làm cho sự thật nguội đi. Bo đã xin cô sau khi thi xong, cho nó cùng với bạn học có sự hướng dẫn của cô chủ nhiệm đi Sài Gòn tham quan một chuyến năm ngày. Thu sẽ nhân dịp nầy mà vạch mặt tên xấu xa bỉ ổi bất chấp sự phản ứng của mẹ.

Muốn như vậy, cô phải bàn qua với các cậu và xin ý kiến, cô tin là các cậu sẽ luôn luôn đứng về phía mình.

Sáng lại, như thường ngày, Bo ngồi ôn bài, Tụng cắp nón đi ra đồng, tỉnh bơ như chẳng có chuyện gì xảy ra, The sửa soạn đi chợ, bà xòe bàn tay trước mặt Thu:

- Hôm nay con không đi làm, cho mẹ thêm tiền để mua cái gì ngon ngon về bồi dưỡng nghen.

Thu không nói gì, cô đưa cho mẹ hai ngày tiền chợ, The hỏi:

- Là mua cho hai ngày à?

- Không, mua bình thường thôi, còn dư bao nhiêu mẹ cứ

giữ lấy mà xài.

The bậm môi, ra vẻ tủi thân:

- Ai làm mẹ mà để con tiền phát gạo đông như tui vậy hôn.

Thu ghét cha dượng ghét lây qua mẹ mình. Nên thay vì an ủi bà, cô lẳng lặng bỏ đi ra ngoài cửa, nhìn đám bông súng dập dềnh trên dòng kinh bỗng nghe một nỗi căm thù tràn vào lòng. Cô ghét bông súng, từ nhỏ đến lớn cô chưa từng thấy ngoại đem bông súng về nhà để ăn. Đám súng trên kinh sau nhà cô cũng đã cho dì Mười thu hoạch.

Chờ mẹ đi khuất, Thu để Bo tự học bài một mình, cô âm thầm qua nhà cậu Chín, vì nhà cậu Chín ở giữa cậu Bảy và dì Mười, tiện cho việc tụ họp. Cậu Chín thấy Thu qua biết là có chuyện muốn nói liền lên tiếng hú cậu Bảy và dượng Mười cùng tới uống trà. Mợ Chín lấy bình thủy đi nấu nước châm vào, dượng và dì Mười cũng vừa qua tới, dượng súc bình, bỏ trà vào đưa cho cậu Chín rồi ngồi xuống đối diện với cậu Bảy:

- Có chuyện gì vậy anh?

- Con Thu nó muốn nói gì đây nè... Bây giờ có đủ mặt mấy cậu dì rồi, con muốn nói gì thì nói đi Thu.

Thu ngồi xuống ghế, chờ cậu Chín rót cho mỗi người một ly trà xong, cô bình tĩnh kể tất cả những chuyện xảy ra ngày hôm nay. Ba người đàn ông cứ lắc đầu chắc lưỡi còn ba người đàn bà thì nổi nóng. Dì Mười la lên:

- Trời ơi cái quân gì mạt hạng vậy? Nó cố tình chiếm đoạt bây ha sao?

Cậu Bảy từ tốn:

- Không phải đâu. Nó dàn cảnh đặng cho con Thu mang ơn thằng Tửng mà cảm kích, có ngày sẽ đồng ý lấy thằng đó. Thằng Tửng nhà giàu, con Thu dìa làm dâu đâu có cần tranh chấp gia tài chi với con Bo, mà con Bo là con của nó nên đất cát nhà cửa trước sau cũng về tay nó. Gian mà không ngoan, dàn cảnh dở ẹc. Coi mòi chưa thành công bây chưa yên với nó đâu.

Dì Mười tức quá đứng dậy:

- Để tui qua nói cho con The nghe để coi nó xử thằng chồng ra sao.

Thu hoảng hốt ngăn lại:

- Khoan đã dì, chờ bé Bo thi xong rồi tính.

Dì Mười nóng nảy:

- Chờ gì mà chờ. Đây tới đó hổng biết nó còn giở trò gì hôn nữa à.

- Không sao đâu dì. Lúc nầy con đã biết dã tâm của ổng rồi, không dễ gì tiếp cận con được đâu. Về phần thằng Tửng, con đã có cách trị nó.

Cậu Bảy nhìn dì Mười:

- Thôi, nó cũng lớn rồi, để tự nó quyết định, chỉ cần con biết là lúc nào cũng có các cậu dì sau lưng ủng hộ con là được. Có gặp trở ngại gì nhớ cho tụi tao hay chứ đừng âm thầm làm ẩu nghe hôn.

Mợ Bảy như sực nhớ ra, tiến gần lại Thu:

- Ừa! Hổm nay nghe người ta đồn rùm mà tao cũng chứng kiến tận mắt nữa nhen, tao thấy mẹ mầy và thằng cha dượng đốn Tràm đem ra ghe bán đó.

Thu hoảng kinh:

- Tràm con bán hết từng đợt lấy đâu họ đốn dì Mười?

- Thì bởi vậy mới nói. Nó đốn Tràm non bán đổ bán tháo riết hư cha rừng Tràm còn gì. Nó làm vậy nếu như không có ai lên tiếng thì từ từ danh chính ngôn thuận mà đốn bán nếu bây không có ở nhà. Cái vụ nầy bây phải tính liền đi kẻo tiêu tràm hết, muốn gầy lợi cũng phải hết mấy năm chứ bộ chơi ha.

Thu giận run. Cô từ giã ra về, trong bụng quyết hỏi cho ra lẽ vì sao mà mẹ mình lại làm như vậy.

Buổi trưa, ông Tụng về nhà ăn cơm, mẹ Thu hí hửng dọn lên mâm cơm tô canh chua đầy ắp cá hú. Đây là món ruột của mẹ và ông ta, nhìn tô canh và dĩa nước mắm để ớt đỏ rực Thu phát giận, cô đứng dậy rót dĩa khác để gần chỗ Bo:

- Mẹ không biết Bo không ăn được ớt à? Canh chua cũng để ớt đỏ lòm mà nước mắm cũng ớt sao nó ăn?

The chưa kịp nói gì thì Tụng đã gắt lên:

- Thây kệ cha nó. Ăn không được thì khỏi ăn. Canh chua không có ớt thì còn ý nghĩa gì nữa? Con nít mà bày đặt ăn uống khó khăn thì cho nhịn đói.

Thu vốn đã ác cảm với ông ta, giờ nghe nói vậy lập tức nổi nóng, thay đổi cách xưng hô luôn:

- Ông nói chuyện mắc cười quá, bổn phận tui là phải chăm lo cái ăn cái mặc cho em tui, nó ăn không được tui đứng đó ngó sao?

Tụng cũng không vừa, ông ta cười bằng mũi:

- Cám ơn. Cám ơn bấy lâu nay đã chăm sóc con gái tui. Nhưng bây giờ nó sống với cha mẹ nó rồi, cô khỏi cần bận tâm tới nữa, lo cho thân mình đi.

- Ủa? Cha mẹ gì chứ? Cha của Bo đã chết từ lâu lắm rồi mà? Không tin ông hỏi nó thử coi.

Bo hét lên:

- Đúng đó, ba con chết lâu lắm rồi. Con chỉ có mẹ thôi không có ba.

- Mầy nói cái gì đó mậy?

Thấy tình hình căng quá, The dàn hòa:

- Thôi, chuyện đó để tính sau, giờ ăn cơm đi, nguội lạnh ăn không có ngon.

Thu gây chuyện, không phải cô không biết trong bữa cơm chẳng nên nói những chuyện buồn bực nhưng trong lòng đang tức mẹ mình nên phải trút giận mà đối tượng phải nhằm vào cái gã đàn ông khốn kiếp kia:

- Ăn gì được mà ăn? Mẹ cố tình nấu theo khẩu vị của ổng đâu có nghĩ là hai đứa con của mẹ có ăn được hay không. Ngưng đi Bo, lát chị dẫn em lên chợ bao em ăn một bữa.

Bo hớn hở rời bàn ăn tức khắc, Tụng cười nham nhở:

- Cũng tốt.

Thu ghét quá đỗi, cô không nhịn nữa, chất vấn mẹ ngay:

- Mẹ bán Tràm mấy lần sao không đưa tiền cho con?

The ngoảnh đầu nhìn Thu:

- Sao mầy biết tao bán? Nghe lời ai học tới học lui nữa?

- Muốn người ta không biết trừ khi mình đừng làm. Con đã giao ước với mẹ rồi, ở đây thì ở nhưng vườn Tràm không được động tới. Mẹ có cả bồ lúa, tiền chợ thì con đưa, mẹ dùng tiền vào chuyện gì mà phải lén lút như vậy?

Thu không ngờ mẹ cô trở mặt một cách kỳ lạ:

- Ừ! Tao bán đó thì sao? Của má tao để lại thì tao không được quyền bán một vài cây tràm cây Đước hay sao? Ngẫm ra mầy cũng là con tao chứ đâu phải người dưng nước lã gì mà hạch sách tao như vậy? Làm con thì nuôi cha mẹ là chuyện bình thường, tao làm vậy sai chỗ nào?

Thu giận run:

- Vậy mẹ có từng nuôi ngoại chưa?

The dằn chén cái cộp xuống bàn:

- Không cãi tay đôi với mầy. Nói tóm lại, mặc dù ngoại nói là cho mầy nhưng mầy cũng không thể vượt quyền tao được.

- Con cũng nói cho mẹ biết, mẹ không được quyền đụng tới vườn Tràm của ngoại. Mẹ còn lén lút bán Tràm non như vậy thì đừng trách sao con không nghĩ tình mẹ con.

Tụng nãy giờ im lặng, bắt đầu lên tiếng:

- Không nghĩ tình thì mầy làm gì?

Thu quắc mắt nhìn ông ta:

- Tui chưa nói tới ông. Đừng nói tui không biết hôm qua ông đã làm gì trong rừng Đước, tui còn nhận ra cái áo xám của ông nữa. Nói nhiêu đó chắc ông đủ hiểu rồi.

Tụng xám mặt lặng thinh, The quay phắt lại nhìn ông ta:

- Rừng Đước gì? Áo xám gì chứ?

- Mẹ muốn biết thì hỏi ổng á.

Tụng vả lả, dằn mặt The:

- Ôi nó nói điên hơi đâu mà nghe. Bà cứ dễ dãi với nó riết nó leo lên đầu lên cổ ngồi bây giờ. Ai đời con mà nói chuyện với mẹ cái kiểu đó, nó mà là con tui thì tui lọi họng nó ra đàng sau rồi ở đó mà trả treo.

Thu mím môi, khinh khỉnh nhìn ông ta:

- May mắn là tui không có loại cha như vậy.

The bức bối tru tréo lên:

- Mầy câm cái họng lợi giùm tao coi có được không? Nhức đầu với mấy người hà.

Thu nắm tay Bo kéo ra đường:

- Đi cưng, chị em mình đi ăn một bụng cho đã.

Bo thi chuyển cấp xong, báo lại kết quả khả quan sau đó

xin phép Thu cho nó cùng các bạn đi tour du lịch Sài Gòn một chuyến năm ngày với cô chủ nhiệm. Vốn có chủ ý nên Thu vui vẻ cho phép và lại cô cũng muốn Bo có dịp đi chơi cho mở rộng tầm nhìn, cô dẫn em đi sắm đồ đẹp, cho tiền nó đi chơi với bè bạn mặc cho sự phản đối của mẹ.

Thu đã định bụng rồi, Bo đi buổi sáng thì buổi chiều cô sẽ vạch mặt tên đê tiện vô sĩ kia ngay.

Nhưng Trời thật biết đùa giỡn với người con gái từ nhỏ đã mất cha và cả cuộc đời mất luôn tình thương của mẹ.

PHẦN 9

Bo mới đi buổi sáng thì trưa hôm đó The bị té trật chân, Tụng đưa bà đi bệnh viện để thăm khám vì Thu phải họp Hội Đồng chấm thi nên không trực tiếp theo chăm sóc mẹ. Gặp sự cố như vậy nên cô đành gác lại chuyện "tính sổ" Tụng.

Sau đó, cô lên bệnh viện thì biết The bị sai khớp mắt cá chân, phải nhập viện vài hôm để theo dõi và Tụng ở lại hẳn để lo cho vợ. Thu yên tâm ở nhà một mình. Ban ngày cô đến trường chấm thi ban đêm về, cô đóng chặt các cửa đề phòng dù biết là ông ta vẫn ở bên cạnh mẹ mỗi ngày.

Đêm đầu tiên chẳng có chuyện gì xảy ra.

Nhưng đêm thứ hai, khoảng hai giờ sáng, Thu nghe tiếng cửa xê dịch nhè nhẹ, cô bậm môi ngồi dậy, lấy chiếc mền trùm vào cái gối ôm ngụy tạo như một người đang nằm xong đứng nép vào cạnh cửa, tay thủ sẵn khúc cây chờ đợi. Đúng như cô dự đoán, một gã đàn ông nhanh như gió lách mình vào phòng cô, hắn cao to, vạm vỡ mặt đeo khẩu trang kín mít Thu biết chắc không phải là Tửng mà là lão Tụng. Chờ lão ta giật lấy cái mền ra ngay tức khắc Thu dùng khúc cây nện túi bụi vào lưng lão, vừa nện vừa la làng:

- Cậu Bảy, cậu Bảy ơi cứu con.

Lão ta hoảng hốt, không còn cơ hội để khống chế Thu nữa nên vội vã xô cô bật ngửa xuống giường rồi nhanh chóng phóng ra cửa sau, chạy một mạch.

Cậu Bảy nghe tiếng la của Thu trong đêm thanh vắng liền hốt hoảng một mình phóng qua nhưng không bắt được quả tang nên tức lắm. Nhìn Thu ấm ức tức giận cậu vừa thương vừa mắc cười:

- Cậu thấy rồi, thằng quỷ nầy bây giờ nó thèm bây lắm, Trước sau gì cũng kiếm cách làm nhục bây. Cậu hỏi thiệt, hiện giờ có thương yêu hay bồ bịch với đứa nào chưa? Nếu có thì kêu nó bước tới, cưới nhau xong bắt rể mới đuổi con ma tà dâm đó được.

Thu nghĩ đến Vũ, nhưng anh đâu chịu về ở rể, và Thu cũng nhìn thấy rồi, Vũ không thiết tha gì đến ruộng đồng, anh lúc nào cũng hướng về nơi phồn hoa đô thị mà nơi đó thì không thích hợp với cô.

Không tiện nói với cậu Bảy những điều nầy nên Thu nhè nhẹ lắc đầu:

- Con chưa nghĩ đến chuyện lập gia đình đâu cậu. Đợi Bo tốt nghiệp đại học xong rồi mới tính được.

- Cha, chừng đó bây quá lứa luôn rồi. Ở dưới quê mà trên hai mươi tuổi coi chừng ở giá thấy bà à nhen.

- Ở giá cũng đâu có sao cậu? Lấy chồng mà như mẹ con thì thà ở giá còn khỏe thân. Nhưng bây giờ biết ổng có ý đồ đen tối vậy mà mình không có chứng cớ gì làm sao đây cậu?

Cậu Bảy chắc lưỡi:

- Thì bởi vậy. Thôi giờ đành hồn ai nấy giữ đi, để cậu kêu dì Mười bây tối qua ngủ chung cho yên tâm. Nhưng chắc là nó không dám nữa đâu.

Thu giận vu vơ, tức là đã dàn xếp cho Bo lánh mặt để hài tội của cha dượng rốt cuộc lại chính mẹ đã cứu thoát ông ta chỉ trong tấc gang để ông ta có dịp quay trở lại giở trò ma quỷ. Cô đã định trong lòng rồi, hôm nay sau khi chấm thi xong cô sẽ gửi nhà cho dì Mười coi giùm rồi đi Cà Mau lên Trang để tìm gặp Vũ, một lần nói hết suy nghĩ của mình ra để anh định đoạt rồi có nên duy trì mối quan hệ nầy nữa hay không.

Nói là làm, chiều hôm đó Thu lên nhà Trang, sau đó đến tìm gặp Vũ.

Tưởng là Thu đã suy nghĩ lại và thay đổi ý định, chịu theo anh về Sài Gòn, Vũ mừng rỡ đón người yêu với khuôn mặt vui cười hớn hở nhưng sau khi nghe cô bày tỏ thì anh lại ngập ngừng đăm chiêu.

Họ nắm tay nhau đi dưới hàng cây tô điểm cho đường phố Cà Mau về đêm thêm phần lãng mạn. Quen và yêu nhau nhiều năm như vậy nhưng đây là lần đầu tiên Thu và Vũ tay trong tay đi chơi với nhau buổi tối. Có lẽ Thu chưa hoàn toàn tin tưởng vào tình yêu trai gái và cô còn dị ứng với cái nghĩa vợ chồng đã nhìn thấy ở mẹ mình, mặc dù bên cạnh cô, còn có những gia đình hạnh phúc như cậu mợ Bảy, cậu mợ Chín, dì dượng Mười. Từ lâu Thu thường nghĩ, nếu chọn chồng, cô sẽ chọn Vũ, nhưng nếu Vũ buộc cô phải rời xa mảnh đất nầy, rời xa nơi chôn nhao cắt rốn, rời xa mồ mả tổ tiên, của ngoại, của Ba, rời xa các cậu dì thì thà rằng cô rời xa anh. Họ cứ im lặng đi bên nhau như vậy, Thu không hỏi thêm và Vũ cũng không trả lời ngay câu hỏi của cô. Anh dẫn Thu đi ăn, uống cà phê xong cùng nhau trở về phòng trọ vì cha má Vũ đã bán sạch nhà cửa đất đai để lên Sài Gòn lập nghiêp, Vũ ở lại một mình với hy vọng một ngày nào đó Thu sẽ nghĩ lại mà đồng ý kết hôn và theo anh về Sài Gòn.

Nhìn thu khép nép ngồi bên cạnh, Vũ bỗng nảy ra một suy nghĩ. Hay là nên để cho ván đóng thuyền? Phải, dù có hèn kém một chút nhưng anh là người có trách nhiệm và anh yêu Thu, Chỉ có con đường triệt buộc nầy mới có thể giữ được Thu trong tay nhưng cô ấy cũng lại là người trọng sĩ diện, liệu có tha thứ cho anh không? Suy đi tính lại cuối cùng Vũ quyết định thử một lần, bởi vì nếu như anh không đồng ý về ở rể thì xem như họ sẽ chính thức chia tay mà điều đó đối với anh chẳng khác nào là dấu chấm hết của cuộc tình và sau nầy anh khó yêu thêm lần nữa trong đời.

Nghĩ như vậy rồi, Vũ dạn dĩ hứa hẹn với cô, sau đó dùng lời đường mật đưa Thu vào vòng tay mình. Thu ngoan ngoãn ngả vào lòng Vũ nhưng cũng với mục đích khác, cô thà đem cái trinh trắng của mình cho người mình yêu chứ không để bọn hạ cấp rình rập chiếm đoạt, tính cho cùng, nếu như cô và anh không thành vợ chồng, cô cũng sẽ rất hạnh phúc để chăm lo cho đứa con của mình nếu như nó được sinh ra.

Đêm đó, Thu đã trở thành đàn bà sau một suy nghĩ nông cạn. Cô hối tiếc nhưng không ân hận vì quyết định của mình. Vũ thì khác, anh ân hận. Ân hận vì đã quá vội vàng chiếm đoạt sự trong trắng của người mình yêu trong khi bản thân anh cũng chưa chắc mình sẽ thực hiện đúng lời hứa, nếu như Thu vẫn giữ vững lập trường liệu anh có thể hy sinh mà về sống cảnh ở rể với cô nơi đồng sâu nước mặn mà ba mẹ anh cả đời gắn bó cũng đã rời bỏ hay không?

Vũ nói lời xin lỗi và mong cô tha thứ. Anh hứa sẽ có trách nhiệm về hành động đêm nay. Thu im lặng chờ nghe ở anh một lời hẹn cưới nhưng hoàn toàn không có, cô chua chát nghĩ từ nay xem như đã xong, đã chấm dứt mối tình nầy. Cô chỉ hy vọng sự dại dột bây giờ sẽ mang lại cho cô đứa con mà thôi.

Từ giã Vũ ra về, Thu không chút bịn rịn. Chỉ nhìn anh tha thiết một lần xem như vĩnh biệt rồi trở về với Trang. Sau khi nghe Thu kể hết mọi chuyện, Trang nhìn cô bằng đôi mắt tức giận:

- Chẳng có ai ngu như mầy. Ảnh phải chịu trách nhiệm và phải cưới mầy ngay lập tức chứ không có viện lý do gì hết. Mầy cũng đừng sĩ diện hão nữa, đời của người con gái đâu thể cho không như vậy được. Mầy nghĩ có đứa con sẽ tránh được thằng cha dượng hả? Còn miệng đời làm chi? Ở dưới quê không chồng mà có con là một chuyện tày đình mầy hiểu hơn ai hết mà. Với cái nghề nghiệp của mình bây giờ mầy ăn nói sao với đám học trò và phụ huynh đây? Mầy e ngại thì để tao, tao đi gặp anh Vũ.

Thu dứt khoát:

- Không cần. Tao không xin xỏ tình thương của ai hết. Tự làm tự chịu. Ít ra tao cũng không còn lo sợ một ngày nào đó bị thằng cha khốn kiếp đó hãm hiếp. Tao sẽ dũng cảm sinh con ra mà không cần có chồng. Chắc gì đã có thai? Nhưng nếu có thai, tao sẽ xin nghỉ dạy, một lòng chăm lo cho con, vun quén gia đình và cho Bo học hành tới nơi tới chốn. Đó mới là tâm nguyện của tao.

Trang thương hại nhìn Thu, lắc đầu. Cô biết rất rõ rằng rồi đây Thu còn phải đối mặt với biết bao phiền toái cho một lần dại dột sa chân.

Mấy hôm trước khi Bo về, mỗi ngày dì Mười đều đến ngủ chung với Thu và tuyệt đối không có chuyện gì xảy ra.

Đến ngày thứ năm thì Tụng về gặp Thu để hỏi tiền trả tiền viện phí cho The. Mặc dù đã sẵn sàng chi trả cho mẹ nhưng vì ghét cái bản mặt của hắn ta nên cô cũng mắc mỏ vài câu:

- Ông có lúa sẵn trong bồ sao không bán ra mà lo cho vợ? Lỡ như không có tui thì ông làm sao?

Tụng cười khinh khỉnh làm Thu tức muốn lộn ruột:

- Không có mầy thì tao đã có toàn bộ gia tài của bả rồi, vậy mà cũng hỏi được.

- Đúng là ông không biết nhục. Thì ra ông cố tình hãm hại ba tui, chiếm đoạt mẹ tui là vì nhắm vô cái gia tài của ngoại tui chứ gì? Nhưng ông tính sai nước cờ rồi. Còn có tui đây ông đừng hòng.

- Mầy lo cho cái thân của mình đi, liệu hồn mà giữ kỹ đừng có ngồi đó mà chụp mũ tao.

- Ý ông nói là ông đang cố tình làm nhục tui đó hả? Thật đáng khinh. Ông cẩn thận coi chừng tui đuổi ông ra khỏi nhà đó nhen.

Tụng phá lên cười, sao mà Thu căm ghét giọng cười của lão ta quá đỗi:

- Để coi ai ra khỏi nhà nghen.

Thu ngạc nhiên, chẳng hiểu ông ta dựa vào điều gì mà dám lớn tiếng thách thức cô như vậy. Nổi nóng lên, cô nói:

- Bây giờ tui nói rõ với ông đây, tiền viện ông tự lo, bán lúa lo. Nếu gấp quá không lo kịp thì tui qua nhờ cậu Bảy cho ông mượn tiền nhưng ông phải làm giấy nợ cho cậu. Chừng mẹ tui về tiền ăn uống thuốc men tui lo. Vậy đi.

- Ý mầy muốn nói gì?

- Tui đã nói rõ như vậy ông cũng không hiểu nữa sao? Đừng hy vọng moi của tui đồng bạc nào.

Tụng đùng đùng nổi giận, đứng dậy bỏ đi:

- Để coi mầy trả lời sao với con mẹ của mầy.

Tụng đi rồi, Thu bực bội lấy ly rót một ly nước trong bình uống cạn, xong leo lên võng nằm. Suy nghĩ đủ điều, nhớ lại quyết định trao thân cho Vũ và lời trách móc của Trang cô bỗng cảm thấy lo lo. Mình mới hai mươi tuổi thôi, có thể là chưa đủ chính chắn để bước vào đời. Mà ĐỜI là gì chứ? Thu cay đắng nghĩ, tại sao ở tuổi nầy, vẫn còn mẹ, tiền bạc thì không cần phải lo lại lo đối phó với kẻ đầu ấp tay gối của mẹ? Tại sao làm mẹ mà không hề tìm hiểu và chia sẻ với con mình? Mẹ chỉ có hai đứa con gái, sinh ra rồi quăng cho ngoại nuôi, khi nó đã đủ lông đủ cánh tự lo cho mình được thì bà lại lôi về một tên khốn kiếp đe dọa con gái mình? Bỏ, dứt mẹ ra khỏi đời sống được không? Mẹ cô làm được nhưng cô không làm được, không những không nỡ từ bỏ mẹ mà cô lại còn phải gánh thêm một kẻ mà cô ghét cay ghét đắng luôn rình rập tìm cách hãm hại cô.

Thu mơ mơ màng màng bỗng thấy Vũ xuất hiện rồi không nói không rằng bế thốc cô lên đưa vào phòng. Thu tức giận cho là Vũ sỗ sàng, cô phản ứng nhưng sao tay chân mềm nhũn, toàn thân như không có sức, Thu bàng hoàng hỏi:

- Anh cho em uống thuốc gì sao?

- Thuốc mê đó. Thuốc mê ở trong ly nước.

Vũ cười khoái trá sau đó thực hiện hành vi đồi bại trên thân thể không có một chút khả năng tự vệ.

Thỏa mãn thú tính của hắn xong thì Thu thấy khuôn mặt Vũ dần dần rõ hơn, cô đau điếng trong tim khi phát hiện ra tên cầm thú đó chính là Tụng. Lão ta vừa mặc đồ vào vừa đưa mắt giễu cợt nhìn Thu xong bỏ đi để cho cô căm thù tủi nhục nhìn theo, trong bụng rít lên "Tao sẽ giết mầy".

Biết rõ là lão rồi nhưng làm sao tố cáo lão đây? Ai sẽ làm chứng cho cô hay lại mang vào tội vu khống vì với bản tính man trá đó thế nào lão ta cũng tạo cho mình chứng cứ ngoại phạm. Thì ra lão đã theo dõi và biết mỗi đêm đều có dì Mười đến ngủ chung nên giở trò ban ngày bằng cách bỏ thuốc mê vào ly và khôn ngoan không bỏ vào bình sợ mang đi xét nghiệm. Đối phó với hạng tiểu nhân quỷ quái nầy thì phải càng quỷ quái hơn mới được.

Khi đã hoàn toàn tỉnh táo, Thu quyết định trả thù. Cô sẽ âm thầm làm một mình không cho các cậu dì biết để tránh cho họ phải dính líu tới. Thu tắm gội sạch sẽ, rửa hết vết nhơ trên thân thể, đánh một chút phấn, thoa một chút son chủ động đi tìm Tửng. Cô sẽ mượn tay của Tửng để trừng trị tên khốn nạn nầy bởi cô biết chỉ với sức của mình và sự mù quáng của mẹ sẽ không làm gì được lão ta.

Trên đường đi đến nhà Tửng phải ngang qua một khoảng ruộng lúa, lúc nầy người ta vừa mới gieo mạ lên hơn một gang tay, nhìn màu xanh lá non mướt Thu chạnh lòng nghĩ đến chị em cô, còn quá nhỏ để dấn thân vào đường đời. Nhất là Bo, nó như những cọng mạ xanh tươi nếu không được cấy vào mảnh đất tốt có đầy đủ nước phân thì sẽ ra sao? Một đứa bé dễ thương ngoan hiền như vậy sao lại mang trong mình dòng máu của một kẻ thất phu? Thật đáng tiếc.

PHẦN 10

Thu bất chợt đưa tay lên bụng mình, cô lạnh cả sống lưng khi nghĩ tới mình đã ngủ với hai người đàn ông liên tiếp chỉ cách nhau một đêm, nếu như có thai thì đứa con đó sẽ là con của ai? Mới hôm qua thôi, cô đã hy vọng mình mang thai với Vũ thì bây giờ cô lại rất là sợ hãi nếu như mang thai. Ôi, tại sao chứ? Tại sao trên đời lại có loại đàn ông đê tiện như vậy mà mẹ cô lại đành lòng quên nghĩa tào khang với ba cô, người mà ai nhắc tới cũng luôn tỏ ra thương yêu và kính trọng?

- Thu, Thu.

Nghe tiếng kêu đúng tên mình, Thu quay phắt lại và lần đầu tiên cô mừng rỡ khi nhìn thấy Tửng. Thật là may, hắn ta đang trên đường đi ra lộ lớn, tay ôm khư khư con gà trống nòi hình như chuẩn bị đi đá độ. Thu giả bộ cúi gầm mặt xuống, không trả lời để hắn tưởng rằng vô tình gặp cô ngoài đường. Tửng hớn hở bước lại gần cô, vừa ân cần vừa nham nhở:

- Em đi đâu ở khu vực nầy vậy? Tìm anh hả?

Thu quắc mắt nhìn trừng trừng vào hắn:

- Tui căm thù anh.

- Tại sao chứ?

- Tại sao à? Anh biết ông Tụng là người có ý đồ xấu với tui nhưng không chịu vạch mặt ổng ra, để ổng còn cơ hội làm nhục, nhơ uế đời con gái của tui rồi anh biết không?

Tửng trợn tròn đôi mắt, hai tay rụng rời buông con gà trống rớt xuống đất, con gà vỗ cánh bành bạch rồi phóng chạy thục mạng Tửng cũng không buồn đuổi theo, nhìn Thu ngồi bệch xuống đất bưng mặt khóc hắn cuống cuồng lên sà lại:

- Em nói cái gì vậy Thu? Thằng chả làm gì em rồi?

Thu tức tưởi:

- Ổng hại đời tui rồi.

Tửng sửng sốt, la lên:

- Ổng dám như vậy hả?

- Việc gì mà ổng không dám làm? Đây không phải là lần đầu tiên, mấy lần trước bị tụi kháng cự kêu cứu nên mấy cậu tui chạy qua, ông ta không làm gì được nên trưa nầy mới chơi theo kiểu tiểu nhân đó.

Tửng nghiến răng:

- Lão ta nói gã em cho anh mà dám ăn trên đầu trên cổ anh vậy, đúng là không coi anh ra gì mà.

- Tại anh khờ, cái gì cũng nghe lời và tin tưởng lão, vô tình đã làm hại tới tui. Bây giờ nhục nhã vầy tui làm sao dám nhìn mặt ai, làm sao sống ở đời nữa chứ? Tui không còn trinh trắng nữa, anh cũng sẽ chê tui, nhục nhã nầy chỉ có nước chết mới mong rửa sạch.

Tửng quính quáng:

- Nói gì bậy bạ vậy? Anh đâu có chê bai em, nhưng dù sao cũng phải cho lão ta một bài học mới hả dạ anh.

- Tui đã thề trong lòng, ai trả giùm tui mối thù nầy tui sẽ hàm ơn người đó cả đời.

- Em không nói với mẹ sao?

- Mẹ tui sẽ không tin đâu. Và tui cũng không muốn rùm beng cái vụ nầy, càng lớn chuyện càng xấu hổ.

- Vậy em muốn anh làm gì cho em?

Thu ngước mắt nhìn Tửng:

- Anh thật muốn giúp tui trả thù hả?

Tửng gật đầu một cách nhanh lẹ:

- Đương nhiên rồi.

Thu sửa bộ ngồi lại đối diện Tửng, hai tay ôm đầu gối, nhìn sâu vào đôi mắt anh ta như để đong đo có bao nhiêu sự can đảm trong đó và vấn đề là anh ta có nhiệt tình để giúp cô hay không.

- Anh chỉ cần đi tìm lão, hỏi cho ra lẽ, hẹn tui một chỗ nào đó để tui rình nghe, sau đó anh sẽ làm chứng những điều ông ta tự thú là được. Khi lão bị chính quyền xét xử tui sẽ cho anh cơ hội, có thể tới lui nhà tui hy vọng một lúc nào đó mình sẽ là người một nhà. Còn bây giờ anh biết không, lão chỉ lợi dụng anh để tống cổ tui ra mong chiếm đoạt tài sản của ngoại cho tui thôi vì nhà anh giàu có. Nhưng lão đã lầm, vì nếu tui có lấy anh thì tài sản nầy cũng vẫn là của tui không cho lão đụng vào một xu, biết vậy nên lão mới cố tình làm nhục tui đó.

Tửng vỗ vỗ vào tay Thu:

- Được rồi, em hãy tin ở anh.

Nghe Tửng nói vậy Thu yên tâm, cô đưa ánh mắt trìu mến nhìn hắn lần nữa rồi từ giã ra về, đinh ninh là sẽ mượn tay hắn để dằn mặt lão ta.

Tửng vẫn ngồi yên nhìn theo dáng Thu dần khuất sau rặng Đước, thật ra hắn không còn thiết tha gì với đứa con gái đã thất tiết với tên cha ghẻ như Thu nữa bởi vì ở vị trí như hắn, giàu có, đẹp trai, hào hoa phong nhã thì chỉ cần đưa tay búng cái tách là cả bầy con gái trinh nguyên bu lại xin làm người nâng khăn sửa trấp cho hắn rồi. Nhưng cái lão Tụng thì dứt khoát không được. Nhớ tới, hắn muốn ăn tươi nuốt sống lão, hoặc ít ra cũng đập cho lão một trận phun máu bỏ tật ăn trên đầu trên cổ hắn, cả gan dám động thổ trên đầu thái tuế hả? Tính ăn ốc bắt hắn đổ vỏ à? Đúng là coi hắn chẳng ra gì mà. Có thù không trả phi quân tử, Tửng nói thầm trong bụng như vậy.

Thu về tới nhà, mẹ cô đang ngồi ở bộ ván giữa, hờn dỗi khi thấy cô:

- Hôm nay mẹ xuất viện con không ở nhà để nấu cho mẹ bữa cơm được sao?

Bỗng dưng Thu thấy ghét cả hai người đang ngồi, đứng trước mặt cô, rồi không giữ được bình tĩnh, cô đốp chát:

- Mẹ nói thử coi, có đứa con gái nào mới hai mươi tuổi đã bị cha ghẻ bỏ thuốc mê rồi hiếp dâm mà làm như không có chuyện gì xảy ra với người đã gián tiếp đưa kẻ khốn nạn đó vào nhà không? Mẹ nói đi.

The lộ vẻ kinh ngạc hết nhìn Thu lại nhìn Tụng:

- Nó nói gì vậy ông?

Lão ta đóng kịch thật là giỏi:

- Nó nói gì có trời mới biết. Từ hôm bà nhập viện đến nay, có bà làm chứng, tui lúc nào cũng kề kề bên cạnh bà không rời ra một phút, vậy mà nó dám nói là tui hãm hiếp nó mấy lần bà coi phải nó ngậm máu phun người hôn? Nó đâu phải Tây Thi hay chim sa cá lặn gì mà tự hào vậy? Tui có vợ con đàng hoàng, muốn ăn vụng cũng lựa chỗ lựa nơi chứ ai thèm cái bản mặt hãm tài của nó. Nếu không muốn vợ chồng mình ở đây thì cứ nói mẹ một tiếng chứ có đâu đi bêu rếu tui như vậy mặt mũi nào tui đứng trong trời đất nữa. Kiểu này chắc tui với bà hết duyên rồi quá.

Thu tức mà không mở miệng ra được khi nghe chính mẹ mình lên tiếng bênh vực cho lão ta:

- Ăn đàng sóng nói đàng gió riết quen tật. Ở bệnh viện cả

tuần ổng ngày nào cũng có mặt để lo cho tao còn thời gian đâu mà chạy về hãm hiếp mày. Dựng chuyện nói vậy bêu rếu cha mình để đuổi đi là Trời không dung Đất không tha đó nhen.

Thu uất ức khóc tức tưởi:

- Ai làm mẹ mà vậy hôn? Mẹ không hỏi cho ra lẽ lại binh ổng, con có phải là cái thứ hay đặt điều này nọ không thì mẹ cứ hỏi cậu Bảy, dì Mười rồi biết, nửa đêm ổng mò về làm gì, chưa nói ổng lén trùm bao bố vô đầu con rồi vác ra rừng đước tính làm nhục, hôm đó nhờ thằng Tửng cứu chứ không thôi là con tiêu đời bữa đó rồi có đâu đợi tới hôm nay. Không tin mẹ hỏi thằng Tửng đi.

Tụng hét lên át cả lời nói của Thu:

- Mày lại nói bậy cái gì nữa vậy? Ai ở đây hổng biết mày đang cặp bồ với nó, hay là bị nó ăn rồi nên kiếm chuyện đổ cho tao?

Quả thật, Thu không thể nào đoán trước được miệng lưỡi tráo trở của lão ta, cô cũng quyết định trở mặt:

- Vậy hôm nay mặt chó nào về hỏi tiền tui đưa cho mẹ xuất viện? Mặt chó nào ngửa tay nhận của tui năm trăm ngàn đồng? Không có tui ông lấy mặt mo đóng tiền viện à?

Tụng hoàn toàn bất ngờ trước thế phản công của cô, lão ta trố mắt nhìn Thu:

- Tao nhận tiền mày hồi nào? Tiền viện là do chính mẹ mày đưa ra, chuyện vậy mà nó cũng nói được đâu bà coi thử mấy chuyện kia có hôn?

Thu sấn tới:

- Ông chắc là không có về đây không? Để tui kêu người làm chứng cho ba mặt một lời.

The gạt ngang:

- Thôi, chấm dứt tại đây đi, tao mệt quá rồi, con không ra

con, chồng không ra chồng, từ nay cấm tiệt không được nhắc tới.

Thu uất ức, bưng mặt khóc:

- Mẹ gì mà vậy hôn. Dung túng cho kẻ tiểu nhơn làm chuyện đốn mạt trên thân thể của con gái mình. Ổng qua mặt mẹ đủ thứ, gạt tiền bạc của con, hãm hiếp con mà mẹ nói là cấm không cho nhắc tới. Vậy ai trả danh dự cho con đây? Con nói cho mẹ biết, tới nước này rồi, con thưa ra cho ổng ở tù mục xương luôn.

Tụng cười ngạo mạn:

- Mày lấy gì làm chứng cớ để thưa tao? Có ai nhìn thấy không? Có để lại manh mối gì không? Mắc cười, trứng mà bày đặt chọi với đá. Tao thách mày đó con kia. Coi chừng mang tội vu khống người khác đó. Thân mày cũng không tốt lành gì đâu thứ đồ con gái hư.

- Sao ông biết tui con gái hư?

- Nhìn bộ dạng mày là biết rồi cần phải hỏi nữa ha?

The rít lên:

- Bây giờ có im đi không? Chưa đủ nhục sao mà còn la um sùm? Tui không phải là đồ câm điếc nhen, báo cho mấy người biết đừng có hòng qua mặt tui. Sở dĩ tui làm thinh là vì muốn gia đình êm đẹp chứ sự thật như thế nào tui nắm rõ trong lòng bàn tay nè.

Thu mừng rỡ:

- Mẹ tin con phải không mẹ?

Và trái tim cô đau nhói khi The lạnh lùng quay mặt đi chỗ khác tránh nhìn vào Thu:

- Tin gì mà tin? Là tao nói mày đó.

Thu không nhịn nổi nữa, cô đứng bật dậy, dõng dạc tuyên

bố:

- Được, hai người hè nhau hiếp đáp tui thì tui không còn gì để nói nữa, nỗi nhục này tui sẽ gánh chịu nhưng bắt đầu từ ngày mai, hai người phải dọn khỏi nhà nầy cho khuất mắt tui.

- Mày đuổi mẹ mày hả?

- Đúng đó, không có mẹ con gì ở đây nữa. Làm mẹ mà không biết bảo vệ con mình để cho người ta chà đạp, làm mẹ mà luôn luôn tìm cách tranh giành tài sản với con thì tui không cần cái thứ mẹ như vậy.

The phóng xuống ván, Thu ngạc nhiên nhìn bà ta không biểu lộ một chút đau đớn nào của một người vừa nằm viện về vì bị sai khớp chân:

- Tao đố quân nào dám đuổi tao đi. Đây là nhà của má tao, nơi tao đã sống từ nhỏ đến lớn, mày là con tao mà hở ra là đuổi mẹ mình đi là sao?

- Không có mẹ mình gì ở đây nữa hết, bà không đi à? Tui sẽ mời chính quyền tới can thiệp, vậy thôi, không nói nhiều.

- Mày nói sẽ lo cho con Bo mà giờ đuổi cha mẹ nó đi, ăn nói sao với nó đây?

- Bà đừng lôi con bé vô, nó cũng lớn rồi, tự nó cũng hiểu chuyện. Cha mẹ gì chứ, sinh nó ra rồi bỏ bê, không có ngoại tui chắc là nó đã bị vợ chồng bà chôn sống rồi. Tui chưa từng thấy cha mẹ nào như vậy, không có cha mẹ không chừng Bo sẽ vui vẻ hạnh phúc hơn. Nè, tui nói cho hai người biết, tui cấm hai người đụng tới em tui, tui có thể nhịn nhưng rớ vào Bo là tui liều mạng với hai người đó.

Tụng gầm lên:

- Mày đừng hòng. Nó là con tao, tao có ra khỏi nhà cũng dẫn nó theo. Tài sản mày phải chia đôi cho nó.

- À, thì ra ông thương yêu gì tui? Ông nhìn tui với hy vọng

tui sẽ được chia gia tài chứ gì? Vậy là ông hố rồi, tui đã làm giấy từ chối thừa kế tài sản, nguyện vọng của tui là được đi học tới nơi tới chốn thôi.

Mọi người nhìn lên, Bo đang xách valy đứng đó lắng nghe tự lúc nào cho đến khi chẳng thể nhịn được nó đã lên tiếng cứu nguy cho Thu.

Thu xót xa, sự thật bao lâu nay che đậy phút chốc phơi bày rõ ràng trước mặt Bo nhưng cô cũng thầm cảm ơn sự xuất hiện kịp thời của nó, ít ra nó cũng sẽ hiểu được nỗi khổ tâm của cô bấy lâu nay. Bo đã mười lăm tuổi rồi, với cái tuổi này nó đủ nhận biết ai đối với mình ra sao.

Bo quăng Valy lên ván, sà lại ôm lấy Thu, khóc òa:

- Em đi có mấy ngày mà xảy ra chuyện lớn cho chị rồi. Đừng nhân nhượng nữa chị, đối với những chuyện như vậy không thể bỏ qua được đâu. Đừng vì họ là cha mẹ của em mà khó xử. Với kẻ đê tiện như vậy không đáng mặt làm cha. Vả lại, về luật pháp, em và ông ta không có quan hệ gì hết, em không có cha. Khai sinh cha vô danh chị nhớ không?

Những lời Bo nói thật sự làm trái tim Thu ấm lại sau những bẽ bàng mà người mẹ ruột đã gây ra. Không đợi cho Tụng và The kịp lên tiếng, Bo tiếp lời:

- Chuyện này có gì đâu mà khó xử. Cứ mời những người đã nhìn thấy ổng trở về nhà ra làm chứng xem ổng chạy đi đâu. Từ bệnh viện về đây chẳng lẽ ổng độn thổ được à?

Bo chưa dứt lời thì ly trà bay vào mặt nó, nước văng tung tóe và cái ly cắm vào mũi Bo, nó đau điếng nhưng lại mỉm cười:

- Thấy chưa chị? Có tật giật mình đó.

Thu hoảng hốt đưa tay chạm vào mũi Bo:

- Em có sao không?

- Em vái cho mình có sao. Vái cho có đổ máu để xem mẹ phản ứng như thế nào nhưng em đã nhìn ra rồi chị, trên đời nầy em chỉ có một mình chị là người thân duy nhất của em thôi. Dù có như thế nào thì em cũng sẽ ở bên cạnh không cho ai làm tổn thương chị.

Thu ôm cứng lấy Bo, nước mắt tuôn ròng rã không thể cầm lại được. Đây là niềm vui, là lẽ sống của cô, Thu mừng vì Bo đã đủ bản lĩnh để đứng trước sự thật phũ phàng hiện tại.

Tụng tức tối đá cái ghế đẩu văng ra cửa, buông tiếng chửi thề:

- Nó dạy hư con của tui rồi bà thấy chưa? Nó coi cha nó như kẻ thù, thứ con như vậy hồi đó tui kêu bà bỏ đi để diệt trừ hậu hoạn mà không nghe lời giờ bị trả báo rồi.

Bo giận xanh mặt:

- Vậy sao? Nếu như hồi đó bỏ cho tui chết mất xác thì hôm nay lấy cớ gì ông được vô trong nhà nầy để giành ăn?

The giãy đành đạch, vò đầu bức tóc gào lên:

- Mấy người làm ơn để tui yên, vừa mới ở bệnh viện về lại phải gặp cái vụ này, vài bữa nói không được sao?

Cậu Bảy, cậu Chín và dì Mười nghe ồn ào nãy giờ cũng đã qua đứng trước cửa nhà sau Bo một chút và cũng đã hiểu toàn bộ câu chuyện, bèn bước vào:

- Tao lấy tư cách là cậu của hai đứa nhỏ nói với vợ chồng bây như vầy: Chuyện con Thu nó vừa trình bày The có tin hay không tao biết trong lòng bây hiểu rõ, nhưng sự thể đã ra nông nỗi nầy thì thằng Tụng không ở đây được nữa đâu...

Tụng giận dữ cắt ngang:

- Đây là chuyện nhà của người ta, anh có quyền gì mà xen vô bày đặt dạy đời?

- Ủa? Không phải tao vừa nói rồi sao? Tao có nhiều tư

cách lắm nghe chưa? Trước hết, tao là cậu của tụi nó, sau đó, tao là người được ngoại nó ủy thác thực hiện di chúc, tao lại là người chính mắt nhìn thấy một thằng chó bị đập mấy cây bỏ chạy trong đêm, tao cũng tận mắt thấy thằng chó đó hồi trưa về nhà hai lần, lần đầu ung dung lần sau thậm thụt như ăn trộm. Nói như vậy đủ chưa The?

The im lặng, cậu Bảy nói tiếp:

- Di chúc của dì Hai là không cho vợ chồng bây về đây ở, do chuyến rồi giông bão làm sập nhà, con Thu nghĩ tình cho về tá túc tạm thời sau đó sửa chữa nhà cửa lại sẽ dọn đi nhưng tụi bây lợi dụng tình cảm của con cái ở lì cho nó nuôi, đã vậy còn giở trò đồi bại ngay trong cái nhà này. Thu quyết định đúng, vợ chồng bây phải dọn đi trả lại sự bình yên cho chị em nó đùm bọc với nhau mà sống.

The quay phắt lại nhìn cậu định gây chiến nhưng chẳng hiểu sao bà ta lại gục đầu xuống cất giọng thiểu não:

- Trời ơi, tui đang rầu sẫu ruột sẫu gan mà anh lại chế dầu vô lửa chi nữa anh Bảy. Chuyện gì cũng để tui lành lặn rồi tính chứ giờ giò căng vầy mà đi đâu?

Thu lại thấy ghét, rõ ràng ban nãy cô thấy bà nhảy phóc xuống khỏi ván một cách mạnh bạo không hề tỏ vẻ đau đớn gì.

Cuối cùng, với sự can thiệp của các cậu dì và The ra sức năn nỉ, thống nhất trong vòng ba tháng sau họ sẽ dọn đi vì họ đòi phải có thời gian để cất lại căn nhà đã bị sập trên đất của Ba Thu.

Sau hai tháng, Thu cũng vẫn chưa nhận được phản hồi gì từ phía Tửng, cô chỉ nghĩ rằng hắn hèn kém vì sợ Tụng mà hoàn toàn không biết rằng hắn đã tìm gặp lão ta và cũng với giọng điệu mà lão đã nói với The, còn bày vẽ thêm ra để tự biện hộ cho mình.

Lúc nầy Tửng cũng đang có mục tiêu đeo đuổi khác nên

không còn thiết tha gì về chuyện của Thu nữa.

Nhưng sau hai tháng, Thu phát hiện ra mình đã có thai. Cô cuống cuồng, tâm trạng như điên dại không biết phải xử trí làm sao, không biết phải nói, phải tâm sự với ai tất cả mọi điều ngoại trừ Trang.

Sau khi nghe xong, Trang cũng như Thu nhưng cô bình tĩnh hơn, đưa ra một ý kiến mà cô cho là thượng sách:

- Bỏ cái thai thôi.

PHẦN 11

Thu vẫn ngồi yên nghe Trang phân tích:

- Khi nghe mày thất thân với anh Vũ là tao đã cảm thấy mày suy nghĩ nông cạn rồi, lại còn có ý định có con với ảnh trong khi không muốn kết hôn nữa chứ. Khuyên thì sợ mày giận mà không nói thì tức không chịu được. Bây giờ lại bị cha ghẻ bồi thêm một cú nữa hỏi cái bào thai này mày liệu có giữ được không? Lỡ như sinh ra cái bản mặt của nó giống hệt thằng chả thì làm sao đây? Liệu mày có thương yêu nó không hay bổn cũ lập lại như mẹ mày? Thượng sách là bây giờ chưa có hình dạng phải lập tức bỏ nó đi bằng không sau này sẽ chuốc lấy biết bao phiền phức mà mình hoàn toàn có thể tránh được. Nghe lời tao đi Thu.

Thu bần thần, thật ra cô không còn mong đợi đứa con này nữa, những điều Trang nói cô hiểu rõ và không cần đắn đo, Thu nói với Trang:

- Được, tao sẽ về dặn dò Bo vài chuyện rồi trở lên nhờ mày đi cùng để giải quyết nó. Vậy đi nhe.

Ba hôm sau Thu trở lên tìm Trang nhưng lại một lần nữa nhận thêm tin dữ: Vũ đã qua đời trong một tai nạn xe ở Sài Gòn. Thu rụng rời chân tay, từ lâu, cô lúc nào cũng nghĩ rằng tình yêu mình dành cho anh không đủ lớn để có thể hy sinh bất cứ điều gì, nhưng khi hay tin anh không còn trên thế gian này nữa cô mới phát hiện ra cuộc đời mình từ nay sẽ vô cùng tẻ nhạt, sẽ phải đau khổ và thương nhớ triền miên về mối tình đầu. Hỏi rằng cô có ân hận không khi đã trao đời con gái cho anh thì Thu sẽ nói rằng không. Phải, nếu như đêm đó anh chẳng làm gì thì hôm sau cô cũng sẽ bị tên khốn kia làm hại. Bây giờ, dù cô không đủ dũng khí đi dự đám tang anh nhưng cô sẽ đủ dũng cảm để mang trong mình giọt máu của anh. Đúng, là của anh, chỉ là của anh thôi và cô không cho phép ai tìm hiểu nguồn gốc hoặc xét nghiệm ADN đứa bé. Nó sẽ vĩnh viễn là con của cô và Vũ dù là mang trong người dòng máu của ai.

Quyết định như vậy rồi, cô bày tỏ cho Trang nghe, Trang thừ người ra suy nghĩ một chút rồi lắc đầu thua cuộc:

- Tùy mày thôi. Theo ý tao là nên bỏ. Thời gian rồi mọi chuyện sẽ chìm vào quên lãng, mọi sinh hoạt sẽ trở lại bình thường, anh Vũ cũng chỉ là một thuở của tình người không sao tránh khỏi mà thôi. Mày sẽ quên ảnh và yêu lần nữa, vậy thì tội gì phải lướng cướng tới đứa con sinh ra mà không dám chắc cha nó là ai? Nhưng tao tôn trọng quyết định của mày, tôn trọng chứ không ủng hộ. Tao hứa sẽ bảo đảm bí mật này để mày yên tâm nuôi con nhưng phải ngừa trường hợp thằng chả biết mày có thai sẽ phiền lắm đó.

- Mày yên tâm, khi bụng lớn lên, tao sẽ lên đây thuê nhà trọ để sinh con, cứng cáp mới mang nó về. Ai giằng co lắm lời, tao sẽ không tha họ.

- Mày được có cái miệng. Thua trắng thằng cha Tụng rồi còn ở đó ba hoa.

Thai được năm tháng, Thu đã cảm nhận một mầm sống đang ngọ nguậy trong cơ thể mình, cô nghĩ đã đến lúc phải đối diện với sự thật bèn tâm sự tất cả cùng Bo.

Bo nghe qua, điếng hồn, sửng sốt nhìn chị mình:

- Trời ơi, khổ rồi chị ơi, Ổng mà nghe chị có bầu thế nào cũng gây phiền phức cho chị, nhất là mẹ, mẹ không thể nào chấp nhận được đâu. Mặc dù mình không nói ra nhưng ngày giờ để lại trùng khớp với ngày giờ xảy ra chuyện thì ai mà không nghi ngờ? Tính sao cho tròn vẹn đi chị ơi, sinh con ra mà không có cha cùng nuôi như chị em mình, đừng để bất hạnh nầy nối tiếp bất hạnh khác, dù sao thì anh Vũ cũng đã chết rồi, chị thiếu gì cơ hội làm lại cuộc đời tội gì phải mang trong mình một vết nám không thể tẩy xóa được vậy chị?

Thu trìu mến nhìn Bo với cái nhìn ngưỡng mộ. Vết Nám! Vừa bước vào tuổi mười sáu thôi mà nhận thức của nó đã rõ ràng thể hiện bản lĩnh của một đứa con gái chín chắn chứ không như cô, chuyện gì cũng cả nể, đón trước rào sau để cuối cùng nhận lấy kết cuộc thê thảm như vầy. Nước mắt lưng tròng, cô tự biết mình đang dấn thân vào ngõ cụt nhưng thâm tâm chỉ muốn giữ lại kỷ niệm với người mình yêu nên mặc dù Trang và Bo khuyên nhủ thế nào cô vẫn giữ vững lập trường của mình. Bo đành bất lực chấp nhận theo nhưng nó lại nói:

- Nếu chị đã quyết vậy rồi thì cần gì đi đâu để sanh đẻ, cứ việc ở lại đây, trước sau gì mọi người cũng sẽ biết, cứ dũng cảm mà đối mặt với thực tại, lúc nào em cũng kề bên để bảo vệ chị, không cho ai được quyền xúc xiểm. Và điều quan trọng nữa là chị cũng nên cho cậu dì biết để lỡ như ông ta có giở trò, chỉ có cậu mới đủ tư cách và sức mạnh để đối phó thôi.

Lần đầu tiên, Thu cảm thấy mình nhỏ bé và khờ dại trước Bo:

- Cậu sẽ chửi chị.

- Thà rằng vậy, chứ chị bỏ đi cậu càng chửi hơn. Nói với cậu biết đâu cậu sẽ có những biện pháp hay hơn.

- Cậu cũng sẽ kêu chị phá bỏ cái thai thôi.

- Đúng, vì đó là phương án tốt nhất, nhưng nếu ý chị đã quyết thì chắc là cậu cũng sẽ bảo vệ chị. Theo như em biết, ông Tựng rất cần có đứa con trai mà mẹ mình không sinh được, nếu như chị sanh con trai mà ông ta cho rằng đó là con ổng em chắc chắn thế nào ổng cũng sẽ tranh giành, hoặc là để chị nuôi để sau này thừa hưởng gia tài nhưng sẽ tìm cách nhận con.

Mặt Thu đanh lại:

- Đó là con của chị và anh Vũ, không ai được quyền nhìn.

- Còn ADN chi chị? Nhưng chị cũng đừng lo quá. nếu ổng nhận con là thừa nhận ổng đã từng hiếp dâm chị, chừng đó luật pháp sẽ can thiệp, chắc là ông ta không có cái gan đó đâu.

Thu vuốt tóc Bo:

- Em ngoan lắm, Bo. Sau này nhớ tự giữ mình đừng ngu ngốc buông thả như chị nghe không.

- Em không như chị. Đối với em, cái gì cũng phải rõ ràng. Nếu em là chị thì lần đầu tiên khi ông ta toa rập với thằng Tửng là về tới nhà em đã la làng lên rồi. Lần sau lúc đập cho ổng mấy cây em cũng la lên cho chòm xóm biết để lần ổng bỏ thuốc mê hãm hiếp chị có đủ chứng cớ mà tố giác ổng. Đàng này chị làm thinh, em biết chứ, biết chị nghĩ cho em vì ông ta là cha em, nhưng cha như vậy em cũng không cần, là do chị chưa biết tự bảo vệ mình, đụng tới em dù ổng là ai cũng sẽ mập mình chứ không giỡn được đâu.

Chị em bàn bạc xong bèn kéo nhau qua nhà cậu Chín tìm cậu Bảy và dì Mười. Thu cảm thấy nhục nên không dám mở lời thú tội với các cậu mà để cho Bo tường thuật lại vụ việc, nghe qua, cậu Bảy đùng đùng nổi giận la mắng Thu tế tát, dì Mười nhẹ nhàng khuyên nhủ anh mình khi thấy hai hàng nước mắt chảy dài trên đôi má đứa cháu gái dại khờ:

- Thôi dù sao cũng dĩ lỡ rồi anh, bây giờ nó quyết định đẻ đứa nhỏ này ra, mình là bề trên của nó thì dù không khuyên nhủ được cũng nên ủng hộ bảo vệ nó kẻo nó nông nổi mà làm chuyện dại dột. Thôi, nếu như chấp nhận nhục thì đi đâu cũng nhục, cứ bình tĩnh mà đẻ ở nhà, dì sẽ tới chăm sóc cho đứa nhỏ, có dì và hai mợ con cũng nên yên tâm. Thằng đó mà léng phéng có mấy ông nhà mình nó cũng không dám làm gì đâu.

Cậu Chín hứ cái cốc:

- Đố cha nó dám làm gì, vụ kia còn là cái án treo lơ lửng trên đầu nó, bày đặt giở trò nữa phen này ở tù mục xương. Từ hôm dọn ra ở riêng có dám vác mặt về cái xóm này đâu.

Vậy là Thu yên tâm để cho bào thai mỗi ngày một lớn lên trong bụng, cô dẹp bỏ tự tôn đến gặp Ban Giám Hiệu trình bày hoàn cảnh của mình, tất nhiên là giấu biệt chuyện tên cha dượng, chỉ nói là ba đứa bé đã qua đời do tai nạn xe nên muốn giữ lại một kỷ niệm với người đã mất để xin phép nghỉ dài hạn không nhận lương. Vốn dĩ Thu là một giáo viên giỏi có năng lực và được lòng mọi người nên Hiệu Trưởng đồng ý giúp cô được nghỉ thai sản khi gần ngày sinh.

Cái bụng mỗi ngày một lớn, đến tháng thứ tám thì vợ chồng Tụng đã biết, tin đó như một cú trời giáng đánh vào đầu The, bà biết chắc tác giả bào thai không ai khác hơn là tên chồng khốn nạn của mình, nhưng The dửng dửng bao nhiêu thì Tụng lại mừng rỡ bấy nhiêu, lão ta cấm tiệt không cho The động chạm tới chuyện bầu bì của Thu bởi lão luôn chối phăng hành vi hôm đó của mình, lão nói, nếu The làm rùm lên có nghĩa là thừa nhận lão đã cưỡng bức Thu, nhục nhã như vậy lão chỉ có nước bỏ xứ mà đi.

Nghe Tụng hăm he như vậy The tức lắm nhưng không dám cãi, bà ta sợ cô đơn tuổi xế chiều chẳng ai bầu bạn.

Nhưng nhịn là nhịn Tụng thôi, còn Thu thì không thể được, The tìm gặp cô, từ ngoài cửa đã chửi xối xả khi thấy cô đang ngồi trên ván ve vuốt cái bụng sắp đến ngày sinh nở:

- Tốt đẹp quá, con gái như mày làm xấu hổ cả họ hàng.

Thu vênh mặt:

- Xấu hổ thiệt đó. Con gái mà mang cái bào thai với cha dượng, tranh chồng với mẹ mình không xấu hổ sao được?

The tức tối năm lấy tóc Thu định đánh thì Bo trong phòng

bước nhanh ra, gỡ tay bà, la lên:

- Bà làm cái gì vậy? Cậu Bảy ơi qua coi nè.

- Mày kêu ai? Con hư tao làm mẹ dạy dỗ không được sao? Ai có quyền nhào vô đây tao kêu bằng ông nội.

Cậu Bảy vừa qua tới, nghe nói vậy liền bước vào:

- Ông nội đây nè.

- Tui cho mấy người biết, mấy người dung túng con tui để nó hư hỏng, bụng mang dạ chửa mà không có chồng như vậy mà xứng đáng làm cô bác nó hay sao?

- Đó là chuyện của nó, nó đã hơn hai mươi tuổi rồi, đủ để định đoạt cuộc đời mình bất cứ ai cũng không được quyền xen vô, nhất là người làm mẹ vô trách nhiệm như cô. Đi về mà ôm lấy thằng chồng đê tiện của mình đi chớ nhiều lời ở đây không ai nghe đâu.

The chưa kịp nói thêm câu gì thì Bo đã ôm vai bà đẩy ra ngoài:

- Bà làm ơn đi về đi, trả lại sự bình yên cho chị em tui.

Từ nay cấm không cho bà tới lui nhà nầy nữa nghe không? Đừng có viện lý do mẹ con gì ở đây nữa hết. Về đi bà.

The hằn học ra về buông lại những câu rủa sả kinh người.

Thu mẹ tròn con vuông sinh ra một thằng bé trai bụ bẫm ba ký. Dì Mười, mợ Bảy và mợ Chín luôn có mặt trong những ngay ở bệnh viện và khi rước về nhà cũng tận tâm tận lực chăm sóc cho mẹ con cô.

Bo, ngoài giờ đi học, về là xà lại nhìn đứa bé, càng nhìn nó càng cảm thấy không có nét nào giống Tụng mà chỉ thấy giống Thu, nó vái van sao cho thằng bé là con của Vũ thì Thu sẽ được an ủi vô cùng.

Mỗi lần nhìn con, trong Thu quên hết bao nỗi buồn phiền

tủi nhục, cô chỉ thấy hạnh phúc khi thằng bé mỗi ngày mỗi lớn, nhanh nhẹn, khôi ngô sáng sủa và quan trọng là rất giống Thu, từ đôi mắt vương vương nỗi buồn sâu kín đến nụ cười hiền. Thu sung sướng đặt tên nó theo họ mẹ: Phùng Kế Vinh. Nhưng nó quá sức liếng thoắng, buông cái nầy bắt cái kia không bao giờ chịu ngơi tay nên dì Bo gọi nó là thằng Tép. Tép là niềm vui của chị em Thu. Khi nó biết đi lẫm đẫm là đeo dính lấy dì Bo, ngoài giờ đi học thì Bo là bạn chơi chung với Tép.

Thu đã đi dạy lại, Tép được gửi cho bà Mười để chơi với mấy cậu nếu như dì Bo bận đi học. Cuộc sống của cả gia đình luôn vui vẻ và vợ chồng Tụng cũng không còn tới làm phiền.

Một hôm Trang từ Cà Mau về thăm mẹ con Thu, cô ngẩn ra nhìn Tép, ánh mắt lộ vẻ vui mừng nhưng không nói ra với Thu, Trang cằn nhằn sao không cắt móng tay cho bé rồi nói gì đó với Bo, hai chị em hí hửng cắt móng tay, chân cho Tép, sau đó Trang gói lại cẩn thận cất vào ví.

Khi Tép gần hai tuổi thì hai lần bị bắt cóc, rất may là đều được giải cứu kịp thời, cậu Bảy đem vụ việc báo lên Ủy Ban nhờ công an theo dõi điều tra nhưng vẫn không tìm ra nghi phạm. Các cậu và chị em Thu đánh giá là do ông Tụng hoặc The mướn người làm với hai mục đích khác nhau. Tụng muốn lưu đứa bé đi để sau nầy nhìn con trai còn The thì muốn đem nó bỏ vào chùa hoặc Cô nhi viện tránh hậu hoạn về sau.

Chưa lúc nào Thu thấy lo sợ như vậy, đối với Thu bây giờ, Tép là tất cả. Cô không cho phép ai cướp nó ra khỏi mình dù cho kẻ đó là ai.

Nhưng lần sau cùng Tép bị bắt cóc đã đẩy Thu rời khỏi quê hương xứ sở của mình.

Thường vào buổi chiều khi mẹ và dì Bo lo lúi húi cơm nước, Tép thơ thẩn ra đứng chắp hai tay sau đít đi tới đi lui bờ kinh bông súng nhìn những cô bác nhổ từng cọng súng cột ngay ngắn để ngày mai mang ra chợ bán. Hôm đó cũng vậy nhưng bấy giờ chưa có ai nên Tép buồn, muốn đi xa hơn mà không dám, phần vì có nhiều cây cầu nhỏ bắc ngang mương từ nhà nầy sang nhà khác mà nó chưa tự tin có thể vượt qua được, phần vì mẹ nó cấm đi xa nên thằng bé chẳng có gì chơi. Rồi nó thấy một chiếc ghe nhỏ đậu cách đó không xa, trên ghe là người đàn ông đưa tay ngoắc ngoắc. Tép vốn dĩ đi chưa được giỏi và nói cũng chưa rành, lại ít khi được đi ghe nên mừng rỡ lơn tơn lại gần. Tên kia bèn cặp ghe sát bờ ân cần đỡ nó lên cho ngồi vào lòng rồi nổ máy ghe chạy ngược ra sông lớn.

Thằng bé khoái chí, la rùm lên:

- Mẹ ơi con đi chơi nhen.

Thu nghe tiếng máy nổ và tiếng con la lên, hai chị em bước ra nhìn thấy thằng bé ngồi gọn lỏn trong lòng gã đàn ông xa lạ với bộ dạng thích thú thì điếng người, cô la làng:

- Bà con ơi, nó bắt cóc thằng Tép rồi.

Vừa la, chị em cô vừa chạy thục mạng theo chiếc ghe. nghe tiếng kêu của Thu, bà con hai bên đường túa ra, thấy Tép đang vui vẻ nhảy nhót trên ghe máy của người đàn ông lạ đội chiếc nón nỉ kéo che khuất khuôn mặt chỉ còn lộ ra cái cằm với hàm râu đen sậm thì biết có chuyện xảy ra. Mấy thanh niên liền phóng xuống ghe nhà bơi đuổi theo nhưng hắn ta chạy bằng ghe máy nên cách xa một khoảng, vừa bơi, họ vừa hò hét cho bà con hai bên bờ kinh tiếp ứng chặn lại. Thằng Tép nhìn cảnh rượt đuổi như vậy vui quá, đứng dậy rời khỏi lòng gã đàn ông vỗ tay cười vang nhưng khi thấy dì và mẹ chạy theo khóc la làng mới cảm thấy lo, lại còn nghe mọi người réo nó:

- Nhảy xuống con, nhảy xuống lẹ lên để ra sông lớn là tiêu đó.

Tên bắt cóc nghe vậy lật đật chồm tới định ôm lấy Tép nhưng lúc này nó bỗng khôn ra, lách mình né tránh khiến ghe bị chao đi, hất nó văng xuống nước, thằng bé khóc váng lên và được hai thanh niên vớt kịp thời. Gã đàn ông kia vừa ra được sông lớn, tức mình đập tay lên mạn ghe buông tiếng chửi thề rồi dông tuốt.

Thằng Tép được đưa lên bờ, quần áo ướt sũng thì chị em Thu cũng vừa chạy tới, Thu ôm lấy con, vừa khóc vừa đánh vào mông nó:

- Mẹ dặn con sao? Không được đến gần người lạ, không có mấy chú thì con bị bắt đi mất rồi còn gì.

Hai ngày trôi qua Thu vẫn chưa hoàn hồn, không có bắt được kẻ đã bắt cóc Tép nên công an cũng không có chứng cứ để tình nghi ai. Thu cảm thấy lúc nào con của cô cũng có thể bị đe dọa. Thu không nghĩ ra thủ phạm là ai ngoài mẹ mình và ông Tụng. Nhưng nếu họ đã có ý định như vậy thì trước sau gì cô cũng sẽ mất con. Chi bằng bây giờ cô sẽ đem nó đi thật xa, nuôi cho nó lớn thêm một chút rồi sẽ cho vào trường nội trú ở Sài Gòn để khi Bo vào Đại học sẽ tiện việc tới lui dòm ngó cháu?

Cô đem suy nghĩ của mình nói với Bo và các cậu, ban đầu ai cũng phản đối nhưng cuối cùng vì Thu quyết liệt quá cũng đành phải thuận theo ý cô. Thu dặn dò Bo tỉ mỉ, gửi gắm em và nhà cửa cho cậu rồi thu xếp lên đường. Thu dặn Bo nếu như có gì gấp hãy đến tìm Trang vì chỗ Trang có điện thoại, cô sẽ gọi về thường xuyên để biết tin tức nhà và cô cũng sẽ sắm cho mình một cái điện thoại di động mang theo. Bo khóc nhưng an ủi chị cứ yên tâm lánh mặt một năm chờ nó tốt nghiệp cấp ba rồi chị em sẽ sum họp.

Hôm sau Thu lên Cà Mau ghé Trang, nói cho cô ấy nghe về mọi chuyện, Trang vốn không thích cách giải quyết của Thu nhưng trong tình huống này đành phải ủng hộ bạn mình thôi.

Mới buổi sáng Thu lên, buổi chiều Tụng đã có mặt ở nhà Trang.

Lúc ông ta tới, thằng Tép đang ngồi trước ngưỡng cửa chơi với con mèo tam thể của Trang, ông ta nhìn vào nhà thấy

Trang và Thu đang xì xầm to nhỏ chuyện gì không để ý đến nó bèn bước tới bế xốc lấy thằng nhỏ, Tép nhớ lời mẹ dặn không được tiếp xúc với người lạ nên khóc thét lên, Thu nhìn ra cửa, thất kinh hồn vía phóng ra giằng lấy con, la lên:

- Ông làm cái gì vậy?

Tụng vẫn giữ chặt Tép trong tay, né người qua một bên, hùng hổ trừng mắt ngó Thu:

- Ai cho phép mày đem con tao đi?

Trang tức tối, gằn giọng:

- Con của ông à? Ông dám trước mặt mọi người nhìn nhận nó không hả đồ đê tiện?

- Nhìn hay không nhìn là chuyện của tao nhưng không ai được quyền đưa nó đi khỏi tầm kiểm soát của tao được.

Thu rít lên:

- Thì ra bao lâu nay ông vẫn đinh ninh nó là con của ông và ông đã cho người năm lần bảy lượt bắt cóc nó?

- Sai. Bắt cóc gì chứ? Đúng, tao biết nó chính xác là con tao chứ không có đinh ninh gì ráo. Mặc dù mày cũng không còn trinh trắng gì nhưng theo ngày sanh tháng đẻ của nó thì phải là con tao. Chính vì vậy mà tao mới để cho nó sống trong chăn êm nệm ấm, việc gì mà bắt cóc chứ. Nhưng hôm nay mày lưu nó đi chỗ khác là không được, phải nhanh chóng đem nó về ngay.

Thu hiểu rồi. Cô tin là lão ta thật sự không có dính líu gì đến chuyện mấy lần bắt Tép, đây là sự sắp đặt của mẹ cô, bà đã không nghĩ đến đứa cháu ngoại mà chỉ muốn diệt trừ đi hậu hoạn sẽ làm ảnh hưởng cuộc đời bà sau này. Thu tức giận. Cô cau có nói:

- Vậy thì ông nên về dạy lại vợ mình, chính bà ta đã nhiều lần làm tổn thương thằng nhỏ cho nên tui phải đưa nó đi chỗ khác, ở lại được sao?

- Chuyện đó tao tự sẽ có cách giải quyết, bây giờ mày nhanh chóng đem nó về liền cho tao.

Nghe lão ta nói, Thu sôi sục căm hờn nhưng vì Tép còn trong tay lão nên chưa dám nặng lời. Trang tranh thủ trong lúc lão ta đôi co với Thu, vòng ra phía sau lão, nắm một chùm tóc giật mạnh, theo phản xạ, Tụng tưởng là Trang giành lấy thằng Tép nên quay phắt đi, cố giữ lấy thằng bé và nắm tóc trên tay Trang theo sự kháng cự của lão mà tróc một lớp da lớn máu theo đó tuôn ra xối xả, Thu hoảng kinh nhưng Trang rất bình tĩnh, khiêu chiến trong lúc Tụng kinh hoàng đặt thằng Tép xuống đưa tay vuốt mặt, máu đỏ cả bàn tay lão:

- Để tui báo công an giùm cho ông, nhanh lắm, chỉ cần một cú điện thoại cho 113 là một phút ba mươi giây họ sẽ có mặt. Nếu như ông can đảm nhận tội danh hiếp dâm thì ông cứ chờ ở đây mà nhận con.

Tụng căm tức nhưng không dám tranh cãi với Trang vì lão cho rằng đây là địa bàn của cô, nên lầm bầm trong miệng những câu chửi thề rồi ôm đầu máu ra về. Tới cửa, lão dừng lại:

- Tao lạy mày, Thu. Làm ơn đừng đưa nó đi đâu xa. Thu và Trang nhìn nhau, hai cô ngầm hiểu ai là hung thủ gây ra những vụ bắt cóc thằng Tép.

Trang đắc ý cười nghiêng ngửa đưa chòm tóc có dính miếng da đầu của Tụng lên ngắm nghía:

- Phơi khô giữ lại có khi cần dùng đến.

Hôm sau, vẫn giữ ý định cũ, Thu từ giã Trang lên đường. Ban đầu cô định đi lên Sài Gòn nhưng vì lạ nước lạ cái và sợ cảnh phồn hoa đô hội nhiều cám dỗ nên cứ đi mà không có mục đích đến, cuối cùng lại lạc vào cái Ấp Nghèo có gia đình Cù cư ngụ.

Kể xong tất cả mọi chuyện không hề giấu giếm điều gì xong, Thu đưa mắt nhìn Cù. Anh ngồi đó, trầm ngâm chân thành lắng nghe cô. Từ đầu đến cuối không biểu lộ một cảm xúc nào khiến Thu rùng mình hổ thẹn. Cô chờ đợi anh nói vài lời nhưng anh vẫn lặng thinh, môi mím chặt như đang suy nghĩ lung lắm. Thu đành mở lời trước:

- Em ngu dại quá phải không anh?

Cù gật. Anh rê rê ngón tay trỏ lên bàn, đó là thói quen khi anh đang suy nghĩ về vấn đề trọng đại. Thu rụt rè hỏi:

- Theo anh, em có nên trở về không?

- Không về thì Bo sẽ nghỉ học à? Nhưng tui tin tính cách của Bo và với sự ủng hộ của các cậu, Bo không dễ gì bỏ cuộc đâu.

- Ý anh là sao?

Cù quay lại, anh sửa thế ngồi đối diện Thu, giọng nói nghiêm trang dứt khoát của một người hiểu chuyện và từng trải:

- Bây giờ thế này...

PHẦN 12

Thu háo hức chờ lắng nghe ý kiến của Cù, bỗng nhiên khi nhìn Thu, Cù thấy trước mặt anh bây giờ không còn là một Thu âm thầm lặng lẽ cố nín chịu những cay đắng của số phận như anh đã từng trông thấy mà là một Thu của sự căm hận và nung nấu ý định trả thù. Nhìn sâu vào mắt cô, anh hỏi:

- Trước khi nghe tui trình bày, cô nói thử xem mình định làm gì khi trở về Cà Mau?

Thu mím môi, quả quyết:

- Em sẽ tìm gặp hai chú đồng sở hữu đất với ba em về lấy lại miếng ruộng mà lão ta đang canh tác.

- Còn mẹ cô?

- Mẹ không bảo vệ được Bo, làm ngơ dung túng cho ông ta hết lần này đến lần khác, mẹ không xứng đáng ở trên mảnh đất của ba em.

- Họ không đi thì cô làm sao?

- Họ phải đi, chính quyền sẽ can thiệp.

- Đúng, chính quyền sẽ can thiệp nhưng với điều kiện cô phải có đầy đủ yếu tố hợp lý. Nghe qua những lời kể của cô tui chưa chắc cô sẽ có can đảm dứt tình máu mủ với bà mặc dù cô biết chắc bà đã từng ra tay với Tép. Thằng Tép có khả năng rất lớn là con của lão Tụng vì chắc chắn Trang đã đem móng tay của nó và tóc lão ta đi xét nghiệm ADN rồi, nếu là con của Vũ thì đã báo cho cô hay. Nhưng đừng tuyệt vọng, bởi vì từ lúc cô bỏ đi tới giờ vẫn chưa liên lạc về cho Trang mà phải không?

- Phải! Em quên kể cho anh nghe, hôm đó, do tranh giành và xô xát, lão xô em chúi nhủi té sấp vào cạnh cửa nên gãy hết hai cái răng, rớt điện thoại di động ra ngoài, lão ta giằng lấy rồi đập tan nát em chỉ còn lượm lại được cái sim.

Cù ngước lên, anh đã nhìn thấy cô trống hai cái răng từ lâu. Anh chầm chậm nói:

- Ngày mai, tui sẽ cùng cô về. Không quen biết thì thôi, số phận đẩy đưa cho tui gặp cô thì coi như mình có duyên làm anh em. Đầu tiên, tui sẽ cho cô mượn tui làm chồng, bởi vì chỉ có chồng mới có tư cách can thiệp vào đời sống cá nhân của mẹ con cô được. Đừng nghĩ tui có ý lợi dụng, thừa nước đục thả câu, phải dạy cho Tép kêu tui bằng ba và tui chính là cha đẻ của nó, tụi mình quen nhau khi tui mỗi năm mỗi vào mua lúa, sau vụ việc hiếp dâm thì mỗi lần tui vô mình sống như vợ chồng ở chỗ tui hay tới lui. Lúc biết mình có con chung tui đưa cô về ra mắt mẹ chồng xong sẽ lên đánh tiếng với các cậu xin cưới. Có như vậy ông ta mới không dám bắt nạt cô nữa. Ngày mai mình sẽ ghé ngang Sài Gòn để tìm gặp hai ông chú trình bày vụ việc và xin ý kiến. Tui tin là hai chú sẽ theo cô về Cà Mau để giải quyết đất đai. Xong, tui sẽ có cách bắt ông Tụng khai nhận hành vi xấu xa của ông ta đối với cô, tới đó tính tiếp. Nếu như cô tin tưởng tui thì nhất nhất phải nghe theo tui mới hoàn thành kế hoạch tống cổ lão ta ra khỏi cuộc đời và không còn là mối đe dọa cho cô nữa.

Thu mừng rỡ nhưng lại đắn đo:

- Anh đi với em rồi bác và bé Dung tính sao?

- Cô yên tâm, mẹ tui còn khỏe và Dung cũng ngoan. Tiền bạc cũng thoải mái để họ không làm gì cũng đủ sống vài tháng. Mấy chuyện như vầy mẹ tui rất sẵn lòng giúp đỡ.

Tối hôm đó, Cù tóm tắt kể lại cho bà Bảy nghe chuyện về Thu và nêu ý định của mình, dù không cản ngăn nhưng bà có vẻ tần ngần. Cù hiểu ý và động viên mẹ hãy tin tưởng vào bản lĩnh của anh. Bà Bảy miễn cưỡng gật đầu.

Sáng hôm sau, Cù và mẹ con Thu bắt xe lên Sài Gòn, đi thẳng tới địa chỉ nhà ông Trịnh Công Khanh.

Ông Khanh trạc tuổi Tụng, dáng người tầm thước, thoạt nhìn đã có cảm tình và đôi mắt sáng quắc, giọng nói sang sảng biểu hiện tính cách của một chính nhân quân tử. Ông ở trong một căn nhà sang trọng với vợ con và hiện đang kinh doanh một cửa hàng bán điện gia dụng ở Chợ Lớn. Tiếp "vợ chồng" Thu và khi biết cô là con của người bạn chí cốt đã quá cố của mình, ông rưng rưng:

- Bác nhiều lần định cùng bác Đạt về thăm và giao hẳn đất điền lại cho con nhưng công việc cứ níu chân lại. Hôm nay con tới đây chắc là có chuyện, để bác điện mời bác Đạt tới cùng ăn bữa cơm. Gặp con như gặp Cả Lì, mừng quá.

Rồi không đợi Thu có ý kiến, ông hất mặt nhìn vợ. Bà Khanh hiểu ý chồng đứng dậy gọi điện thoại. Xong nói:

- Ảnh mừng lắm, đang ngoài đường và sẽ tới ngay.

Ông nói thêm:

- Trong nhóm ba người chúng tôi về Cà Mau khai khẩn đất, đều cùng tuổi với nhau nhưng ba con là người gan góc nhất, lại chịu thương chịu khó nên hai bác gọi ảnh là Cả Lì. Ảnh lại thích sống cảnh ruộng đồng chứ không chịu theo hai bác về Sài Gòn nên đành phải bỏ ảnh ở lại một mình. Bây giờ hai bác đều có cơ ngơi ở đây, cuộc sống cũng tạm ổn. Bác Đạt khá giả hơn. Hôm rồi nghe tin ba con mất hai bác có về, định đem con về nuôi nhưng thấy ngoại con cô độc nên thôi. Hai bác quyết định nhượng lại phần đất của mình làm của hồi môn cho con nên để địa chỉ lại cho ngoại con. Cá nhân bác đánh giá không cao mẹ con đâu nha Thu. Chồng chết chẳng bao lâu mà thấy mẹ con không có vẻ gì là thương tiếc hết. Sau này bác Đạt có về Cà Mau mấy lần do công chuyện làm ăn ở dưới thì nghe mẹ con đã có chồng khác, sanh thêm con để cho ngoại con nuôi hai chị em là bác đã cảm thấy bất nhẫn rồi. Lại nghe nói vợ chồng họ đang canh tác miếng ruộng của ba anh em bác, hai bác chờ con lập gia đình rồi sẽ về làm giấy tờ cho hắn con mà nay con đã có đứa con lớn vậy hai bác cũng không hay, thiệt tình...

Ông Khanh nói tới đó thì có tiếng chuông cửa, chị giúp việc ra mở cổng cho ông Đạt. Chờ ông dắt chiếc xe để nép sang một bên cửa ra vào, Cù và Thu cùng thằng Tép đứng dậy chào ông. Khác với ông Khanh, nếu như ông Khanh cao lớn tầm thước thì ông Đạt lại thấp hơn, tướng người đậm đà, đen đúa có vẻ nông dân chân chất không giống người giàu có nơi phố thị. Sau này Thu biết ông chuyên kinh doanh máy móc nông ngư cơ nên có những đại lý ở các tỉnh phía Nam, nhất là vùng Tây Nam Bộ.

Ông Đạt nhìn sững Thu một hồi rồi cũng giống như ông Khanh, không hề che giấu cảm xúc với đứa con gái của người bạn quá cố đã từng sống chết với nhau từ thuở ấu thơ trong Cô Nhi Viện đến khi ra đời cùng nhau về miền đất xa xôi để khai khẩn đất hoang. Ông ôm lấy Thu, vỗ vỗ vào đầu cô, âu yếm như một người cha.

Sau khi nghe "vợ chồng" Thu kể lại tất cả những việc xảy ra, ông Khanh bần thần cứ lắc đầu mãi, bà Khanh nghiến răng:

- Làm mẹ gì vậy?

Ông Đạt giận dữ:

- Được! Nếu đã vậy rồi thì cần gì nể mặt nữa? Con cứ về dưới trước, bác và bác Khanh chờ tin con, có gì điện thoại cho hai bác là tức tốc hai bác sẽ có mặt đòi lại công bằng cho con. Ông nhìn Cù trìu mến, con là một người có nghĩa khí, bác mặc kệ con có tình ý gì với cháu Thu hay không nhưng con có gan cùng nó ra mặt như vậy bác cũng đánh giá cao con rồi. Nhớ nghe Thu, dù với tình huống nào, con phải luôn luôn nghĩ là mình vẫn còn hai người cha.

Ngày hôm đó, ba người ở lại nhà ông Khanh cùng ăn cơm với gia đình ông và ông Đạt, lần đầu tiên tiếp xúc hai người bạn của ba mà Thu cứ ngỡ như đã từng thân thiết tự bao giờ.

Chiều tối, Cù và Thu xin phép dẫn thằng Tép về Cà Mau để kịp thời ngăn cản không cho Tụng dùng quyền làm cha cấm Bo tiếp tục việc học. Tiễn Thu, ông Khanh và ông Đạt dặn dò cô đủ thứ và mỗi người đều lì xì cho Tép một phong bì đỏ mặc dù Thu đã ra sức từ chối.

Trên xe, họ giống như một cặp vợ chồng ruột. Tép nằm yên ngủ ngoan trong vòng tay Cù mà nó nhanh chóng gọi bằng ba không chút ngượng ngịu. Thu mệt mỏi, lo lắng nép vào vai Cù tìm một sự chở che mà từ thuở giờ cô chưa từng được có. Thu im lặng không dám hỏi gì bởi lúc nào cũng thấy anh trầm ngâm suy nghĩ như tính toán điều gì đó.

Một lát, xe dừng lại rước thêm người khách lỡ đường. Xe cũng đã đầy nên mặc dù Cù mua ba vé để đường xa ngồi cho thoải mái và Tép có thể nằm ngủ gối đầu trên đùi anh nhưng vẫn vui vẻ nhường một chỗ cho ông khách ngồi xuống kế bên. Ông ấy khoảng hơn năm mươi tuổi, dáng người mảnh khảnh, khuôn mặt phúc hậu dễ gần. Ông cảm kích Cù nên bắt chuyện:

- Chú về đâu vậy?

- Dạ, con về Cà Mau.

- Về Cà Mau rồi còn đi đâu nữa không?

- Dạ, con đi tàu về Thới Bình nữa chú.

- Thới Bình gần Kinh 9 không?

Cù giật mình quay sang nhìn ông, rồi lắc đầu:

- Dạ, xa hơn chú. Chú biết Kinh 9 hả?

Ông lặng thinh, đưa mắt nhìn ra ngoài cửa xe, nhà cửa,

cây cối lần lượt lướt vù vù qua khỏi tầm mắt ông, mặt nhíu lại, ông như cố quên một ký ức kinh hoàng bỗng chốc hiện ra. Trầm ngâm một chút, ông nói:

- Tui ở Kinh 7. Cách đây khoảng hai mươi năm, vợ chồng tui tận mắt chứng kiến một cảnh giết người rồi gài xác xuống đám bông súng, tui tính tri hô lên nhưng bị thằng đó dí theo tính giết người bịt đầu mối, vợ tui sợ chết giấc còn tui cố chống ghe chạy thục mạng không dám dòm lợi. Hôm sau tới đó thấy vắng tanh không biết chỗ nào. Cái vụ án nầy làm tui ray rức tối ngủ nằm chiêm bao hoài.

Nghe tới đó, Thu nhỏm dậy, chồm tới nhưng Cù kín đáo kéo tay cô. Anh hỏi ông:

- Ghê vậy sao? Ban ngày ban mặt mà dám giết người. Nhưng nếu như bây giờ gặp lại ông đó chú có nhớ mặt ổng không?

- Chết thành tro tui cũng nhớ ra.

Cù mừng quá. Anh kiếm chuyện nói với ông đủ thứ cho vui vẻ rồi kết bạn với ông. Xin địa chỉ nhà hẹn hôm nào đưa vợ con đến chơi. Ông nhiệt tình chỉ nhà cửa tỉ mỉ và cho biết cứ tới đầu Kinh 7 hỏi thăm ông Bảy Xá đầu đỏ là ai cũng biết. Nói xong, ông giở cái nón ra để lộ mái tóc màu đỏ bạc do mưa gió phong trần rồi cười vang sảng khoái.

Đi gần đến Cà Mau, ông nói xuống ghé thăm con gái có chồng ở đó một bữa rồi mai về, ân cần dặn dò vợ chồng Cù tranh thủ ghé chơi vì mới gặp mà đã có cảm tình.

Nhìn ông bỏ đi, Thu không chịu được, cô lập tức hỏi:

- Sao không nhờ chú ấy làm chứng giùm anh? Chắc chắn là vụ án của ba em rồi?

Cù quay lại, từ tốn:

- Chưa đủ thân và chưa hiểu về chú ấy bao nhiêu. Về tới

nhà xong sẽ đến tìm chú. Tui nhìn đoán biết chú là người thật thà cương trực. Vụ này để tui lo cho.

Hừng sáng hôm sau, ba người đã đến Cà Mau, họ lập tức gọi điện và hẹn gặp Trang.

Trang mừng rỡ suýt khóc, ôm chầm lấy thằng Tép hôn lia lịa lên má nó, rồi với vẻ mặt hoan hỉ, cô bế thằng bé, vừa lôi tay Thu vừa đưa mắt nhìn Cù mời anh cùng theo vào. Bỏ hai người ngồi đó, cô bồng thằng bé vào trong một chút rồi cầm tờ giấy ra đưa cho Thu:

- Đây là tin vui dành cho mày.

Thu cầm lấy đưa mắt nhìn, cô nhỏm người lên khi thấy tờ xét nghiệm ADN của ông Tụng và Tép, kết luận: KHÔNG CÓ QUAN HỆ CHA CON. Nếu không có Cù ngồi đó, chắc cô đã nhảy cẫng lên ôm hôn Trang. Dù cố kiềm nén cảm xúc, Thu vẫn không giấu được nỗi vui mừng, cô đưa giấy xét nghiệm cho Cù. Anh lướt mắt nhìn kết quả rồi mỉm cười:

- Chúc mừng em.

Thu lạ lùng ngó Cù trân trân, bỗng dưng thay đổi cách xưng hô đột ngột làm cô thấy ngượng ngập. Cù tảng lờ:

- Vậy là chúng ta càng có thế mạnh với ông ấy hơn. Đây cũng là lá bùa hộ mạng cho không những em, con mà là cho anh nữa. Có như vậy anh mới đủ tư cách mà xen vào chuyện của em.

Trang ngưỡng mộ nhìn Cù:

- Bây giờ anh định sao?

- Về nhà ngay và gặp ông ta.

Thu tán thành:

- Mọi việc do anh sắp xếp.

Trang cũng không biết Thu tin tưởng Cù bao nhiêu mà

lại nói cứng, anh chàng này nó đã gặp ở đâu? Hiểu được người ta bao nhiêu mà lại tâm sự không sót một chi tiết về mình? Lại đương nhiên phó thác chuyện nhà cho anh ta quyết định thay? Hay là nó đã yêu anh rồi? Chẳng lẽ nào... chỉ mới mấy tháng thôi, Trang biết Thu là đứa con gái có thủy có chung, đứa con còn sờ sờ ra đó chắc chắn là nó chưa thể mở lòng ra với ai, nay tin tưởng Cù như vầy có thể nó đã nhìn thấy ở anh điều gì đó đáng để gửi gắm nỗi niềm tâm sự. Thôi, dù sao cũng là chuyện của Thu, mình cũng nên để nó tự quyết định, nghĩ vậy, cô lấy nắm tóc đã được bỏ vào túi nilon dán cẩn thận đưa cho Cù. Cù cầm lấy và sự lưỡng lự của cô không qua được mắt Cù, anh mỉm cười:

- Trang có thể không tin anh, nhưng thời gian sẽ chứng minh, nếu anh không giúp gì được cho Thu là bởi vì anh bất tài chứ không vì một lý do nào khác cả, mong Trang hiểu cho.

Bị Cù nhìn thấu ruột gan, Trang ngại đỏ cả mặt, cô cười cầu hòa:

- Không phải vô cớ mà Thu cùng về với anh, em tin lựa chọn của nó. Nó phải rất là tín cẩn anh mới kể anh nghe hết mọi chuyện không giấu giếm và em cũng sẽ tin anh từ bây giờ.

Cù cười, nhưng Trang cảm thấy nụ cười của anh sao có vẻ cay đắng chua chát lạ kỳ.

Từ giã Trang, Thu đưa Cù và con trai đón Tàu về nhà. Tàu rộng nên Tép thỏa sức đứng nhìn ra khung cửa quan sát. Nó thích thú mỗi khi có chiếc tàu khác chạy ngược chiều làm cho những gợn sóng nhấp nhô va đập nhẹ nhàng vào mạn Tàu. Gọi là tàu nhưng thật ra nó chỉ như một con đò nhỏ sức chứa khoảng sáu bảy chục khách. Cù vừa nắm lấy tay Tép sợ nó ham vui mà cắm đầu xuống lòng sông, vừa đưa mắt nhìn vẩn vơ bên ngoài. Thấy Thu cứ chăm chăm ngó vào hai bên bờ với những đám bông súng chạy dài bằng đôi mắt vừa buồn bã vừa căm giận. Anh muốn nói một câu gì đó để an ủi cô nhưng không tiện mở lời.

Lát sau, Thu nói:

- Em thà là những khóm lục bình nổi trôi vô định chứ không thèm làm đám súng ở lì một nơi gánh chịu biết bao tai ương thầm lặng.

Cù phì cười, câu nói tối nghĩa nhưng hàm chứa một nỗi niềm u uất, anh biết chứ. Nên thay vì an ủi cô, anh nói:

- Mỗi một sinh vật sinh ra trên đời đều có cách sống của nó. Em nhìn đi, lục bình mặc dù trôi nổi trên sông không xác định được hướng tới nhưng lúc nào sức sống của nó cũng mãnh liệt. Nó sinh sôi nảy nở hàng ngày, tới đâu cũng có bầy đàn. Lỡ như có một nhóm tách riêng ra sau đó cũng sẽ theo qui luật mà tiếp tục phát triển. Súng cũng vậy, em có thấy bụi súng nào suốt đời nó chỉ có một mình không? Nhưng làm súng sẽ hạnh phúc hơn lục bình nhiều chứ, ít ra mình cũng nhìn thấy ở đây là một xã hội của súng, chúng sống an lành với gia đình, với xóm làng của mình, tai ương của người khác không phải lỗi do chúng đâu em.

Thu ngước mắt nhìn Cù, cảm kích. Cô hiểu anh muốn an ủi mình. Từ lúc anh chấp nhận đi cùng cô về giải quyết chuyện nhà, trong lòng cô đã tự nhủ với mình từ nay phải luôn tin tưởng anh, phải xem anh như người anh ruột dù có nhìn lầm anh cô cũng không ân hận. Phải, chỉ có anh ruột mới toàn tâm toàn ý lo cho em gái của mình thôi, còn tình yêu? Cô không phải như một cô gái ngây thơ, luôn tin tưởng trên đời có một loại tình yêu hoàn toàn hy sinh mà không tính toán. Nếu như có, cô và Vũ sẽ không đi tới kết cuộc này.

Thu về tới nhà, cô xách valy đồ, Cù bế thằng Tép. Thu dự định sau khi nghe Bo kể lại mọi diễn biến sau khi cô đi, thì sẽ mời các cậu dì qua xin ý kiến và kể hết mọi đều cô biết. Nhưng khi vừa bước vào nhà Thu sững sờ khi thấy Tụng và The ngồi chễm chệ trên chiếc bàn tròn dùng để ăn cơm, không thấy Bo đâu, Thu hất hàm hỏi:

- Tại sao hai người ở đây?

The giật bắn người khi quay lại, Thu dẫn theo người đàn ông đang bế đứa bé mà bà ta dẫu biết đó là cháu ngoại mình nhưng vẫn chưa gặp mặt lần nào, bà vả lả:

- Về rồi đó hả? Đâu, đưa mẹ bồng cháu ngoại cái coi, chà, lớn tới vầy rồi mà chưa biết bà ngoại nữa nhen.

Cù đưa mắt hỏi ý Thu, cô rít lên:

- Ai là cháu ngoại của bà? Chồng bà đòi nhìn nó là con đó.

Tụng biến sắc, lão ta ấp úng:

- Mày nói điên cái gì vậy?

Thu bĩu môi:

- Hèn kém. Chứ quân nào chạy đến Cà Mau nhìn con? Quân nào đã làm tui gãy mất hai cái răng vì giành giật thằng nhỏ? Quân nào nói vợ ông ta cố tình mấy lần bắt cóc thằng nhỏ để lưu đi biệt tích vì ghen tức?

Tụng hốt hoảng chặn ngang lời nói của Thu:

- Trời, trời, nó cố tình ly gián vợ chồng mình đó bà.

Đến lúc này, Cù mới chen vào:

- Ông không nhận cũng không sao, bởi vì đây là con của tui. Từ nay tui cấm không cho ai xúc phạm tới vợ con mình nữa.

The ré lên:

- Vợ con mày hả? Mày cưới hỏi nó chưa mà nói nghe oai phong quá vậy? Tao là mẹ nó, ai muốn lấy nó phải có sự đồng ý của tao.

Thu bức bối:

- Bà không phải là mẹ tui. Bà không có quyền gì trong

cuộc đời của tui hết á. Tui lấy ai là chuyện của tui miễn các cậu cho phép là được. Bây giờ tui hỏi, hai người đến đây làm gì? Tui đã cấm không cho hai người tới nhà tui rồi mà? Em tui đâu?

- Nhưng đây là nhà của má tao, con tao đang ở. Không ai có quyền cấm tao tới lui hết đó.

- Ở đây không có ai là con của ông bà hết. Hỏi Bo xem nó có nhìn nhận ông bà không. Bây giờ mời về cho. Còn nữa, chuyện học hành của Bo là do nó quyết định và cho phép hay không là do tui. Ông bà không có quyền, rõ chưa?

Tụng bấy giờ chưa lên tiếng bởi cứ lén nhìn trộm thằng Tép. Lão chắc chắn nó là giọt máu của mình vì nhìn kìa, nó giống lão y chang từ đôi mắt tới bàn tay thon thả. Có chém chết lão cũng xác định nó là con mình dù Thu có dẫn ai về thay thế cũng không sao. Miễn nó được nuôi lớn trong sự giàu sang và hạnh phúc rồi đến lúc nào đó nó sẽ biết thân phận thật sự của mình, lão nhất định mang nó về nhận tổ qui tông.

Nghĩ như vậy rồi nên Tụng cảm thấy yên tâm, lão không hơi đâu mà đôi co với Thu cho mệt, không khéo nó lôi ra làm um sùm cái vụ lão tới nhà bạn nó đòi bắt con thì con vợ lão chẳng để yên đâu mặc dù lão biết, bà ta thừa sức đoán ra sự thật rằng lão đã có quan hệ với Thu nhưng không dám làm gì vì bà ta còn sợ lão phanh phui mọi chuyện thì chỉ có nước chết chùm. Tụng đứng dậy, phủi đít cái rột:

- Không rảnh đi cãi tay đôi với mày, Bo là con gái tao, dù mày có đầu độc nó như thế nào thì cuối cùng lá rụng cũng về cội. Con tao trước sau gì cũng con tao thôi.

Thu hiểu lão muốn ám chỉ điều gì, cô dằn ly xuống bàn:

- Ông về nhà nằm mơ đi. Bắt đầu từ hôm nay, tui không cho phép hai người léo hánh tới đây nữa. Muốn gì gặp nhau ở Ủy Ban. Nè, chuẩn bị chỗ ăn ở luôn nhen, tui báo trước là sẽ lấy đất của ba tui lại luôn đó.

The giãy chết lên:

- Mày lúc này sao thích nói chơi quá vậy Thu? Đất của chồng vợ canh tác là chuyện bình thường nay hâm lấy mơi hâm lấy, bộ mày nói tao là bù nhìn muốn làm gì thì làm hả?

- Chồng vợ? Bà gọi như vậy xấu hổ vong linh ba tui. Tui nói thiệt với bà, bây giờ nếu như sau này Trời phạt tui tội bất hiếu thì hôm nay tui cũng nhất định phản công lại bà, bà chơi tui một, tui chơi bà mười. Nói cho bà đề phòng.

The tru tréo:

- Trên đời có đứa con nào nói chuyện với mẹ mình như vậy không? Để coi mày làm gì tao. Chọc tao nổi điên, về kêu bán đất liền cho mày coi nè.

- Tui thách bà đó. Có tui ở đây rồi, một cục đất của ba tui bà cũng không được quyền mó tới. Giấy tờ bằng khoán tui giữ đây, bà cho người tới cướp đi, nhớ đừng để tui bắt được sẽ phiền phức lắm đó. Cái tội bà bắt cóc con tui, tui cũng sẽ tính sổ với bà một ngày gần đây.

- Mày vu khống gì nữa đó?

- Bà về hỏi lại thằng chồng của mình coi lão ta đã tiết lộ điều gì với tui.

The lừ mắt sang Tụng, lão ta lôi bà ra về:

- Thôi mệt. Về, đứng đây nghe nó nói bậy một hồi lên tăng xông chết oan mạng.

Hai người họ đi rồi, Thu hốt hoảng chạy kiếm khắp nhà không thấy Bo, cô run run nói với Cù:

- Anh ở lại coi chừng thằng Tép giùm em, em chạy qua nhà mấy cậu coi Bo đi đâu mà để ổng bả ngang dọc trong nhà vậy.

Cù gật. Anh ngoắc Tép lại, ôm vào lòng xong đưa mắt quan sát ngôi nhà. Trong bụng nghĩ thầm: Giàu.

Thu tất tả qua nhà cậu Bảy, cô nhẹ người khi thấy Bo đang ngồi cùng các cậu và dì Mười. Bo reo lên khi gặp được chị mình, nó nhảy bổ tới ôm chầm lấy Thu, nước mắt ràn rụa:

- Chị về rồi. Em mong chị đứng ngồi không yên.

Thu vòng tay ôm hết người Bo vào lòng, một thứ tình cảm gì giống như tình mẹ con tràn ngập trong cô, Thu đau xót nhìn em có vẻ ốm đi rất nhiều, tội nghiệp, chắc là nó mất phương hướng khi một mình phải đối chọi với chính cha mẹ ruột.

Cậu mợ Bảy, cậu mợ Chín, dì dượng Mười đều mừng rỡ với sự trở về của Thu. Mợ Bảy nhắc ghế cho cô ngồi.

Chào người lớn xong, Thu buông Bo ra, hỏi:

- Tại sao em ở đây? Sao lại để họ ngang nhiên trong nhà vậy?

- Em ghét nên bỏ họ ngồi đó muốn làm gì làm. Chị biết không, hôm rồi ổng bả đánh lộn với hai cậu nữa đó.

- Tại sao?

- Tới đợt bán tràm, mối của mình tới, em bận đi học thêm nên nhờ cậu Bảy ra canh chừng cho họ đốn. Ai dè ổng bán lén hết phân nửa từ hồi nào rồi nên chỉ còn tràm non, nửa còn lại cũng đang cho người đốn. Cậu cản không cho thì ổng bả tới hì hồ gây sự, công chạy về kêu cậu Chín ra, cậu Chín vác dao xuống rừng, vừa hạ cây đầu tiên là bả nhào tới giật con dao, sém chút nữa đứt tay ngọt lịm rồi. Cậu tức mình vố cho bạt tay, bả nằm vạ lăn ra bùn sình, ổng nhào tới nói cậu đàn ông mà đánh đàn bà rồi vác cây dí theo cậu. Hai cậu chống trả nhưng mấy công làm can ngăn, bảo đi báo chính quyền rồi họ đi báo giùm, chừng công an tới ổng bả bỏ về mất, sau đó mời lên Ủy Ban làm việc nhưng họ không tới. Mời mấy lần không xong, công an ra quyết định không cho ổng bả đốn dù là một cây tràm nào nữa.

- Sau đó thì sao?

- Còn sao nữa, lúa bán ăn hết rồi, giờ không đụng được Tràm lấy gì mà sống nên kêu bán đất của ba đó. Có người chịu mua rồi nhưng họ đòi bằng khoán, em cản cách mấy ổng bả cũng canh lúc em vắng nhà vô lục nát hết để tìm. Cũng may là chị đã đem giấu đi rồi. Ổng tức quá, bắt em nghỉ học để gả chồng mà gả đi xa nữa chứ, mấy cậu can thiệp ổng chửi không còn manh giáp, xong đem hết sách vở em ra đốt sạch trơn. Làm cha mẹ gì mà kỳ quá trời.

Thu vỗ vỗ vào tay Bo:

- Bây giờ chị về đây rồi, ổng bả không dám hiếp đáp em đâu.

Cậu Bảy để chị em cô tâm sự với nhau một hồi rồi kêu Thu ngồi xuống cho cậu hỏi thăm, Thu kể không sót một chi tiết cho mọi người nghe từ lúc cô lên nhà Trang, ông Thăng đã làm gì, sau đó trôi giạt về quê Cù ra sao được mẹ con anh đùm bọc như thế nào đến khi điện thoại cho Trang, biết ông Tụng định bắt Bo nghỉ học, cô và Cù đã lên Sài Gòn gặp ông Khanh và ông Đạt, sau đó trên đường về Cà Mau cô đã nghe ông Bảy Xá đầu đỏ nói về cái chết của ba cô. Nghe xong, cậu Bảy mừng rỡ:

- Chú Bảy Xá tao ở Kinh 7 tao biết, là người đàng hoàng nghen. Vậy là có hy vọng tìm ra nguyên nhân cái chết của Cả Lì rồi. May quá, hương hồn ảnh cũng linh thiêng nên khiến xui bây gặp được người chứng kiến hiện trường. Nhưng cái thằng Cù đó, nhắm tin nó được hôn con?

- Dạ, hay là con mời mọi người tới nhà nói chuyện với ảnh coi sao nha?

Cậu Chín cười khà khà:

- Chắc là nó để bụng bây rồi đó đa. Sau lần nầy coi mời mình có cháu rể đó anh Bảy.

Thu chống chế:

- Ảnh không có ý gì với con đâu cậu. Tại con thấy ảnh là người có uy tín nên nhờ đi chung với mình một chuyến vì con có biết Sài Gòn bao giờ. Với lại, ảnh phải đóng giả làm chồng thì ông Tụng mới không dám bén mảng nhìn con trai nữa.

Cậu Bảy cười hiền lành:

- Nói vậy thôi, con cũng lớn rồi, tìm cha cho thằng nhỏ cũng là chuyện chính đáng. Vả lại thằng đó cũng đâu có vợ, bây nuôi hai đứa con cùng một cỡ cũng tiện mà. Bây giờ đi, đi qua coi thằng đó tính sao.

Mọi người đứng dậy lục đục kéo nhau qua nhà Thu. Cù thấy Thu về cùng với đông người, biết cô dẫn đến để giới thiệu mình nên để thằng Tép xuống ghế, đứng dậy chào hỏi.

Cậu Bảy và cậu Chín vừa nhìn thấy Cù, há hốc mồm kinh ngạc, miệng lắp bắp không mở thành lời:

- Cậu... cậu là...

PHẦN 13

Thái độ của hai cậu làm mọi người lo lắng, nghi hoặc. Thu cất giọng run run:

- Cậu, cậu quen anh ấy sao?

Cù cũng ngạc nhiên, hỏi dồn:

- Cậu biết con hả cậu?

Cậu Bảy mím môi, suy nghĩ một thoáng rồi nói:

- Cháu là người ở đâu?

- Dạ, con gốc gác Bến Tre, trước giờ vẫn ở đó.

Cậu Bảy à một tiếng rồi tiếp tục:

- Cháu có đến đây bao giờ chưa?

- Dạ, cách đây hơn bốn năm con có đến Cà Mau nhưng chỗ này thì chưa từng.

- Đến để làm gì?

Dì Mười chen vào:

- Hỏi chi chuyện cá nhân của người ta vậy anh?

Cậu Chín đưa tay ngăn không cho dì Mười can thiệp, cậu Bảy lại nói:

- Xin lỗi cháu nếu như cậu có đường đột, nhưng nếu cháu là người quang minh chính đại thì cũng nên để mọi người biết chút đỉnh về mình. Cậu nói vậy cháu nghĩ sao?

Cù vẫn bình tĩnh mỉm cười:

- Dạ, cậu cứ hỏi, biết được gì con sẽ trả lời mà.

- Năm nay cậu được bao nhiêu tuổi rồi?

- Dạ, con hai mươi tám tuổi rồi cậu.

Cậu Bảy trầm ngâm "cỡ tuổi đó". Vậy hôm rồi cháu vô Cà Mau làm gì? Có người quen à?

Cù ngồi ngay ngắn lại, hai tay đặt lên đùi, ngón tay trỏ vo ve, chuẩn bị tâm lý cho một cuộc nói chuyện dài:

- Con vốn dĩ có một anh em sinh đôi, ảnh tên là Cần. Cần Cù. Anh em mười tuổi đã mất cha chỉ còn mẹ. Nhưng khi anh Cần mười lăm tuổi đã bỏ nhà đi đâu biệt tích, mẹ con tìm khắp nơi cũng không được. Chờ hoài không có tin tức mẹ con tưởng là anh đã gặp tai nạn bỏ xác ở đâu rồi, từ đó coi như nhà chỉ có mình con. Cách đây hơn bốn năm có một cô gái xưng là vợ của anh, đến tìm mẹ con, nói anh đang dính vào một đám xã hội đen không tách ra được mặc dù cô ấy rất muốn anh hoàn lương để có cuộc sống đàng hoàng. Theo địa chỉ cô ấy cho, con mò lên Cà Mau tìm anh nhưng nghe người ta nói anh đã bị bọn xã hội đen xử vì dám tố giác bọn chúng bán ma túy.

Con ở lại đó cả tháng hy vọng tìm được xác ảnh nhưng cuối cùng cũng về tay không. Con không dám nói với mẹ, chỉ nói với vợ ảnh thôi. Cô ấy rất đau lòng nhưng sợ mẹ biết nên cố nén vào trong. Sau đó xin phép mẹ cho được ở lại làm dâu chờ ảnh về. Mẹ con mừng lắm và con cũng bắt đầu cảm thấy thương cô ấy, người ta đã hy sinh cả tuổi xuân cho anh ruột của mình. Mẹ con có lẽ cũng nhìn thấy nên gợi ý cho cổ lấy con. Hai năm sau chúng con thành vợ chồng. Nhưng cô ấy đã ra đi vĩnh viễn sau khi sinh cho con đứa con gái mà Thu đã từng gặp.

Cù kể xong, anh cúi mặt xuống như mặc niệm cho người

vợ quá cố của mình. Tất cả mọi người đều im lặng tôn trọng tâm sự của anh. Cậu Bảy dù thật sự chưa tin hết những gì Cù nói nhưng cậu thấy điều đó không còn quan trọng nữa. Anh ta là Cần hay Cù thì trong con mắt cậu đó cũng là những con người tốt. Cho dù người đang ngồi trước mặt cậu là Cần hóa thân thành Cù thì cậu cũng mừng cho anh ta đã dứt ra khỏi cuộc sống tối tăm với những ngày nơm nớp lo sợ mà trở về cuộc đời thường lương thiện bên cạnh mẹ già với đứa con thơ. Phải chăng cậu không nên khơi dậy đống tro tàn để ngọn lửa âm thầm đến ngày nào đó sẽ lụn tắt và Cần hay Cù mãi mãi là một công dân lương thiện?

Đưa mắt ngó cậu Chín, cậu Bảy lặng lẽ lắc đầu, cậu Chín hiểu ý, gật đầu với cậu. Hai người ngầm thỏa thuận với nhau sẽ bỏ qua nhưng Cù không bỏ qua, anh thoáng đã nhìn ra dụng tâm của hai cậu:

- Cậu hỏi vậy chắc là đã từng quen biết anh Cần của con?

Cậu Bảy trầm ngâm, đang tìm câu nói nào để giải thích cho trôi qua mọi việc thì cậu Chín lên tiếng:

- Chắc là hai cậu đã nhầm cháu với Cần. Đúng như cháu nói, Cần là dân giang hồ nhưng lần các cậu biết được nó là do nó đang cứu một người bị đám giang hồ làm nhục. Họ lời qua tiếng lại với nhau các cậu đoán ra Cần đang bị bọn giang hồ truy sát vì lý do như cháu nói. Họ xảy ra xô xát và rồi Cần trói được thằng đó vào gốc cây được, điểm mặt nó: "Một tiếng đồng hồ sau nếu không có ai lại cứu mày có nghĩa là bọn nó mặc cho sự sống chết của mày không thèm quan tâm, tao sẽ nhờ người tới cứu. Sau đó khôn hồn đi biệt đừng lảng vảng quanh đây chúng sẽ không tha cho mày đâu. Nói xong, hai cậu thấy nó dẫn cô gái nọ chạy bộ trên con đường tắt chẳng biết định đi đâu. Vì hiếu kỳ nên hai cậu cho ghe chạy theo, cô gái nọ coi bộ đuối sức nó bèn cõng cô chạy tiếp, nghe nói câu này nên hai cậu lộ mặt: "Ráng lên, tui đưa cô tới chỗ nào an toàn cho cô lánh mặt rồi tui còn quay lại cứu thêm mấy người nữa để bọn nó phát hiện nguy hiểm cho họ mà cho tui nữa". Cậu Bảy bèn la lên: "Đi đâu tui chở giùm cho". Cần quay sang nhìn, nghi ngờ nhưng cậu đã lên tiếng: "Tui biết chú em là người tốt, giao cô gái này cho tui rồi đi cứu những người khác đi". Cần do dự: "Cô gái này bị bọn giang hồ bắt cóc lên Sài Gòn để bán làm đĩ, nếu mấy chú có lòng thương người thì giúp con giải phóng cho cổ, con sẽ đi cứu thêm mấy cô nữa rồi đưa các cổ lên Ủy Ban tố cáo bọn chúng." Việc làm chính nghĩa như vậy các cậu đâu từ chối được, bèn vội vã đưa họ tới khu rừng tràm của ngoại con Thu, sau đó bắt ghe khác cho Cần về Cà Mau, tối hôm đó hai cậu chờ nó ở rừng tràm, Cần đưa về thêm năm cô gái và mấy thanh niên, dặn chú đưa con gái thì lên huyện tố cáo bọn chúng, tuyệt đối đừng nhắc tới tên nó, còn mấy thằng con trai thì đưa xuống Năm Căn để họ tự tìm đường về nhà lánh xa chốn giang hồ. Chuyện đưa xuống Năm Căn là do một tay anh Bảy Xá đầu đỏ mà hai cháu đã gặp đó.

Cù nóng ruột ngắt lời:

- Vậy còn anh con sao cậu?

Cậu Bảy buồn buồn:

- Cái này cậu cũng không biết, sau lần đó không gặp lại nó nữa. Cho nên vừa gặp cháu cậu mừng quá trời là vậy.

Cù thẫn thờ. Ngón tay trỏ của anh lại bắt đầu vo ve trên đùi:

- Vậy chắc bọn xã hội đen đó đã xử ảnh rồi.

Cậu Bảy an ủi:

- Cậu lại nghĩ khác, có thể nó đã tìm được chỗ ẩn nấp làm lại cuộc đời rồi.

- Không lý nào. Bởi vì nếu còn sống tại sao không trở về tìm lại vợ?

Cậu Bảy nhìn lại Cù thêm một lần nữa rồi lắc đầu:

- Lạy trời cho nó được may mắn. Có thể nó sợ liên lụy gia đình. Đám giang hồ ở Cà Mau sau khi bị hốt sạch cũng vắng bóng một thời gian, nghe đâu bây giờ có ai chống lưng ở Sài Gòn nên bắt đầu có manh nha rục rịch lại rồi. Không biết có còn tên nào liên quan đến Cần không cho nên cháu cũng phải cẩn thận khi ra ngoài đó đa.

Thấy không khí có vẻ trầm mặc, dượng Mười phá tan:

- Thôi, chuyện cũng đã qua lâu rồi, nhắc lại chỉ thêm buồn. Bây giờ bàn chuyện trước mắt đi.

Bo bạo dạn nắm tay Cù:

- Thương gia đình anh quá hà. Anh Cần cũng vì cứu nhiều người nên bị truy sát, còn anh vì chuyện của chị em cũng sẽ gặp không ít phiền phức đâu nha.

Nghe Bo nói vậy, trong lòng Thu vốn đã cảm kích anh lại càng cảm kích thêm hơn.

Cậu Bảy hỏi:

- Bước đầu mình tính sao đây mấy đứa? Cậu hỏi con Bo nè, mặc dù con không tin Tụng là cha đẻ của mình nhưng nếu cậu nói đó là sự thật thì con có thể đứng nhìn chị con trả thù cha ruột của mình không?

Bo đáp thật nhanh:

- Con không cần phải suy nghĩ nhiều đâu cậu. Đâu phải con không biết ổng là cha ruột của con. Nhưng những gì ổng làm con cảm thấy xấu hổ, vả lại, ổng cũng chưa từng xem con là con, chỉ lợi dụng để hưởng gia tài của ngoại nếu như chị Hai chia cho con. Ổng phải trả giá cho những sai quấy của mình chứ cậu. Nếu như thật sự ổng đã ra tay với ba của chị Hai thì con sẽ không chút động lòng nếu như tòa án kêu ổng với mức án cao nhất. Con nói thật đó, mọi người làm gì thì làm, con không nhúng tay vào nhưng dứt khoát cũng không can thiệp. Sẵn đây nói luôn, chỉ cần chị nuôi cho con ăn học thành tài, sau này có việc làm ổn định con sẽ tự nuôi sống mình tuyệt không vì sơ tới gia tài của ngoại.

Thu nhéo Bo một cái:

- Gia tài ngoại để lại cho hai chị em, chị sẽ không chiếm đoạt một mình, chỉ vì lúc này em còn nhỏ nên chị phải quản lý thay em.

Dì Mười cười tươi:

- Thấy chị em bây không tranh giành của cải với nhau tao mừng lắm. Nhưng chuyện gì cũng còn ở phía trước khoan vội quyết định.

Cậu Bảy lại nhìn Thu:

- Còn bây? Bây tính sao?

- Trước hết, con sẽ lấy đất lại không cho họ canh tác nữa, con phải đẩy ổng tới mức khốn cùng. Sau đó sẽ làm đơn thưa ổng tội hiếp dâm.

Cù bật lên:

- Sai. Làm đơn thưa tội cưỡng bức trước, thắng kiện rồi mới tới vụ lấy đất. Bởi vì phải có lý do mới đuổi được ông ta đi khỏi chỗ này.

Cậu Chín:

- Rồi sau đó?

Cù tiếp lời:

- Sau đó là tội mưu sát.

Cậu Bảy đứng dậy vỗ tay:

- Được, cứ vậy mà làm. Ba con đàn bà này dìa bắt hai con gà mần thịt nấu cháo xé phai cả nhà ăn mừng đoàn tụ cái coi.

Tối lại, Bo dẫn Tép vào phòng, hai dì cháu nói đủ thứ chuyện, Bo chỉ trả lời những câu hỏi ngây ngô của thằng bé cũng đủ mệt, Cù và Thu mang hai chiếc ghế ra trước thềm ba cùng ngồi đó, im lặng. Hôm nay là mười sáu âm lịch, trăng rất đẹp, bầu trời trong vắt không một gợn mây. Đã rất lâu từ ngày xảy ra bao nhiêu biến cố, Thu chưa bao giờ có dịp ngồi ngắm trăng như hôm nay mà lại ngồi với một người đàn ông mặc dù cô đặt hết sự tin tưởng nhưng thật ra cũng chưa hiểu về anh bao nhiêu. Thu có cả ngàn câu muốn hỏi Cù nhưng cảm thấy e ngại khi lúc nào anh cũng có vẻ như trầm mặc khác hẳn Cù ở quê nhà luôn luôn tìm cách bắt chuyện với cô.

Hai người cứ ngồi như vậy rất lâu, rồi không đừng được, Thu bắt chuyện trước:

- Anh thấy lo à? Có ân hận khi về đây với em không?

Cù quay lại nhìn thẳng vào mắt cô, dưới ánh trăng sáng rực rỡ, Thu thấy anh thật huyền bí còn Cù bỗng chốc như bị thôi miên vì đôi mắt long lanh của người phụ nữ một con đã cùng anh đồng hành suốt mấy ngày liền. Cù mỉm cười, ngọt ngào:

- Lo à? Ân hận sao? Anh chưa từng ân hận một khi đã quyết định làm việc gì. Chỉ có điều anh muốn biết, nếu như mọi chuyện diễn ra đúng như mong đợi của em, liệu đến một lúc nào đó em sẽ ân hận tại sao mình lại đối xử với mẹ như vậy không?

Thu giận dỗi:

- Bà ấy không xứng được em và Bo gọi bằng mẹ.

- Đúng vậy, nhưng dẫu sao đó cũng là người sinh ra chị em em, là người đã cho em một hình hài nguyên vẹn. Đối với anh, trên đời này không ai có thể so sánh với mẹ anh hết. Ai xúc phạm tới bà, anh sẽ không tha cho người đó. Bây giờ em đang ở thế triệt buộc, nếu như không phản kháng thì suốt đời sẽ phải lệ thuộc vào ông Tụng và mẹ em, cho nên phản kháng là chuyện nên làm. Nhưng anh đang nghĩ cách phản kháng làm sao để em đứng ngoài cuộc, sẽ không bị lương tâm cắn rứt và miệng đời phỉ nhổ vì chính tay hạ gục mẹ mình. Nhất là với Bo, tuy nó nói vậy nhưng anh vẫn lo một lúc nào đó nó sẽ nghĩ lại hoặc chị em có chuyện gì không vui, nó sẽ trách em đã đưa cha mẹ nó vào tù.

Nghe Cù phân tích Thu cảm thấy bối rối:

- Trời! Anh làm em cảm thấy mờ mịt hết, chẳng biết phải làm sao cho đúng. Chẳng lẽ anh kêu em bỏ cuộc sao?

- Sao lại bỏ cuộc? Vấn đề là không phải do chính tay em đưa họ vào tù. Em biết không, giết người giấu xác khả năng bị tử hình rất lớn. Em và Bo chịu nổi cú sốc này không?

- Vậy bây giờ phải làm sao?

- Phải tính cách thôi. Vừa nãy, anh đã điện thoại cho hai bác ở Sài Gòn, khoảng tám giờ sáng mai hai bác sẽ xuống tới, trước mắt là em cùng họ đi sang tên quyền sử dụng đất, tránh trường hợp đêm dài lắm mộng hoặc ổng bả hay được sẽ bị trì trệ công việc. Anh sẽ đi một vòng thị sát chung quanh sau đó sẽ phối hợp với mọi người.

Thu nhìn Cù, nghi hoặc:

- Chẳng lẽ anh định tiếp cận vợ chồng họ sao? Không nên đâu.

Cù nhẹ nhàng đặt tay mình lên tay Thu, anh cảm nhận được bàn tay cô đang run lên:

- Anh có làm gì cũng là đều muốn tốt cho em. Ai cũng có thể không tin anh nhưng em thì phải tin, nghe chưa? Bây giờ thì cứ an tâm làm những việc cần làm một cách công khai, danh chính ngôn thuận, chuyện khác đã có anh lo. Nếu như sau này anh lại rơi vào cảnh như anh Cần thì nhờ em chăm sóc giùm mẹ và con anh, ân tình đó kiếp sau anh sẽ trả.

Thu hoảng hốt níu lấy tay Cù:

- Trời ơi, anh nói cái gì vậy? Chuyện gì cũng nên nhờ

chính quyền can thiệp chứ đừng nên dại dột mà dấn thân vào chỗ nguy hiểm lỡ có chuyện gì em biết ăn nói sao với mẹ anh và bé Dung? Xã hội có luật pháp mà anh.

Cù cười cười, âu yếm vuốt tóc cô:

- Có gì mà hoảng lên vậy? Anh chỉ nói ví dụ vậy thôi mà. Mạng anh lớn lắm chưa được trăm tuổi chưa chết đâu.

Dưới trăng thanh gió mát, ngồi bên cạnh người đàn ông mà mình kính trọng sao Thu lại nghe trong lòng bồn chồn một nỗi sợ hãi không biết giải thích vì sao.

Cậu Bảy, cậu Chín và dì Mười tiếp hai ông bạn của ba Thu từ Sài Gòn xuống, trong khi mọi người đến Ủy Ban xã để ông Khanh và ông Đạt ký giấy từ chối quyền sở hữu đất để nhường cho Thu đứng tên và toàn quyền canh tác thì ở nhà các bà lo chuẩn bị bữa cơm thịnh soạn tiếp khách, nhân lúc mọi người lu bu, Cù đứng dậy một mình bỏ đi, anh quyết định đến nhà vợ chồng The-Tụng.

Không cần phải hỏi thăm ai, Cù cũng tìm ra được nhà họ. Anh cười nửa miệng khi thấy căn nhà cất tạo phạo trên một vuông đất rộng lớn được bao quanh bằng hàng cây bạch đàn có lẽ là do ba của Thu trồng. Rõ ràng họ không có ý định ở nơi này lâu trừ khi không có tiền để cất một căn nhà cho đàng hoàng. Cù mạnh dạn bước vào, Tụng đang nằm trên võng đưa vù vù bỗng ngồi bật dậy khi thấy Cù suồng sã tự nhiên, lão ta ngạc nhiên một thoáng rồi cất giọng mát mẻ, gọi:

- Bà The đâu rồi, có con rể quí tới thăm kìa.

The đang nấu cơm sau bếp, nghe kêu cũng bước lên, bà khựng lại, hỏi cộc lốc:

- Đi đâu đây?

Cù mỉm cười thân thiện:

- Đi cứu hai ông bà đây.

The tròn mắt:

- Mầy định giở trò gì nữa?

Cù thản nhiên ngồi xuống ghế, trong nhà, chỗ này dùng để tiếp khách chỉ độc có mỗi một cái bàn và năm sáu chiếc ghế đẩu duy nhất, anh lắc đầu, ra vẻ bất nhẫn giùm:

- Hai đứa con ở nhà cao cửa rộng còn cha mẹ ở chỗ như vầy đây. Không biết khi nhìn thấy chúng có đau lòng nghĩ lại mà rước ông bà về ở chung phụng dưỡng không hén?

Tụng cũng đứng dậy kéo ghế ngồi xuống:

- Muốn nói gì nói mẹ ra đi rào đón mệt quá.

- Thì đã nói rồi, tui tới để cứu ông bà.

- Tao làm gì mà cần mày cứu?

Cù đưa mắt quan sát thái độ của hai vợ chồng xem phản ứng của họ khi anh bắt đầu nói ra:

- Hôm nay, hai ông bạn của ba Thu đã ký giấy nhượng quyền sở hữu mười công đất này cho cổ, ngày mai cổ sẽ làm đơn tố cáo cha dượng cưỡng bức đời con gái của cổ, và sau khi cổ sinh con, cha dượng lại đòi nhìn con trai, mẹ lại thuê người bắt cóc đứa bé định lưu đi biệt tích. Hai người nên nhanh chóng nghĩ cách thoát thân đi.

Tụng trề môi:

- Bá láp. Nó có chứng cớ gì mà đòi thưa kiện chứ?

- Không có chứng cứ ai mà thưa kiện ông ơi. Đâu ông nhớ lại coi, ông đã để lộ ra sơ hở gì? Tóc tai chẳng hạn?

Vừa nói, Cù vừa nhìn vào phía sau ót lão, đúng là mất một khoảng da lớn, chỗ đó tóc không mọc lên được nên trống một khoảng, lão phải để tóc dài che phủ ngang. The chồm tới vạch đầu Tụng:

- À, thì ra vậy. Vậy mà ông dám nói với tui là té bị va đập

vô ghe nên tróc một mảng da. Để rồi ông biết tay tui.

Rồi bà chợt nhớ ra, sừng sộ:

- Mày nói hôm nay nó đi làm giấy tờ đơn độc đứng tên quyền sử dụng đất hả? Con nhỏ này ghê nhen, nó muốn tống cổ tao ra khỏi miếng đất này mà. Đâu có dễ vậy con? Tao mà đi nó cũng phải trầy da tróc vảy à.

Cù quay sang The:

- Còn bà nữa.

- Tao sao?

- Bà thuê người bắt cóc thằng bé rồi kêu người ta muốn xử nó sao thì xử.

The hét lên:

- Nói bậy, nó là cháu ngoại tao. Tại sao tao phải làm vậy?

- Vì bà nghĩ nó là con của chồng bà. Không chối được đâu, người đó chịu ra làm chứng chỉ tội bà rồi.

Vợ chồng Tụng mặt mày xanh mướt, không còn lời để chạy chối. Ba người ngồi yên lặng một chút rồi Tụng rụt rè hỏi:

- Cậu định cứu vợ chồng tui là cứu làm sao?

Cù đắc ý, anh mỉm cười gian tà và bắt đầu thực hiện ý đồ, anh ngoắc họ chụm đầu vào nói nhỏ:

- Trước hết, ông bà phải thế này....

PHẦN 14

Đang cắm cúi nghe Cù vạch kế hoạch, bỗng The bật ngửa ra, phản đối:

- Ý, vậy đâu được mậy, đang không lại bỏ miếng đất bự đi xin một lõm chó ỉa kế bên để cất cái chòi. Chỗ của tao là nhà má tao kìa. Đừng tưởng tao làm thinh rồi làm tới nhen. Hôm nay mày vác mặt lợi đây đặng dụ tao đừng tranh chấp với nó chứ tốt lành gì.

Cù mỉm cười, anh cũng bật người ra, nói lớn thay vì thì thầm như ban nãy:

- Chứ bà nghĩ rằng không chấp nhận điều kiện này thì bà sẽ vẫn còn được quyền ở đây à? Nếu vậy thì Thu việc gì phải lên tận Sài Gòn mời hai ông kia về làm giấy tờ sang nhượng? Bà đừng quên là sau khi đuổi được ông bà ra khỏi mảnh đất của ba cô ấy rồi, cô ấy tức tốc làm đơn khởi kiện ông Tụng liền đó. Lòng cô đã quyết cho ông thân bại danh liệt, tù tội cả đời chứ không phải chuyện chơi đâu.

Tụng coi bộ biết sợ, mặt mày xám ngoét, lão ta lắp bắp "tư vấn" Cù:

- Vậy bây giờ tui phải làm sao?

- Làm sao nữa? Ông nên kêu bà nhà tới dùng tình cảm mẹ con chịu thiệt thòi, xin một thỏm đất cất căn chòi làm chỗ che mưa che nắng, yêu cầu nhỏ nhoi như vậy nếu như cổ không đồng ý thì sao đáng mặt làm người?

- Nhưng cho dù nó có đồng ý thì sau cùng nó cũng đâm đơn thưa tui?

Cù xoáy mắt vào ông ta, ngón tay trỏ bắt đầu vo ve:

- Còn có tui. Tui dùng danh dự mà hứa với ông bà là sẽ thuyết phục cổ bỏ qua cái vụ này, bởi nghĩ cho cùng, đây cũng không phải là chuyện gì tốt đẹp, và cổ là vợ tui, tui cũng không muốn cả đời sau này nhắc tới cổ ai cũng biết đã từng bị cha ghẻ hãm hiếp, còn con của tui nữa chi ông? Lớn lên biết ông ngoại cưỡng bức mẹ mình ông nghĩ nó sẽ đối xử với ông ra sao?

The trừng mắt ngó Tụng khi lão đang cụp đầu xuống tỏ vẻ xấu hổ. Bà ta rít lên:

- Nó bỏ qua nhưng tui sẽ không bỏ qua cho ông đâu.

Tụng trừng mắt nhìn The:

- Bà im đi hôn? Chuyện đó từ từ tính, lo cái chuyện trước mắt nè.

Rồi quay sang Cù, lão ta khẩn khoản:

- Cậu hứa chắc chứ?

- Đương nhiên, tui cũng có cái quyền làm chồng chứ ông? Và bởi vì bây giờ chưa biết thằng bé là con của tui hay của ông nên tui có một điều kiện. Là ông không được tơ hào gì tới nó hết, cho đến khi nó được mười tám tuổi, xét nghiệm ADN nếu nó là con ông tui sẽ cho nó nhận ông và gọi ông là cha.

Tụng sững người lên, lão chưa kịp mừng rỡ vì câu nói của Cù thì The đã nhảy dựng:

- Không được. Mày nuôi nó thì cả đời này nó chỉ là con mày thôi, không bàn tới chuyện này nữa.

Cù phì cười, gật gù:

- Ở cái thế của bà cũng kẹt, tui hiểu chứ, nhưng đó là chuyện của mười mấy năm sau, giờ lo chỗ ăn chỗ ở cho hai ông bà để tui còn yên tâm mà về chung sống với cổ. Biết đâu ông bà cải tạo tốt hổng chừng tụi tui sẽ rước hai người về phụng dưỡng.

Tụng thở hắt ra:

- Tui không hy vọng gì về chuyện đó, cái đó để mẹ con bả tính với nhau. Miễn cậu hứa chắc với tui là thuyết phục được nó không làm lớn vụ kia lên thì tui nhất nhất nghe lời cậu.

The trề:

- Ông tin thằng này chứ tui không tin, đương không lại chạy vô đây biểu mình đừng giành đất mà xin cất cái chòi kế bên. Định chơi chiêu gì nữa đây?

Cù đứng dậy, nói những lời cuối cùng:

- Tùy bà thôi. Tui không rảnh hơi đi làm chuyện tầm phào. Vậy đó, nếu như tranh chấp bà lấy cơ sở nào để tranh với cổ? Nếu không xin miếng đất cất chòi thì ông bà ở đâu? Có tiền mua chỗ khác không? Nếu cổ thưa ra tòa xử ổng vài năm tù liệu chị em cổ có cho bà về tá túc nhà ngoại không? Uổng công bà bao che ổng lâu nay. Tui không có mục đích gì hết, chỉ là muốn yên ổn sống bên vợ con thôi. Tui cũng không muốn thấy vợ tui có thù oán gì với mẹ ruột của mình. Tin hay không tùy ông bà. Nhưng nếu không nghe theo tui thì từ nay tui sẽ không can dự vô nữa.

Nói xong, anh ung dung ra về mặc cho Tụng kêu gọi phía sau. Cù đăm chiêu suy nghĩ một chốc rồi quyết định. Cách nhà The - Tụng một đoạn xa, anh móc điện thoại trong túi ra, nhìn quanh không có ai, anh vừa bước đi vừa bấm số gọi, bên đầu dây có tiếng trả lời, anh nói:

- Lủ hả? Mày còn ở Năm Căn không?

- Dạ, em nè anh Hai. Em vẫn ở đây. Anh đang ở đâu mà gọi cho em vậy?

- Anh về Cà Mau rồi nè.

- Trời. Về chi anh Hai? Có chuyện gì quan trọng hả?

- Không. Anh đang ở Kinh 9. Nhờ chú mày chút chuyện được không?

- Dạ, bao nhiêu chuyện cũng được mà anh. Anh đang ở đâu em tới liền.

- Khỏi. Đừng kiếm anh. Cũng không nguy hiểm gì đâu. Bây giờ chú mày tới Kinh 9, đầu Kinh chạy vô khoảng sáu, bảy trăm mét, tới đoạn ít bông súng nhất Kinh, nhìn lên bờ có hàng Bạch Dương trồng chung quanh một căn nhà lá tồi tàn, chỗ đó có một cặp vợ chồng đang sống, anh đã đặt máy thu âm dưới cái bàn tròn. Nội trong sáng mai chú canh vợ chồng họ ra ngoài vào lấy ra rồi chờ anh hẹn điểm giao. Khi chưa có ý anh thì đừng xuất hiện trước mặt anh nghe hôn?

- Dạ, rõ rồi anh Hai. Em sẽ đúng hẹn. Bảo trọng nghen anh. Tụi em nhớ anh lắm.

- Tao cũng vậy. Xong việc sẽ xuống Năm Căn nhậu quắc cần câu với tụi bây một bữa. Tụi nó cũng khỏe hết hả?

- Dạ, hì hì. Cắm rễ ở đây rồi anh ơi. Em và thằng Túc bây giờ làm anh em bạn rể rồi, kha kha, em cũng có được thằng cu rồi anh.

- Mừng cho chú. Thôi, ráng lo làm ăn chân chính, lẽ ra anh cũng không lôi kéo chú vô chuyện gì nữa nhưng bởi vì anh đang có việc quan trọng cần giải quyết cho nên...

- Trời ơi, anh nói chi vậy. Không có anh tụi em tiêu lâu rồi, giúp được anh dù nguy hiểm trùng trùng em cũng sẵn sàng mà.

- Tốt lắm, thôi vầy đi, sau khi lấy cái ghi âm đó xong, mày điện cho anh rồi anh sẽ chỉ chỗ cho mày để cái đó, anh sẽ đến lấy liền, tránh gặp nhau lúc này, anh em mình sẽ gặp sau khi tao làm xong công chuyện. Vậy nghen, tao cúp máy đây.

Cù không ghé nhà, anh đi thẳng lên Ủy Ban đón mọi người đang thong thả đi bộ về. Nhìn cung cách họ anh biết mọi việc diễn ra suôn sẻ. Thấy Cù, Thu mừng rỡ tíu tít kể cho anh nghe hai bác đã ký xong giấy từ chối quyền sở hữu. Cù vui lây niềm vui của cô.

Hai mợ và dì Mười dọn cơm đãi bác Khanh và bác Đạt, xong hai bác từ giã về Sài Gòn cho kịp bởi còn bao nhiêu việc cần giải quyết. Họ chia tay và nói với nhau những lời chân tình, dặn dò Thu nếu như có gặp khó khăn gì cũng nên nhớ là vẫn còn hai người cha luôn sẵn sàng bảo vệ cô. Hai cậu lấy ghe máy đưa hai bác xuống Cà Mau để bắt xe về.

Khi Cù, Thu, Bo và Tép từ nhà cậu Bảy về thì vợ chồng The đã ngồi sẵn trên bộ ván gõ, Thu bực bội:

- Sao hai người cứ theo ám tui hoài vậy? Vẫn chưa tới lúc phải gặp nhau đâu. Sau này chỗ tui gặp ông bà là ở chính quyền cà.

The rưng rưng nước mắt, cố tạo ra vẻ mặt thảm não cho Thu xem:

- Mẹ biết hết rồi, con sắp sửa đuổi mẹ đi chứ gì? Nhưng bây giờ mẹ đi đâu hả Thu? Con tới mà coi, nhà cửa của mẹ có giống cái chuồng gà của con không? Trả báo bao nhiêu đó đủ rồi con, mẹ không hy vọng gì nhiều, cũng không hy vọng con sẽ tha thứ lỗi lầm của mẹ, chỉ mong con nghĩ tình người đã sinh ra con mà cho mẹ được cất một căn chòi nhỏ trên đất của ba con mà đi làm thuê làm mướn sống qua ngày là được rồi.

Thu vẫn giữ vững lập trường:

- Nghĩ cũng buồn cười, lúc xưa bà ở với ba tui, nhà cao cửa rộng, ruộng đất bề bề, tiền bạc không hề túng thiếu mà bà còn đòi hỏi đi mua bán suốt ngày bỏ chồng bỏ con ở nhà. Thời gian sau này bà canh tác cả chục công đất của ba tui và chỉ có hai vợ chồng lại không đủ sống đến đỗi phải giở đủ trò bòn rút, bà che đậy cho chồng làm nhục nhã con gái mình, giờ kêu tui nghĩ tình, nghĩ tình gì bây giờ hả bà?

The đưa mắt ngó sang Tụng đang gục đầu xuống không mở miệng nói được một câu, bà quay sang Cù cầu cứu nhưng anh cũng phớt lờ. Bỗng dưng The thấy mình cô độc đến tội nghiệp, bà cố nén những giọt nước mắt nhưng tự nhiên lại vỡ òa không ngăn lại được:

- Xấu hổ, nhục nhã, mẹ đi chết cho các con vừa lòng.

Rồi bà phóng ra ngoài, chạy như bay ra con Kinh đang lúc nước lớn tràn bờ định phóng xuống nhưng Cù kịp thời ôm lại:

- Bà định giở trò gì nữa?

The nhìn Bo mặt mày tái mét còn Thu thì đứng như trời trồng. Bà biết mình đã thành công được vài phần cho nên gục xuống khóc nức nở. Cù kín đáo mím miệng cười, nói nhỏ:

- Thôi, ông bà về nhà đi, chuyện này để vợ chồng tui với em Bo bàn lại sẽ cho ông bà hay sau, trước mắt hai người vẫn ở lại căn nhà đó, Thu chưa đuổi xua gì đâu. Về đi nhen.

Thu và Bo vẫn còn bàng hoàng mặc dù vợ chồng Tụng đã ra về một lúc lâu. Cù hiểu, chị em họ tuy ngoài miệng nói cứng nhưng trong lòng vẫn luôn mang nặng mối tình ruột thịt, nếu thật sự buộc phải đuổi mẹ mình lang bạt thì lương tâm của người làm con sao có thể chịu đựng được?

Cù bắt ghế kêu hai chị em ngồi xuống, anh bồng Tép đặt kế bên rồi chậm rãi hỏi:

- Thật sự hai em muốn đuổi mẹ mình đi khỏi Kinh 9 sao?

Bo nhìn Thu:

- Quyết định như thế nào là do chị Hai, em không có ý kiến. Nhưng nếu chị tính sao em cũng ủng hộ chị.

Thu im lặng. Thật ra cô rất là oán giận mẹ mình, người đã không một lần cho cô vòng tay ấm áp của tình mẫu tử, chưa bao giờ cô được nghe bà nói chuyện ngọt ngào một cách vô tư như là mẹ với con. Thu không còn thương và hy vọng một ngày nào đó bà sẽ nghĩ lại như lúc trước cô từng hy vọng nữa, nhưng đúng như Cù nói, phải đẩy mẹ ra đường sống bấp bênh thì rõ ràng là lương tâm cô dầu có tàn nhẫn cách mấy vẫn bị dao động.

Thu buồn rầu, hỏi Cù như tâm sự:

- Bây giờ em phải làm sao đây anh ơi?

Cù nhìn sâu vào mắt cô:

- Có nghe lời anh không?

Thu mạnh dạn gật đầu, Cù tiếp:

- Vậy thì trước mắt hãy cứ để họ sống trong căn nhà đó vì theo kế hoạch thì cũng sẽ không lâu đâu, em khỏi mang tiếng bức mẹ mình ra đầu đường xó chợ. Còn bây giờ vừa trải qua một ngày mệt nhọc cứ nghỉ ngơi đi, chờ mấy cậu về tính tiếp. Anh không muốn việc gì cũng hành xử vội vàng lỡ đi sai một bước thì hối sẽ không kịp.

Bo tán thành:

- Vậy đi chị. Suy nghĩ cho chín chắn tìm phương án tối ưu.

Cù cầm cái ghi âm mà Lủ theo sự chỉ dẫn của anh đã để lại bên rừng tràm của nhà Thu. Anh kêu Lủ nán lại một chút ra quán cà phê nào đó chờ tin anh rồi lựa một chỗ vắng vẻ ngồi xuống mở máy lắng nghe cuộc nói chuyện của vợ chồng Tụng The:

- Nè, thằng cha mắc dịch, hôm đó ông chối leo lẻo vụ con Thu sao này câm họng chó lại vậy? Rõ ràng là ông có làm gì con nhỏ thiệt rồi?

- Rộn chuyện, tui hổng nói ra bà cũng phải đoán biết chứ.

- Đó là loạn luân ông biết không?

- Loạn con mẹ gì, tui với nó có dòng họ bà con gì mà loạn

luân. Bất quá dính líu chút vụ con Bo thôi, nhưng đồ thứ nữ sanh ngoại tộc đó tui đâu cần gì, quan trọng là cái thằng nhỏ con của con Thu kìa, sau này nó sẽ nối dòng nối dõi cho gia đình tui. Tại bà vô dụng nên tui mới làm vậy.

- Ông chê tui vô dụng năm này sang tháng khác sau cứ cắm đầu ở với tui hoài dạ? Tui hiểu mà, chẳng qua ông không còn chỗ để đi, tiền bạc bao nhiêu năm làm ra ông đổ vô cái lỗ nào đừng nói tui không biết, chẳng qua tui không la rùm lên sợ xấu hổ vì tội phản bội chồng mà đi lấy ông...

- Chứ không phải bà sợ đuổi tui đi tui sẽ vạch mặt bà à?

- Thôi bỏ, không nói chuyện đó, nhưng có chuyện này tui cần phải nói với ông, tui chưa biết con Thu là con ông hay là con của cha Lì nữa, lúc đó cứ luân phiên ngủ với hai ông rồi có bầu, sau này tui định xét nghiệm ADN nhưng tiền bạc đâu mà đi.

- Gì? Bà nói cái gì? Bà bị điên rồi hả? Bà tính trả thù tui hả?

- Tui nói thiệt. Nếu như ông có tiền thì đi xét nghiệm đi. Cũng vái trời cho nó là con của Cả Lì.

- Khốn kiếp! Tao đánh cho mày chết hôm nay.

Cù tối tăm mặt mũi, anh dựa lưng vào gốc tràm cho khỏi ngả ra, nghe tai mình ong ong mà không nghe được tiếng la hét chửi bới đánh nhau trong máy. Nếu đây là sự thật thì cũng phải giấu biệt không cho Thu biết. Phải, Thu vĩnh viễn không thể biết được chuyện này. Ngón tay trỏ của anh bắt đầu ngọ nguậy trên đầu gối, anh mím chặt môi tới rướm máu, rồi chợt nghĩ ra, anh móc túi điện thoại cho Lủ, dặn dò cẩn thận bảo tìm thêm một người tín cẩn nữa rồi nhanh chóng đến gặp anh liền.

PHẦN 15

Cù ngồi lại một chút ổn định thần trí rồi ung dung đứng dậy, từng bước chậm rãi đi lên bờ từ từ về nhà. Anh đã tính toán kỹ càng, chuyện Tụng có phải là cha đẻ của Thu hay không trước mắt phải bịt miệng vợ chồng The cái đã. Anh sẽ lấy mẫu tóc của Tụng và Thu nhờ người đem lên Sài Gòn xét nghiệm ADN xem họ có quan hệ gì không, lỡ như thật sự họ là cha con thì dù phải dùng bất cứ thủ đoạn nào anh cũng dứt khoát ngăn chặn không cho Thu biết rõ chân tướng. Bởi vì nếu biết chính cha ruột đã cưỡng bức mình thì nửa đời còn lại Thu sẽ sống ra sao? Lầm lũi bước, Cù cay đắng, chua xót thương cho cô gái tuổi đời còn quá trẻ đã phải vướng vào bi kịch gia đình mà nguyên nhân là ở người mẹ lăng loàn không có liêm sỉ. Anh biết, Thu hoàn toàn không có bản lĩnh để đối phó với những biến cố sắp xảy ra nếu như anh không vào cuộc.

Chưa vào nhà, thoáng thấy anh, thằng Tép đã nhào ra mừng, bi bô:

- Ba ơi, ba đi đâu về vậy?

Cù tươi cười bế thằng bé lên, hun cái chụt vào mặt:

- Ba đi vòng vòng coi quang cảnh chung quanh vậy mà.

- Sao không dắt con theo?

- Ừ, mai mốt sẽ dắt con theo hén?

Tép cười toét miệng rồi tụt xuống chạy bay vào nhà, Cù lững thững theo sau, Thu nói với Bo:

- Anh về rồi, dọn cơm ăn đi em, xong mình qua cậu Bảy.

Cù chần chừ:

- Hay là mời mấy cậu qua nhà mình đi em. Chuyện gì cũng đem tới nhà người ta không phải là điều tốt. Và có những chuyện mình cũng nên tự quyết chứ không phải trông đợi vào người khác được.

Bo tán thành:

- Em đồng ý với anh, chỉ có người trong cuộc mới hiểu rõ nên làm như thế nào. Nói vậy có nghĩa là anh đã tìm ra cách giải quyết rồi phải hôn?

Thu cũng hướng mắt về phía Cù, chờ đợi. Anh chậm rãi nói:

- Ý anh là vầy hai em nghe tham khảo nhen. Anh thấy chuyện ông Tụng và Thu nên để chìm xuồng là tốt nhất.

Hai người con gái há hốc miệng, kinh ngạc trước ý kiến hoàn toàn bất ngờ của Cù, lặng lẽ chờ phản ứng của họ nhưng không thấy ai nói gì, anh tiếp tục:

- Bởi vì dẫu sao đó cũng là cha ruột của Bo, và với tình thân của hai chị em như vầy chính tay Thu đưa ông ta vào chỗ nhục nhã thì cũng tội cho cả hai mà bản thân em cũng không lấy gì làm trong sạch. Ý là anh ám chỉ bé Tép. Nếu như cùng đường, ông ta nhìn Tép là con chẳng lẽ em đem giấy xét nghiệm trình ra chính quyền sao? Rồi để giữ Tép lại, em đưa bằng chứng nó là con của Vũ à? Phải nghĩ đến danh dự của mình trước hết. Còn vụ án của ba em thì nhất định không bỏ qua, kẻ thủ ác phải đền tội. Nhưng qua nghe ngóng tin tức mấy bữa nay, anh đánh giá thủ phạm không phải chỉ có một mình ông Tụng mà còn có mẹ em nữa, không chừng chủ mưu là bà ấy mới ghê chứ.

Hai cô gái vẫn khuôn mặt như ban nãy, ngó anh trừng trừng. Cù sửa lại thế ngồi:

- Cho nên theo ý anh, bỏ bớt chuyện hiếp dâm, tập trung vào vụ án của ba em là vừa. Có điều cũng thương cho Bo, sau vụ việc này chắc em ấy đau lòng lắm. Trái tim con người làm bằng thịt không phải gỗ đá đâu em.

Bo bậm môi, quả quyết:

- Đừng lo cho em anh chị à, em đã chuẩn bị tâm lý rồi. Chuyện lớn như vậy không thể bỏ qua được. Nhưng nếu ông bà chứng minh được họ vô can trong chuyện này thì từ nay về sau tùy theo cách sống của họ mà mình tính, hén chị?

Thu lặng thinh, nghĩ về những điều Cù vừa nói. Đúng vậy, nếu làm lớn chuyện này ra thì nhục nhã không chỉ một mình Tụng mà còn có cô nữa. Rõ ràng trước khi bị ông ta xúc phạm thì cô đã thất thân trước với một người khác và nếu mọi việc bị phanh phui thì sự hy sinh đứng ra chịu trách nhiệm về đứa con của Cù thật vô ích. Nếu như muốn đẩy Tụng vào bước đường cùng thì chỉ cần cái chết của ba cô được sáng tỏ đủ để lão ta trả giá rồi. Cô cảm kích Cù, thầm cám ơn anh đã suy nghĩ chu đáo cho cô về mọi chuyện điều đó làm cô nảy sinh ra sự tự ỷ:

- Em tin anh. Mọi chuyện đều nghe theo anh.

- Được, vậy ngày mai anh sẽ cùng hai cậu xuống Kinh 7 tìm gặp chú Bảy Xá, trình bày tất cả rồi nhờ chú lên nhận mặt xem có phải ông ta là hung thủ không rồi tính tiếp.

Xong, Cù vui vẻ lớn tiếng:

- Thôi, dọn cơm đi, đói bụng rồi. Tép lại ngồi kế ba nè con.

Hai cậu cũng đồng ý kế hoạch của Cù vạch ra và cùng Cù đến Kinh 7 thuyết phục chú Bảy Xá đầu đỏ.

Nhà chú Bảy ở đầu Kinh 7, chỉ cách chừng năm sáu dây đất là tới. Nhà có hai vợ chồng già nhưng trước sau ngăn nắp sạch sẽ chứng tỏ thím Bảy là người đàn bà đảm đang vén khéo. Chú có nuôi mấy con gà Lôi thả rong trước sân nên khi hai cậu và Cù vào tới cổng là chúng kêu rùm trời chọc cho đàn ngỗng phía sau nhà cũng la toáng lên đinh tai nhức óc. Cậu Chín cất tiếng kêu:

- Anh Bảy ơi, cha, vừa gà lôi vừa ngỗng cái kiểu này thằng ăn trộm nào bạc phước mới tới viếng anh chị đó đa. Chú thím Bảy trong nhà bước ra tươi cười hớn hở khi nhìn thấy hai cậu, thím có dáng người đẫy đà của một phụ nữ nhà quê, cười hềnh hệch có vẻ hài lòng bước ra mở cửa để chú xua đi bầy gà lôi ra phía sau nhà.

Gặp lại Cù chú Bảy mừng lắm, kêu thím Bảy bắt con vịt làm tiết canh cho bốn người "sương sương" chơi. Sau khi nghe cậu Bảy kể lại tất cả mọi chuyện về cái chết bí ẩn mấy chục năm nay mà vô tình chú thím đã mục kích và khẩn khoản nhờ chú đứng ra chỉ mặt tên hung thủ đã sát hại nạn nhân, trong lúc chú Bảy còn trầm ngâm suy tính thì thím Bảy giục giã:

- Đi đi ông, vợ chồng mình cùng đi. Bí mật này giữ trong bụng bao nhiêu năm tui cũng chịu hết nổi rồi. Cũng đã đến lúc trả lại cho người chết sự công bằng để vong linh được siêu thoát. Dẫu sao mình cũng lớn tuổi rồi không sợ bọn chúng trả thù nữa mà xã hội có luật pháp cũng không dễ gì buông tha cho đám sát nhơn đó lọt lưới sống nhởn nhơ ngoài vòng pháp luật còn người tốt thì chết oan uổng tức tưởi như vậy.

Chú Bảy chau mày cười với thím:

- Bà này tức cười thiệt nhen, tui có nói không đi sao? Đi là phải đi rồi nhưng trước hết phải cho anh em chú cháu tụi tui làm bậy vài xị chứ.

Cù nhẹ cả người, anh ngồi xuống đối diện chú Bảy:

- Trước mắt chú chưa nên làm gì, chỉ cần đến Kinh 9 chơi một chuyến, con sẽ tạo điều kiện cho chú nhìn thấy hai người, chú nhận mặt coi phải đúng là họ không sau đó mình tính tiếp ha chú? Nhưng chú có tin chắc là sẽ không quên và không nhìn nhầm chứ?

- Nó có hóa thành tro tao cũng nhìn ra, tao với bả tận mắt chứng kiến nó lôi xác con người ta rồi lặn xuống đám súng một hồi trồi lên có mình ên mừ. Nếu nó không làm chuyện mờ ám mắc gì thấy tao lại sợ chết khiếp như vậy còn cố tình đuổi theo đặng giết người bịt miệng chứ?

Cậu Bảy nói:

- Thôi vậy cũng yên tâm rồi, Chắc hương hồn của người xấu số đã khiến xui cho vợ chồng con gái gặp anh để trả thù cho ba nó. Nhưng tui cũng xin hỏi lại anh chị lần nữa, anh chị có sợ bị bọn chúng trả thù không?

Chú thím Bảy cười khì:

- Già từng tuổi này rồi sợ gì nữa mà sợ anh? Miễn sao gô cổ tên giết người vô tù cho vong linh người chết siêu thoát là vợ chồng tui mãn nguyện rồi.

Cù nắm tay chú Bảy, trấn an:

- Chú an tâm đi, luật pháp sẽ bảo vệ chú, và chúng con cũng sẽ bảo vệ chú thím.

Cù trìu mến nhìn chú Bảy:

- Con nghe hai cậu nói chú không ngại cực khổ mà đưa mấy người đã từng theo xã hội đen về hoàn lương là con ngưỡng mộ chú quá cỡ thợ mộc. Nghe nói bây giờ ai cũng yên nơi yên chỗ có công ăn việc làm hết, công của chú hàng đầu nhen chú Bảy.

Chú Bảy cười xuề xòa:

- Công gì bây ơi, là tao làm theo lịnh của hai ông anh đây thôi. Nhưng nói sao thì nói, bây giờ có dịp xuống Năm Căn gặp lại tụi nó, tao nói... vui gì đâu á, đứa nào đứa nấy mừng húm, bày đủ thứ đồ nhậu làm tao sỉn muốn chết. Bởi vậy hễ mỗi lần xuống dưới là thím bây đòi đi theo bả sợ tao chết bờ chết bụi. Ha ha ha... Mấy đứa đó coi vậy mà tình nghĩa hết biết luôn nghe anh Bảy, anh Chín.

Chú thím Bảy Xá hứa với ba người là hôm sau sẽ đóng cửa nhà gửi bà con hàng xóm cho gà vịt ăn giùm rồi lên Kinh 9 để nhận mặt kẻ giết người giấu xác. Chuyến đi của hai cậu và Cù xem như bước đầu thành công.

Chiều lại, Cù hẹn Lủ và một người nữa tên Túc, là anh em bạn rể với Lủ ở rừng tràm của Thu. Ba anh em gặp nhau tay bắt mặt mừng nhưng Cù nói để giải quyết xong một số việc sẽ đưa vợ con đến Năm Căn thăm anh em. Cù tách riêng Lủ và Túc ra, đưa cho Túc tiền làm lộ phí đi Sài Gòn cầm theo sợi tóc của Tụng và Thu mà anh vừa lấy được đi xét nghiệm ADN nhanh nhất mang kết quả về đưa tận tay anh. Còn Lủ, anh nói có một chuyện rất quan trọng đợi đến khi anh điện thoại thì sẽ dặn dò còn bây giờ cứ việc về nhà nghỉ ngơi.

Hôm sau khoảng chín giờ sáng chú thím Bảy đã có mặt nhà cậu Bảy. Để trả lễ chú, hai cậu kêu mấy người đàn bà làm thật nhiều đồ ăn để đãi chú thím. Cù và Thu vui mừng khi chú thím đồng ý đứng ra chỉ mặt hung thủ mặc dù họ biết tự đáy lòng Bo vẫn luôn hy vọng có sự nhầm lẫn gì trong chuyện này.

Cậu Chín hỏi Cù như anh là nhân vật trung tâm quyết điều tra vụ án:

- Giờ tính sao nữa Cù? Làm sao cho anh Bảy gặp được thằng chả mà chả không nghi ngờ? Lỡ chả phát hiện ra rồi bỏ trốn là hư bột hư đường hết.

Cù đăm chiêu, mặc dù anh đã có tính toán nhưng trước mặt Bo lại tự nhiên cảm thấy có chút gì đó áy náy với cô bé. Anh thương, thương cho một đứa con gái mới mười mấy tuổi đầu phải im lặng nhìn người ta tính kế hoạch bắt tội cha mẹ mình mà bản thân lại không thể và không muốn bảo vệ họ. Cù nghĩ, âu đó cũng là quả báo mà vợ chồng lão Tụng phải nhận lấy do cách sống không biết trước sau, vô thủy vô chung của người vợ và tâm địa xấu xa của người chồng mà ra tất cả.

- Bây giờ, con và hai cậu đưa chú thím làm như đi coi

đất của ba Thu, nếu như gặp hai người họ thì hai cậu sẽ nói là cho chú thím thuê, con sẽ đánh lạc hướng để họ không nhìn rõ được chú thím nhưng chú thím vẫn nhìn rõ họ. Sau đó mình về nhà bàn tiếp.

- Nếu như chúng cản đản thì sao?

- Sẽ không có cản đâu vì họ thừa biết là làm vậy cũng vô ích. Nhưng nếu có trục trặc gì các cậu cứ cùng chú thím về mọi việc ở đó để con lo.

Thu hốt hoảng:

- Nguy hiểm lắm anh à. Ổng bả chỉ kiêng mặt hai cậu thôi chứ với anh thì họ sẵn sàng đối phó đó.

Cù trìu mến nhìn Thu:

- Không sao, anh lo được mà em.

Cậu Bảy quyết định:

- Vậy đi. Tụi tao cũng không bỏ bây đơn đao phó hội đâu. Bây giờ mình đi, mấy con mẹ đàn bà ở nhà chuẩn bị nghen, tụi tui dìa là bắt mâm liền đó.

Nhưng hôm nay vợ chồng Tụng The đi đâu không có ở nhà, chờ hoài không được mọi người lục đục kéo nhau về.

Mất hết một ngày.

Hôm sau, bổn cũ soạn lại. Mất thêm ngày nữa.

Chú thím Bảy vì gấp công việc nhà nên xin phép về, hẹn ba ngày sau trở lên. Mọi người có vẻ buồn, riêng Cù, anh thấy mọi việc thuận lợi cho kế hoạch của mình. Anh đang chờ kết quả xét nghiệm từ Túc.

Cù nhận kết quả trước khi chú Bảy lên vài tiếng đồng hồ. Bảo Túc về vì đã xong nhiệm vụ. Túc hỏi xét nghiệm của ai và kết quả như thế nào nhưng Cù chỉ cười rồi nói: "Biết càng ít càng tốt". Túc cũng không hỏi gì thêm rồi chào Cù ra về.

Đợi Túc quay lưng đi, Cù cẩn thận xé bì thư ra xem. Anh đứng chết lặng không nói được một tiếng, nhìn theo Túc đang xuống ghe bơi vội về Năm Căn sau khi hứa với anh sẽ hoàn toàn bí mật về việc được anh nhờ đi xét nghiệm, Cù tê điếng trong lòng. Đúng là đen đủi, ông trời đã cho Thu kỳ tích khiến thằng Tép là con của Vũ sao không cho cô thêm lần nữa để khiến ba cô là ông Cả Lì cả đời cô luôn thương yêu và kính trọng mà lại là con của người lúc nào cũng rình rập cuộc sống, con người và tài sản của cô. Có thể chấp nhận được sao khi chính cha đẻ của mình lại đi cưỡng bức và quyết tâm giành cháu ngoại mà ông ta luôn tưởng là con? Làm sao đây? Phải làm sao để tròn vẹn đôi đường? Để cho Thu không chính tay đẩy cha ruột mình vào chỗ chết? Thì ra Thu và Bo là chị em một mẹ một cha hèn chi họ lúc nào cũng yêu thương đùm bọc nhau. Không, Thu không thể nào chịu đựng nổi cú sốc nầy và vĩnh viễn bí mật hôm nay sẽ theo anh xuống mồ. Cù nhanh chóng lấy cái hộp quẹt xẹt lửa thiêu rụi tờ giấy. Nếu phải làm chuyện ác, cứ để một mình anh làm. Cù giữ vẻ mặt bình thản đi về nhà, chú thím Bảy đã có ở đó. Anh tính trong bụng nếu như cái chết của Cả Lì không liên quan Tụng, anh sẽ tạo điều kiện cho họ đi thật xa khỏi vùng đất Cà Mau này để sống hết quãng đời còn lại nhưng số phận một lần nữa phản bội không theo ý anh.

Chú thím Bảy nhận ra người lôi xác nạn nhân gài dưới đám bông súng là Tụng và người đàn bà ngồi trên ghe không ai khác hơn, là The. Cậu Bảy và cậu Chín giận run người, nghiến răng trèo trẹo chửi bới The không tiếc lời. Suốt cả đường về, hai cậu hăm he bà ta ra chiều thù oán và thương cho hai đứa cháu có người mẹ chẳng ra gì. Cù cũng khinh ghét vợ chồng họ và nếu như mới vừa ban nãy anh định giải cứu họ thì bây giờ anh muốn tự tay mình trừng trị loại người gian phu dâm phụ này.

Cù đi thụt lại phía sau, anh điện thoại cho Lủ, dặn dò cẩn thận rồi dấn bước ngang với mọi người đi về nhà.

PHẦN CUỐI

Khi nghe mọi người kể lại chú thím Bảy đã xác định rõ ràng hung thủ gài xác Cả Lì xuống những bụi súng, Bo đang đứng hóng chuyện bỗng buông mình ngồi bịch xuống bộ ván, đôi mắt thất thần lộ vẻ kinh hoàng như ngoài sức tưởng tượng của nó. Thu thì khác, cô mãn nguyện nở nụ cười dù trong lòng cay xé như muối xát kim châm. Dì Mười đang đâm muối ớt cũng bức xúc động chày thật mạnh vào cối, rủa sả:

- Cái quân trời đánh. Thứ đàn bà lang chạ, chồng sống sờ sờ đó mà đi ngoại tình rồi giết người giấu xác luôn. Mà phải chi nó quen ai hơn hẳn thằng chồng nó cũng cam, đằng nầy...

Mợ Chín lên tiếng:

- Thời buổi gì rồi? Sống không hợp, không thương nhau nữa thì ra tòa li dị mỗi người một ngả là xong, việc gì phải giết người ta? Nghe mà rùng rợn hà. Rồi bây giờ tính sao mấy ông?

Cậu Chín trả lời:

- Còn tính gì nữa. Con Thu nhanh chóng làm lá đơn gửi lên tòa án đi. Bây là cô giáo có hiểu biết, viết lá đơn sao cho rõ ràng rạch ròi vạch tội bọn nó. Viết sao cho người đọc cũng thấy tức như mình vậy thì viết. Làm liền nhanh lên cho luật pháp trừng trị nó mới đã cái nư tui. Nhớ tới Cả Lì chết oan uổng tiếc gì đâu á, dượng ấy còn sống chắc chắn dì Hai vui vẻ hưởng tuổi già rồi có đâu lội xuống rừng cho đạp gốc tràm vậy.

Thu mím chặt môi, nỗi thù hận trào dâng làm cho cô

nghẹn lời. Trong lòng Thu lúc này chỉ mong muốn sao cho được nhanh chóng lôi cổ cặp gian phu dâm phụ đó ra trước pháp luật để cái chết của ba cô không còn là một bí ẩn dù thời gian cũng đã khá lâu rồi.

Bữa cơm dọn lên trong không khí bùi ngùi thương cảm, mọi người xôn xao vạch kế hoạch thưa kiện chỉ có mình Cù vẫn im lặng ngọ nguậy ngón tay trỏ trên đùi như đang suy tính chuyện gì trọng đại.

Chiều đến, Cù lãnh trách nhiệm đưa chú thím Bảy về Kinh 7 bằng ghe máy nhưng khi trở về anh không ghé nhà mà chạy thẳng đến chỗ vợ chồng Tụng. Nhìn thấy lão ta đang nằm trên võng quay mặt ra đường, Cù đưa tay ra dấu cho Tụng rồi đem ghe giấu khuất vào bụi ô rô gần đó chờ lão ta đến.

Tụng theo dõi xem The đang làm gì và sau khi yên tâm là bà ta không để ý đến mình, lão đứng dậy rón rén đi về phía Cù đang đứng trầm ngâm bên bụi lức vừa mới qua khỏi đầu tránh tầm nhìn của những người chèo ghe đi ngang.

Tụng nói khẽ khàng:

- Kiếm tui có chuyện gì hả?

Cù quay lại nhìn lão, anh khoanh hai tay trước ngực, bàn tay phải nắm lấy chỏ tay trái còn bàn tay trái đưa lên vuốt nhẹ trên cằm, thận trọng mở lời:

- Có chuyện không hay sắp xảy ra cho ông bà rồi.

Cù phát hiện ra gan của Tụng chỉ nhỏ bằng gan con tép, lão run run:

- Chuyện gì vậy cậu?

- Ông phải bình tĩnh mới được. Chưa chi mà sợ chết khiếp như vậy đụng chuyện chắc ỉa đái trong quần luôn làm sao mà đối phó?

- Nhưng mà là chuyện gì?

- Có hai tin đều là tin xấu. Trước hết, tui đã xét nghiệm ADN và kết quả cho biết ông là ba ruột của Thu. Ông phạm tội loạn luân rồi.

Tụng mặt mày xanh mét, lão ta đứng không vững như sắp khụy xuống.

- Tại sao cậu lại đi xét nghiệm ADN? Cậu nghi ngờ gì sao?

- Phải, vì khi xét nghiêm quan hệ cha con của ông với thằng Tép, kết quả cho biết ông và nó có quan hệ ông cháu cho nên tui nghi ngờ, sau đó lấy mẫu tóc của ông và Thu đem xét nghiệm, cuối cùng đúng như suy đoán của tui.

- Vậy giấy tờ đâu?

- Tui đốt rồi. Ông nghĩ thử xem, nếu Thu biết được sự thật này thử hỏi cổ có sống được không? Nếu ông còn lương tâm thì mãi mãi giữ kín bí mật này bởi vì nếu phanh phui ra, ông sẽ còn mang thêm tội loạn luân nữa biết không?

- Vậy... thằng nhỏ phải là con tui không?

Cù im lặng nhìn lão ta tỏ vẻ thương cảm, mặc dù anh cũng không nỡ bóp chết quả tim già nua xấu xa của lão nhưng đã đến nước này thì cũng không còn gì để nhân nhượng. Muốn tránh cho Thu khỏi cảnh máu thịt tương tàn thì chỉ có anh mới đủ nhẫn tâm dùng dao cứa vào lương tâm lão gây nên vết thẹo để đời.

Cù chầm chậm gật đầu. Mặt Tụng nhăn rúm lại kiềm nén nỗi đau khủng khiếp với hung tin mà trước đó một chút lão vẫn luôn hy vọng là sự thật. Lần đầu tiên trong cuộc đời lão thấy mình đáng chết. Phải, đúng ra lão không thương yêu gì Thu cũng như Bo, nhưng đó là con ruột, là giọt máu của lão, tuy không bên cạnh nâng niu yêu chìu nhưng để gây khó khăn cho chúng thì lão sẽ không bao giờ. Tại sao trời đất lại trừng phạt lão bằng cách tàn nhẫn như thế này chứ? Lão đã làm gì nên tội? Những giọt nước ứa ra trong đôi mắt đã từ lâu ráo hoảnh của Tụng phút chốc làm Cù chạnh lòng. Nhưng đã đánh là phải thắng, nhân lúc Tụng không đề phòng nhất, anh bồi thêm một phát:

- Chưa xong đâu ông, bây giờ bỗng nhiên có hai người đồng ý làm chứng là nhìn thấy chính tay ông lôi xác ông Cả Lì neo dưới bụi súng có sự chứng kiến của bà The. Nếu vụ này lại tiếp tục phanh phui ông sẽ không thoát khỏi tội giết người, bị tử hình đó ông.

Cù chú ý sắc mặt của Tụng, anh thấy lão ta kinh hoàng đến độ mở trừng mắt mà không nói ra tiếng. Anh đánh giá chín chục phần trăm lão đã chính tay tham gia vào vụ án này, nhưng anh cũng muốn biết xem The đã đóng vai trò gì trong cái chết của chồng nên gạn hỏi:

- Có nghĩa là ông và bà The đã dan díu với nhau trước khi bà ta có chồng sao?

Tụng ngước mặt lên, chống đối một cách tích cực:

- Không phải. Một thời gian sau nhân lúc bà ta đi buôn bán gì đó mới gặp tui. Tui cũng chỉ có ý định chơi qua đường thôi sau đó cũng rời khỏi nơi này mà đi, ba năm sau trở về tui cũng có vợ rồi nhưng bả đeo sát nhíp không rời nên vợ tui bỏ đi. Bả còn dụ tui ở lại, bả sẽ thôi chồng về ở với tui và cùng nhau hưởng gia tài của má bả. Lúc đó tui cạn tính nên cũng ượm ờ cho đến khi xảy ra chuyện tui bị má bả ghét bỏ không có vác mặt vô nhà được có đâu mà hưởng gia tài.

Rồi do quá hoảng sợ, Tụng níu lấy tay Cù:

- Bây giờ làm sao giải quyết đây cậu?

Tự nhiên Cù giận run:

- Ông biết sợ rồi sao? Vậy khi ông giết người ta rồi neo xác phi tang sao ông không sợ? Mạng người rất quí, ông biết quí mạng mình còn mạng người ta lại xem như cỏ rác. Sai lầm lần đó đã dẫn ông mấy mươi năm nay sống có ích lợi gì?

Không có tiền của cũng không có được tình thương của con cái, không được mọi người trọng vọng đến đỗi phải ở trong một căn nhà tranh tồi tàn như vậy lại phạm vô tội loạn luân trời không dung đất không tha nữa. Tất cả là tại ông đã vướng vào người đàn bà lăng loàn đó thôi. Bây giờ nếu cứu thì tui chỉ cứu một mình ông thôi, không thể nào cứu cả hai người được. Ông cứ suy nghĩ đi, tui nên cứu ai?

Tụng ngồi xuống thân cây tràm khô ai đã đốn để nằm ngổn ngang dưới đất, bằng một giọng thiểu não, ông ta thở dài:

- Tui bây giờ không còn thiết tha gì nữa, cái tội này dù có sám hối cả đời lương tâm vẫn không thanh thản được. Mặt mũi nào đứng trong trời đất đây? Làm cha mà như tui thì còn thua một con chó. Tại sao như vậy chứ? Tại sao ông Trời lại đưa đẩy cho tui gặp con vợ chó đẻ này. Đàn bà sanh con mà không biết là con của ai trên đời này chỉ có một mình con mẻ mà thôi. Đã vậy lại..., mà thôi, tội của tui đáng chết hãy để trời phạt tui đi.

Cù tội nghiệp cho Tụng. Anh biết lương tâm ông ta đã thức tỉnh và đang dày vò mình, biết làm sao bây giờ? Có thể bỏ qua chuyện Thu nhưng chuyện Cả Lì thì không thể bởi vì tội nghiệt này quá lớn mà anh thì không có đủ quyền hạn để quyết định. Cù bắt đầu giở thủ đoạn ra mặc dù anh rất ái ngại cho lão ta:

- Thôi vầy đi, tui sẽ cố gắng giúp ông một lần nữa. Ông về làm tờ tự thú, khai rõ ràng tất cả mọi việc đã giết và giấu xác Cả Lì ra sao rồi cầm đến cho tui, sau đó tui sẽ đưa ông đi thật xa khỏi cái xứ này mai danh ẩn tích sống hết quãng đời còn lại. Tui hứa được là làm được. Chủ ý của tui là không muốn ông lẩn quẩn ở đây lỡ có ngày nào đó vì lý do gì mà ông nói ra sự thật thì tui sẽ mất vợ, vậy thôi. Còn chuyện ông có dẫn bà The theo hay không là quyền ở ông.

Tụng lặng yên suy nghĩ, ông ta đã cảm thấy chán ghét The

ngay từ lúc nghi ngờ Thu là con của mình. Bây giờ nghe Cù nói về mối quan hệ của Thu, Tép và ông thì Tụng cảm thấy đất dưới chân mình như sụp xuống, ông mất cả phương hướng. Thật sự nếu như Cù có thể tạo điều kiện cho ông trốn khỏi đây thì ông thề sẽ vào chùa xuống tóc qui y để chuộc lại bao nhiêu lầm lỗi đã xảy ra trong quá khứ và dĩ nhiên sẽ xa lánh The, người đàn bà đã đẩy cuộc đời ông rơi xuống hố sâu đầy tội lỗi.

Cù xem chừng trong lòng Tụng đã vô vàn ân hận nên quyết định dừng lại đòn tra khảo tinh thần ông ta, anh từ giã:

- Thôi, cũng đã sắp tối rồi, tui về đây. Ông liệu coi mà tính sao cho trọn vẹn đừng để cảnh máu thịt tương tàn. Nếu ông còn lương tâm thì cố gắng bảo vệ chị em họ, đừng gây thêm tổn thương gì cho Thu và Bo. Tui thấy thượng sách là ông nên viết tờ tự thú để vụ án khép lại, tui hứa với ông là sẽ tìm cách cho ông trốn đi và sẽ khuyên nhủ Thu không truy cứu nữa ông yên tâm chưa?

Tụng vẫn cúi gầm mặt xuống, Cù quay lưng:

- Tui về đây, mai cũng vào giờ này tui chờ ông ở đây, đưa tui tờ đơn tự thú rồi tui sẽ hẹn điểm đón ông, bí mật này chỉ mình tui và ông biết thôi. Nếu như chiều mai tui vẫn chưa nhận được thì mọi chuyện sẽ y như kế hoạch của các cậu và Thu, tui không nhúng tay vào nữa.

Khi Cù chuẩn bị bước đi bỗng Tụng kêu giật lại:

- Tại sao tui phải tin cậu?

- Tại sao à? Tại vì tui là con rể của ông. Tui cũng không muốn thấy cảnh nồi da xáo thịt. Lỡ như tới lúc nào đó Thu biết được ông là cha ruột của cổ mà do chính cổ đưa ông vào chỗ chết thì làm sao cổ chịu nổi cú sốc này? Còn bây giờ thà để ông lánh mặt, thời gian sẽ làm nguội lạnh mọi thứ, quá khứ cũng sẽ được chôn vùi biết đâu ngày nào đó cổ sẽ suy nghĩ lại mà tha thứ và đón ông về phụng dưỡng thì sao?

Tụng lắc đầu. Bộ dạng của kẻ chết rồi:

- Tui cũng không mong như vậy. Nhưng thú thiệt khi nghe cậu nói là con rể trong lòng tui rất vui. Chỉ mong sau này cậu thương yêu Thu và đùm bọc Bo là con người tội lỗi như tui đã mãn nguyện rồi. Có đi khỏi nơi đây sống những ngày cuối cùng để sám hối hay phải trả giá cho tội ác của mình tui cũng đều chấp nhận được.

Cù bùi ngùi, lần đầu tiên anh thấy thương cảm vì biết lão ta đã nói những lời tận đáy lòng. Anh bước tới vỗ vai ông, trấn an:

- Ông yên tâm đi, về viết lá thư sau đó mọi việc để tui lo.

Rồi Cù bỏ ra về, một thoáng xúc động làm anh thấy cay cay sống mũi. Buổi chiều còn vương chút nắng tà khiến lòng người ngẩn ngơ buồn.

Cù gọi điện cho Lủ, lần này anh dặn dò tỉ mỉ vì quyết đây sẽ là trận đánh cuối cùng, khả năng thắng và thua tương đương nhau.

Chiều hôm sau, Cù không kịp chờ Tụng ở nơi hẹn vì có người đã phát hiện ra vợ chồng lão ta chết trong nhà. Bước đầu khám nghiệm tử thi pháp y đánh giá là do người vợ giết chồng bởi một nhát búa bửa vào sọ đầu rồi tự tử bằng thuốc trừ sâu. Khám xét hiện trường, họ tìm thấy nửa phần trên của The toàn là máu do dấu kim chích và lưỡi lam trong áo mà có thể ai đã cài sẵn để đâm vào da thịt bà ta khi nằm xuống.

Trên bàn còn có tờ đơn tự thú vụ án giết Cả Lì cách đây hai mươi mốt năm. Tụng kể lại do ham muốn sống chung với The nên ông ta đã đánh ngất xỉu Cả Lì sau đó neo xác xuống đám súng dưới Kinh, chuyện này chỉ có một mình ông ta làm không liên quan ai.

Cả gia đình Thu kinh hoàng cùng căm phẫn lắng nghe công an đọc lá đơn, trong lúc mọi người hoang mang và công an vẫn còn phong tỏa hiện trường thì Cù âm thầm kín đáo lấy cái máy ghi âm mà Lủ đã đặt dưới bàn tròn bỏ vào túi quần. Anh đau lòng khi thấy Bo đổ ập người trên cánh tay của dì Mười. Trái tim vốn bằng thịt, Bo dù nói cứng thế nào nhưng khi đứng trước cảnh cha mẹ tàn sát lẫn nhau thì sức chịu đựng của đứa con gái mười bảy tuổi quả là vượt giới hạn. Dì Mười ôm lấy nó dỗ dành như truyền cho Bo thêm sức mạnh chịu đựng.

Cù lại quay sang Thu, cô yên lặng đứng nhìn hiện trường, mặt không biểu lộ cảm xúc gì nhưng anh hiểu dù chưa chính thức trả được thù giết cha nhưng cô cũng đau lòng khi thấy mẹ chết không rõ nguyên nhân. Cù nghĩ, nguyên nhân của hai cái chết này chắc rằng chỉ có một mình anh biết qua máy thu âm.

Pháp y xét nghiệm xong, lập biên bản hiện trường rồi cho phép gia đình chôn cất. Tức nhiên công an cũng vào cuộc để điều tra nguyên nhân gây nên cuộc xô xát dẫn tới chết người này. Ngày thường, vợ chồng Tụng The cũng ít được lòng hàng xóm láng giềng nên hôm nay người ta đến xem đông nghẹt vì hiếu kỳ chứ không phải vì thương.

Tang lễ tổ chức ở tại nhà của Tụng, sau đó cả hai được đem về chôn trên đất nhà ngoại của Thu. Cả hai chị em cô đều chịu tang, trong lòng Thu căm ghét vì những kẻ đã sát hại cha cô hôm nay lọt lưới pháp luật khi cô chưa vạch được tội trạng của họ, mà họ lại "Chết cùng ngày cùng tháng cùng năm" với nhau nữa chứ?

Trong những ngày tang lễ, lúc nào cũng có công an âm thầm theo dõi điều tra nguyên nhân dẫn đến hai cái chết bí ẩn nên Cù không có thời gian nghe được cuộn băng. Anh không sợ Tụng nhắc đến tên mình, chỉ sợ hai vợ chồng cãi nhau về chuyện Thu và Tép thì việc anh giấu giếm bấy lâu sẽ là công dã tràng và cuộn băng này anh cũng sẽ thủ tiêu luôn không đưa ra. Hôm nay sau khi đã chôn cất hai người xong xuôi, Cù nói với mọi người sẽ đến nhà Tụng để thu dọn nhà cửa cho gọn gàng rồi một mình lặng lẽ bơi ghe đến căn chòi rách nát của họ. Cù lặng lẽ đi vòng trong nhà xem có dấu vết gì khả nghi không, xong anh nhắc chiếc ghế đẩu ra cửa ngồi để quan sát nếu như có người vô tình đi tới. Cảm thấy yên tâm, anh móc cái ghi âm từ trong túi ra, bấm nghe. Một khoảng yên lặng khá lâu rồi có tiếng chan chát của The:

- Ông viết tờ tự thú thiệt hả? Mắc gì phải nghe lời thằng đó chứ? Lỡ như nó dụ ông khai ra rồi lấy đó làm bằng chứng tống cổ mình vô tù thì ân hận không kịp.

- Chứ bây giờ bà không hề có chút ân hận sao?

- Làm cũng đã làm rồi, ân hận cũng đâu cứu vãn được gì. Nếu ông sợ thì bây giờ mình trốn đi là xong, trời đất bao la chỗ này không dụng mình thì có chỗ khác.

- Đi tới chỗ nào bà cũng phải đem theo lương tâm mình. Tui lo là lo cho bà thôi, vụ giết người là do một tay bà chứ không phải tui, tui chỉ vì ngu muội nhất thời nên làm đồng lõa với bà để bây giờ lương tâm bị dằn xé như vầy.

- Lương tâm? Mấy chục năm nay tui mới nghe ông nhắc tới cái lương tâm, chắc già cả lẩm cẩm rồi.

- Bà đừng nói nhiều nữa, tự lo nửa đời sau của mình đi. Lần này tui sẽ vô chùa sám hối tất cả những lỗi lầm đã gây ra rồi chết ở nơi xứ lạ quê người không còn gặp mặt ai quen biết nữa.

- Nói vậy là ông bỏ tui luôn hả?

- Tui bỏ hết. Bà cũng nên tự lo. Vướng vào nhau bao nhiêu năm nay cũng không có điều gì tốt lành. Việc cuối cùng tui làm cho bà là thừa nhận tất cả tội trạng một mình để bà có cơ hội trở về sống với các con. Nhớ là từ nay phải làm một người mẹ hiền bù đắp những mất mát mà hai con của bà đã không nhận được từ mẹ.

- Trời đất ơi, hôm nay ông ăn trúng giống gì rồi hả?

- Bà suốt đời cũng không hiểu đâu. Tui bỏ đi là tốt nhất

cho bà, bởi vì sự thật nào dù trước hay sau cũng sẽ được phơi bày ra ánh sáng. Cái tội giết chồng của bà là không tha thứ được. Bà đã gạt tui, nói là chỉ dạy cho hắn một bài học, sau khi tỉnh lại hắn sẽ tự leo lên bờ về nhà mà không biết ai là thủ phạm vì bà đã bỏ thuốc mê vào nước cho ổng uống. Nhưng rõ ràng bà đã cho ổng uống quá liều đến nỗi không tỉnh lại được. Bà ghê gớm lắm The. Làm mẹ mà chưa từng bồng ẵm con mình, chưa từng lo cho nó miếng cơm manh áo lại cứ mãi xăm xoi gia tài của nó. Tui thấy hay là bà cũng nên bỏ xứ này mà đi luôn chứ ở lại cũng xấu mặt vì nhiều lẽ mà dù không ai chỉ ra lương tâm cũng sẽ hàng ngày réo gọi bà.

- Thôi tui mệt rồi nhen. Hôm nay mần giống gì cứ lôi cái lương tâm ra nói hoài. Tui nói cho ông biết, ông đi đâu tui theo đó, đừng hòng bỏ rơi tui.

Im lặng một lát, Cù tưởng cuộc nói chuyện đã kết thúc bỗng nghe tiếng The ré lên:

- Khốn nạn, ông CHƠI tui hả?

- Cái gì vậy?

- Ông đừng giả mù sa mưa. Ông bỏ quá trời kim và lưỡi lam vô áo lạnh của tui cho tui bận vô nằm xuống nó đâm nát mình hết, sao ông ác quá vậy?

- Bà nói bậy bạ gì đó?

- Đây ông dòm nè, máu me linh láng hết, kim gãy khúc đâm vô da thịt tui bấy nhấy vầy mà ông cũng biết, kim vô thịt không nằm yên một chỗ, còn mấy cái lưỡi lam nữa, huhuhu...

- Tui không có làm.

- Chứ chó vô làm hả? Nhà chỉ có tui với ông, ai tàng hình vô đây làm chứ?

- Tui nói tui không có làm. Bà muốn gì?

- Ông muốn giết tui để bỏ đi một mình. Trên đời này tui phụ người ta thì được nhưng không cho phép ai phụ tui.

- Vậy bà giết tui đi.

Cù nghe tiếng la thất thanh của Tụng tiếng ú ớ rồi tắt lịm:

- Bà... bà...

Cuộn băng chấm dứt.

Tự nhiên, những giọt nước mắt bỗng rơi ra nhỏ giọt làm Cù phải lấy tay chùi vội vã, anh thương và tin tưởng Tụng đã ân hận thật sự và trước khi dự định bỏ đi, ông ta vẫn bảo vệ cho người đàn bà đầu ấp tay gối của mình, tiếc thay cho The lòng dạ quá hẹp hòi dẫn đến cái chết của hai vợ chồng một cách oan uổng.

Cù ngồi im nhìn ra sân, bóng chiều đang dần xuống dưới hàng bạch dương bao bọc chung quanh nhà. Anh cảm thấy buồn. Có nên nói ra sự thật này không? Bây giờ người cũng đã chết rồi, vết thương lòng theo thời gian cũng sẽ lành, khơi dậy làm gì nữa? Nhiệm vụ anh cũng đã xong, cũng đã đến lúc phải quay trở về quê với mẹ và con, trả lại cho chị em Thu những ngày bình an tiếp tục theo con đường của mình. Nhưng trước khi rời khỏi vùng đất này, anh phải đi Năm Căn một chuyến thăm những đứa em đã cùng anh vào sinh ra tử và rồi cũng cùng anh qui ẩn giang hồ để chống lại một thế lực mà anh vốn không phục.

Trước khi nêu ý định muốn ra đi, Cù nói với Thu để đi Năm Căn thăm vài người bạn. Thu ngỏ ý muốn đi cùng nhưng anh từ chối. Cù ra đầu Kinh đón tàu đi Năm Căn sau khi hứa chắc chắn với Thu sẽ quay trở lại. Thu tiễn anh đi với đôi mắt lưu luyến như sắp vĩnh viễn chia xa.

Xuống Năm Căn, Cù liên lạc với Lủ trước, sau đó là Túc và năm anh em nữa. Họ mừng rỡ gặp lại Cù. Tiệc tùng linh đình chén chú chén anh. Cù cố tình không nhắc, không hỏi gì về chuyện giang hồ nhưng khi trà dư tửu hậu những người kia cũng tự nói:

- Bây giờ mọc ra cái thằng cha này cũng ghê lắm anh. Ban đầu chả làm ăn chân chính sau khổng hiểu sao nổi lên khống chế đám Chợ Lớn giờ làm trùm chỗ đó rồi.

Cù khỏa lấp:

- Kệ họ bây ơi, đừng quan tâm nữa.

- Nói cho vui thôi chứ quan tâm gì anh. Mà cái thằng cha Vũ này nghe đâu là người Cà Mau, trước làm giáo viên sau gia đình chuyển lên Sài Gòn hết, chả bỏ nghề làm thương gia giờ trá hình bên ngoài buôn bán chân chính còn bên trong thì phi pháp.

Cù giật mình, anh hỏi lại:

- Thằng đó tên gì?

- Vũ. Đặng Văn Vũ.

- Tụi bây biết địa chỉ nó không?

- Có đứa biết. Anh quen nó sao?

- Tao không quen nhưng chắc có người quen.

Ở lại chơi ba ngày Cù trở về Kinh 9. Thu mừng rỡ muốn ôm lấy Cù khi thấy anh quay về.

Thằng Tép cứ đeo cứng lấy anh vì sợ anh bỏ đi. Trước tình hình đó Cù chưa thể từ giã mọi người để về quê.

Tối lại, chỉ có hai người, Cù hỏi:

- Tên đầy đủ của ba Tép là gì em?

Thu ngần ngại:

- Chi vậy anh?

- Thì cứ nói đi?

Thu lại e dè:

- Đặng Văn Vũ.

- HẾT -

SÂU Ô MÔI

Phần 1
OAN GIA NGÕ HẸP

Thằng cha Tư Khó nhìn cái bản mặt là ưa hổng có nổi. Mỗi lần ngó thấy chả là cô Út Nhẫn tức muốn cành hông mặc dù chả không hề đụng chạm hay xúc phạm gì tới cô.

Chả chắc cũng thuộc diện đàn ông khó trời ơi đất hỡi y chang cái tên cúng cơm của chả cho nên gần bốn chục tuổi đầu mới rinh về con vợ chừng hăm mấy. Nhìn chả héo queo cũ sì bao nhiêu thì con vợ mẩy mà mướt cuộn bấy nhiêu, bởi vậy dìa ở với chả có mấy tháng là nó khăn gói đi mất biệt làm chả mất toi con vợ hổng tiếc mà chỉ tiếc cả lượng vàng cho nó ngày đám cưới.

Ta nói… chả buồn bỏ ăn mấy tháng, tốn thêm mớ tiền đi kiếm hết bên nội tới bên ngoại của vợ nhưng một khi nó đã chán chồng rồi thì dễ gì mà kiếm ra. Cuối cùng Tư Khó cũng đành bỏ cuộc mà tiếc hùi hụi cả lượng vàng.

Tư Khó buồn cũng lâu à nhen, suốt ngày chả ú trong nhà không dám ra đường chắc do mắc cỡ với bà con chòm xóm. Thôi thì người ta đàm tiếu lời ra tiếng vào cho cái sự bị vợ bỏ của chả. Rốt cuộc họ đều thống nhất nguyên nhân là chắc do Tư khó bị… Bê Đê không mần ăn gì được trong khi con vợ lại hơ hớ xuân thì. Đoán vậy xong, ai nấy đều tỏ ra thương hại cho chả mà chả nào biết sau lưng mình người ta đồn thổi những gì.

Kim trong bọc có ngày cũng lòi ra, khi nghe má chả kể lại, Tư Khó vừa quê vừa tức mình, chả không thèm sống chui rúc nữa, đường đường chính chính lộ thiên, vác bản mặt dớn dác đi nghênh ngang ngoài lộ ra chiều tự đắc, chả tuyên bố một câu xanh dờn: " Trong vòng hai tháng sẽ kiếm vợ khác mà bận nầy con vợ phải ác đạn gấp tám lần con vợ cũ."

Nghe Tư Khó tuyên bố như vậy, đàn bà con gái tầm tuổi chả trở lại thất kinh hồn vía, hễ thấy mặt chả ở đây là họ né đàng kia, họ sợ lọt vô "tầm ngắm" của chả thì coi như tiêu đời.

Cô Út Nhẫn cũng có suy nghĩ y chang vậy.

Út Nhẫn năm nay cũng ba mươi lăm tuổi rồi. Tuổi bộn vậy chứ cô vẫn còn là con gái nheo nhẻo chưa từng có mối tình vắt vai đừng nói qua tay đàn ông. Cô vốn khó tính nên ít ai dám ghẹo chọc. Út nhẫn ở với má, nhà chỉ có hai mẹ con bởi vậy cô không muốn có chồng, lâu dần rồi trở nên dị ứng với chuyện trai gái, đàn ông cỡ tuổi cô ai cũng có vợ, hoặc nếu còn rảnh rang thì cũng chết vợ vướng lại cả bầy con mà cô thì không ưa cái vụ làm mẹ ghẻ còn nếu như rảnh nữa cũng lại rơi vào trường hợp của Tư Khó thì cho cô cũng không thèm.

Bởi vậy Út Nhẫn tới giờ vẫn còn phòng không chiếc bóng, cô nói thà tối thọt hai tay vô háng nằm ngủ theo hình số 4 mà khỏe thân còn hơn vướng vô cái thứ chồng mắc toi mắc dịch.

Không hiểu sao mà cô ghét cái thằng cha Tư Khó một cách tàn bạo, ngó cái bản mặt nhơn nhơn của chả dù không ăn của cô một chén cơm uống một ly nước nhưng cô cũng nghe thúi con mắt và muốn kiếm chuyện báo công an. Cái sự ghét này nó đeo theo dai dẳng trong người cô mỗi ngày vì hễ cứ bước ra khỏi nhà là dòm thấy chả đứng chong ngóc bên kia lộ nhìn qua giống như rình rập cô từ tờ mờ sáng, mặc dù cô cũng biết là bởi vì nhà Tư Khó cách nhà cô mấy bước chân của con lộ liên xóm thôi.

Có một buổi chiều nọ, Út Nhẫn đang lúi húi quét sân,

ngẩng mặt lên thì thấy Tư Khó đang đứng ngoài lộ ngó cô lom lom muốn rớt con mắt ra ngoài, Út bực bội, cau có:

- Dòm gì dữ vậy cha nội?

Tư Khó cười mơn, mèn ơi Nhẫn ghét cái bản mặt cười của chả quá trớn:

- Quét sân hả?

- Bộ đui ha mà hỏi?

- Sao nói chuyện gì kỳ vậy Út?

- Kỳ gì mà kỳ?

- Dẫu sao cũng hàng xóm láng giềng, biết đâu sau nầy mình còn ở chung nhà nữa à.

- Cha vô duyên tui đốt phong long lở mồm long móng ráng chịu nhen.

- Chọc tui hờn mơi mốt cây ô môi có sâu tui không dọn giùm đâu á. Cũng không thèm hái giùm luôn.

- Hổng mượn.

Nói xong, Nhẫn te tái bỏ vô nhà một nước, trong bụng cứ ấm ách vì tức mà nghĩ ra thiệt tình chả cũng không phải phạm lỗi gì lớn.

Tuy nói cứng vậy chứ Út cũng lo lắm.

Số là nhà Út Nhẫn có cây ô môi không biết tự thuở nào và bao nhiêu tuổi, lớn lên cô đã thấy nó sừng sững có mặt ở trong vuông đất rồi. Cây ô môi này thuộc dạng cổ thụ, gốc chà bá bằng hai vòng tay ôm của cô. Hồi cha Nhẫn còn sống, ông thường hay lấy trái ô môi ngâm rượu trị đau nhức cho bà con lối xóm, tới bây giờ má cô cũng còn giữ bí quyết gia truyền đó và trong nhà luôn luôn lúc nào cũng có mấy hũ rượu ngâm sẵn để dành cho. Riêng Nhẫn thì thích cây ô môi bằng một kiểu khác. Mỗi năm, cứ đến gần Tết là lá ô môi rụng sạch, sau đó những chồi xanh bắt đầu nhú ra, đây là mùa ra hoa kết quả của nó. Hoa ô môi đẹp kỳ cục trong mắt Nhẫn, nhìn nó nở ra từng chùm màu hồng phấn là trong lòng cô rộn lên niềm vui khó tả. Mỗi sáng sau khi quét sân xong, Nhẫn chống chổi đứng ngắm chúng một hồi rồi mới vô đi chợ, chiều sau khi xong hết mọi việc, cô ngồi trên lan can nhà đưa mắt nhìn chúng một cách say sưa.

Rồi hoa tàn, rụng đầy sân để nhường chỗ cho trái phát triển, lúc đó cây ô môi lại mang một vẻ đẹp khác. Nhẫn cũng còn mê mẩn nhìn những trái con con bé tí xíu lớn dần, dài ngoằng ra, trung bình mỗi trái dài khoảng 5cm, có trái đến 7cm luôn. Đến tháng Tư âm lịch thì trái bắt đầu chín rộ, trái chín có màu đen, bên trong là những dãy múi hột được bao bọc quanh một lớp thịt người ta gọi là cao ô môi. Trái nhiều lắm, cây lớn, tàng rộng, nhiều đếm không xuể, lớp má Nhẫn ngâm rượu thuốc, lớp đem ra chợ bán chỉ vài ngàn một trái thôi mà cũng bộn bạc.

Nhẫn mê ăn ô môi lắm, nó không thơm phưng phức như những loại trái cây khác, có khi còn khó ăn với một số người nhưng với Nhẫn thì cái mùi hăng hăng của nó làm cô khoái. Nhất là khi ăn xong, lấy hột ngâm với nước cho nở tè le ra, gọt sạch vỏ mà nấu chè thì… ối trời, ngon phải biết.

Kẹt nỗi, hễ mùa ô môi có bông và đậu trái thì trời mẹ ơi, sâu ở đâu mà quá cỡ tràn về. Nó rơi rụng như mưa suốt ngày trên sân của Nhẫn làm cho cô Út nhà ta không dám mon men ra quét sân. Nhẫn vốn không sợ sâu vì là dân nhà nông mà, nhưng ít thôi, chứ cái kiểu kéo bầy kéo lũ cả dòng họ nhà nó tới kiểu nầy thì lá gan của cô dù bằng gan con bò cũng thấy là muốn sốt rét có đâu mà can đảm đứng dưới gốc cây thọt cho trái rụng xuống?

Vậy là năm nào tới mùa ô môi má cô cũng nhờ tới thằng cha mắc dịch đó. Chả đương nhiên là vui vẻ leo tuốt trên cây hái đầy giỏ rồi cột dây thòng xuống cho má Nhẫn chất ra, xong kéo giỏ lên hái tiếp còn Nhẫn thì rụ rú trong nhà chớ có dám bước ra ngoài một bước. Chả cũng biết điều, xong xuôi lấy chổi gom sâu lại rồi chất lá dừa đốt sạch. Có khi Nhẫn thấy vài con sâu dính trên mình chả nhưng cô cũng làm thinh vì đâu có dám bước lại phủi xuống.

Năm nào cũng vậy, mấy chục năm rồi chứ ít ỏi gì. Lẽ ra cô phải thân với chả lắm nhưng không hiểu sao thấy chả là cô ghét, nhất là khi chả cưới vợ xong, cái mặt vênh váo ra vẻ ta đây ngó tức muốn lọi bản họng. Tuy rằng không ưa nhưng cô cũng không nói gì động chạm tới Tư Khó vì má của cô và má Tư Khó chơi thân với nhau, bà nào cũng mê đánh tứ sắc cho nên hễ rảnh là hú hí cho đủ bốn bà ngồi sòng. Họ chơi ghiền, cả buổi chỉ ăn thua trên dưới mười ngàn không được hai ly chè mà ham thấy ghê.

Nhà Tư Khó có cây mận hồng đào quá trời là trái, lâu lâu Nhẫn cũng qua kêu má về ăn cơm bởi mấy bà khi vô sòng rồi thì quên trời quên đất, cô hay nhón tay hái vài trái vừa đi về vừa ăn, có bữa nọ Tư Khó dòm thấy bèn tà tà đi lại:

- Để tui hái cho một mớ đem về bển ăn nhen?

Nhẫn liếc xéo ngang:

- Tui hổng mượn.

- Nhớ nhen. Tự cho hổng chịu lén hái tui bắt gặp chặt cụt tay đó.

Mèn ơi thằng cha gì nói chuyện đoản hậu chẳng có một miếng duyên dùng gì ráo. Nhẫn đùng đùng nổi giận chọi mấy trái mận xuống đất cái bịch rồi ngoe nguẩy đi về, trong bụng rủa sả thằng cha Tư Khó là thứ đồ ôn binh hột vịt lộn vật, thứ đồ ích kỷ nhỏ mọn hẹp hòi. Ừ, khư khư giữ của đi, mơi tui lén qua bỏ thuốc diệt cỏ cả bịch cho nó chết ngắc lấy khỉ gì mà chảnh chó nhen. Đã bỏ về rồi mà cô còn nghe tiếng chả léo nhéo phía sau lưng với giọng cười Hà Bá đâm:

- Ừ, giận đi, giận rồi mơi mốt sâu cắn cho biết mặt. Khửa khửa khửa…

Nhẫn quay đầu lại, hứ cái cóc:

- Xời, tui đốn cây luôn, hổng cần.

Rồi te tái đi về. Tới nhà ngồi cái bịch xuống ghế còn nghe tức.

Không phải lần đầu tiên Nhẫn nói câu đó, mỗi lần nghe cái giọng chảnh của chả cô liền tính tới chuyện đốn cây ô môi nhưng cũng chỉ là nói cho đã cơn tức lúc đó thôi chứ cô yêu quí nó như vậy nỡ lòng nào mà đốn cho được. Cô đã hứa trong bụng là cho đến khi nào nó chán sống nữa thì tự chết chớ không bao giờ cho phép ai tàn phá nó. Bất quá Tư Khó không hái trái và quét sâu giùm thì cô tự làm, sâu thôi mà, sâu có cắn chết ai bao giờ?

Còn cái thằng cha Tư Khó thì có khi làm cô tức chết chứ chẳng chơi. Được rồi, đêm nay cô sẽ suy nghĩ cách nào để trị cho thằng chả một trận mới vừa cái bụng cô.

Phần 2
CÂY MẬN CHẾT TIỆT

Cô Út Nhẫn cả ngày hôm đó cứ nghĩ tới cách nào làm cho cây mận biệt tích trong chốn giang hồ, nhưng đem cả chai thuốc xịt cỏ mà đổ vô gốc mận thì thiệt tình trong bụng không có can đảm. Vả lại cái mùi thuốc này y chang mùi thuốc trừ sâu, mở nắp ra là nó um sùm liền chứ đâu có thể nào len lén được. Mà người đường hoàng như cô chưa từng mang tai tiếng gì nay lại xách thuốc hại chết cây trái của người ta nếu như đồn ra ngoài thì cầu có nước vừa đi vừa gục mặt.

Nhưng nếu làm thinh thì ức sao chịu nổi đây trời?

Út Nhẫn tắt hết đèn chuẩn bị đi ngủ, gần tết rồi mà sao năm nay lại lạnh hơn mọi năm. Mà thời tiết cũng kỳ khôi, muốn mưa hồi nào là mưa chứ không kiêng cữ mùa mưa nắng gì ráo. Cây ô môi năm nay chẳng biết sao mà tới giờ chỉ rụng vài lá lác đác chứ không như những năm trước, lúc này đã trơ trụi cành.

Nhẫn ta trùm mền tới cổ, chỉ chừa cái đầu ra vì sợ ngộp thở. Lạnh vầy không biết má có chịu nổi hôn, mấy lúc gần đây bà hay than đau lưng. Cũng phải, ngồi "coi tay" cả buổi không đau lưng sao được? Nhưng bà lại than đau khớp nữa chứ. Toàn thân chỗ nào có khớp là đau hết ráo, trời lạnh vầy mấy cái khớp đó còn đau ác ôn côn đồ chứ chẳng chơi.

Nhẫn ráng tung mền ra, lấy chai dầu nóng vô bóp chân tay

Lê Nguyệt | 175

cho má, cô mở cửa phòng thấy bà đã ngủ say trong bụng mừng thầm, vậy chắc má cũng không đến đỗi nào bèn trở ra dẹp chai dầu. Lúc đi ngang bao phân u rê Nhẫn bị vướng chân suýt té nhào. Nhìn bao phân cô bỗng nảy ra ý định, Nhẫn nhớ có lần cô bưng thau phân đi chọi đám bí đao chanh, ngang đám cỏ vuột tay làm đổ xuống một chút, đã hì hục hốt lên rồi mà hôm sau đám cỏ vàng hoe rồi vài bữa chết hết ráo. Cây mận của Tư Khó thì chừng năm ký chứ mấy là chết ngắt không kịp ngáp luôn.

Thật ra Nhẫn rất có cảm tình với cây mận hồng đào nầy, mấy năm nay cô ăn trái nhiều bao nhiêu không nhớ xiết. Nó mà chết cô cũng buồn héo hắt nhưng bởi vì ghét cái bản mặt của chả mà đành phải tiêu diệt nó thôi. Nghĩ vậy, Nhẫn nhẹ nhàng lấy thùng tưới, xúc vô khoảng bảy, tám kg phân rồi cũng nhẹ nhàng ra sân chế vô chút nước, thọt tay vô nước cô rút nhanh tay ra. Mèn ơi nó lạnh thấy bà cố tổ. Lớp trời lạnh, lớp phân tan trong nước vốn dĩ càng lạnh hơn. Nhẫn xuống bếp lấy khúc củi quậy đều cho tan xong lặng lẽ đi qua nhà Tư Khó nhanh chóng chế vào gốc cây mận Hồng Đào đang lúc lắc quả. Nước phân chảy tràn ra những bụi nha đam lô hội trồng chung quanh gốc mận. Chao, tụi bây vô tội ai kêu nằm gần cây mận chi cho tai bay vạ gió vậy không biết. Nhẫn làm gọn hơ, rút lui cũng gọn hơ. Cô cười chúm chím về nhà, dẹp đồ, rửa tay rồi trùm mền lại chờ xem ngày mai cây mận sẽ héo rũ và sẽ… chết. Trong lòng cũng thấy ân hận và xấu hổ nhưng biết sao giờ, cái ghét nó lấn áp mất cái sự hiền lành của một cô gái vốn dĩ hiền như đất.

Sáng ra, chưa kịp đánh răng rửa mặt Út Nhẫn đã đứng trước cửa nhà xem đối phương có phản ứng gì không. Cô ngạc nhiên khi nhìn thấy Tư Khó đang tưới… sân. Cha này hôm nay siêng kỳ cục vậy ta? Chả vừa tưới vừa hát ỏm tỏi:

- Anh tắm cho em, anh tắm cho em… một lần cuối, một lần cuối cùng… rồi thôi.

Có bao nhiêu đó mà chả cứ hát tới lui hoài, hát hoài làm

Út Nhẫn bỗng nghe chột dạ. Tiếng bà Hai má Tư Khó vang lên từ trong nhà:

- Thằng ma nầy, mới sáng làm gì tưới chèm nhẹp sân sứa hết vậy?

Chả cười khửa khửa:

- Chẳng là vầy, hồi tối nàng tiên Mận về báo với con là ai chơi kỳ, chế cái nước gì vô chưn của nàng, ban đầu nó mát rượi sau nóng như nước sôi. Nàng nói nếu con không cứu kịp thời chắc nàng phải từ giã cõi đời vì bị phỏng. Rồi mấy đứa nhóc nha đam nó xúm lại khóc ỉ ôi kêu con cứu, cho nên con chỉ có cách tưới nước cho nó mát coi có đỡ phần nào không.

Bà Hai cười ngất:

- Cái thằng khùng khí chuột. Sáng sớm nói tầm bậy tầm bạ.

Út Nhẫn nghe Tư Khó nói tự mắc cỡ, chẳng lẽ chả dòm thấy mình đổ phân vô gốc cây sao ta? Hổng lẽ? Nếu thấy sao chẳng bắt quả tang? Nhẫn đứng nép sau cây mai trước cửa nhà để lắng nghe mẹ con Khó nói chuyện nhưng hình như bà Hai cũng không quan tâm tới mấy chuyện tào lao Khó vừa nói, bà sửa soạn đi chợ. Khó tưới xong, nhóng người bứt một chùm mận chín, chùi chùi qua tay rồi đưa vô miệng cắn cái rạo, chắc lưỡi hít hà:

- Hừm ưm… ngon ngọt sao đâu á, mận hồng đào bây giờ sắp tuyệt chủng rồi, ra chợ kiếm giáp vòng chưa chắc mua được nửa ký à nhen. Tội nghiệp, có người cũng thương, nửa đêm nửa hôm dậy lén đi bỏ phân cho nó. Trái sai vầy mà lỡ phạm phân chết chắc uổng lắm ta ơi.

Út Nhẫn thốn. Chết cha, vậy là chả biết ráo trọi rồi? Trời, lỡ chả đi nói rùm chắc nhục chết quá. Rõ ràng chả đang nói lớn cố tình để cô nghe đây mà.

Bà hai xách giỏ ra ngoài, hỏi Khó:

- Nay muốn ăn cơm với gì?

- Gì cũng được mà má, nhưng nhớ mua cá hay thịt về kho khô con hái mận vô làm dưa hấu ăn cơm nghen.

Bà hai lại cười ngất ngơ, chửi:

- Thằng nầy coi bộ nay khùng nặng rồi nhen.

- Cưới vợ cho con đi hết khùng liền.

- Mầy để ý con nhỏ nào chưa mà đòi cưới?

Tư Khó nháy mắt nhìn thẳng qua nhà Út Nhẫn:

- Xa tận chân trời gần ngay trước mặt.

Bà Hai định bước đi bỗng khựng lại, xách giỏ rề sát vô Khó:

- Thiệt hôn mậy? Nó chịu mầy chưa?

Khó nói lớn cố tình cho Nhẫn nghe:

- Chịu rồi.

- Thiệt hả mậy?

- Thiệt. Chịu mà chịu chửi á.

Bà Hai xán cái giỏ xách vô mình Khó rồi bỏ đi, chả cười khửa khửa hướng mắt nhìn ra đúng cái chỗ ẩn nấp của Nhẫn. Nhẫn vừa tức mình vừa mắc cười và tự sỉ vả mình già đầu mà chơi ngu, tự nhiên lại đem phân đổ vô gốc cây của người ta, lỡ như mà nó chết thiệt chắc cô cũng ân hận chứ chẳng phải chơi. Nhẫn định bước vào nhà thì nghe tiếng Khó vang lên nên đứng lại lắng nghe:

-   Nàng tiên Mận ơi, có ai dòm ngó xúc phạm nàng thì nhớ báo với Qua chứ đừng phạt tội nghiệp người ta nhen? Báo với Qua, Qua xử giùm cho. Qua sẽ trừng phạt họ bằng cách bắt về nhà để Qua phục dịch họ suốt đời. Qua cũng sẽ chăm sóc nàng tiên Mận cho xanh tốt, đơm hoa kết quả thiệt là sai để sau này người đó có mang em bé sẽ có cái mà ăn, hén?

Trời ơi, quá trời quá đất thằng chả rồi, Nhẫn ngứa họng hết biết mà không dám lên tiếng vì chả đâu có nêu tên cô ra. Căm tức thằng chả dữ tợn nhưng chỉ biết để trong bụng nên cái mặt cô Út như cái mâm, rủi cho Tư Khó, chọc ghẹo vậy chưa đã còn bang bang rề qua, khi Khó vừa bước phụp qua mé rào nhà Nhẫn là cô đứng thẳng băng người, đưa ngón tay chỉ xuống chưn Khó:

- Ê! Dừng ở đó. Bước tới một bước là tui lấy xẻng bứng đất lên đó.

Tư Khó quày quả trở ra, thái độ của chả làm Nhẫn thấy ái ngại, cô nghĩ chắc mình đã đi quá đà, nhưng cũng cố làm cho đã cái nư, cô bồi thêm:

- Biết sợ rồi hả?

Tư Khó ngoái cổ lại:

- Đâu có, dìa đi mua cá phi.

- Chi dạ, kho khô hái mận làm dưa hấu ăn cơm hả?

- Không phải luôn. Mua cá phi con, dìa hùn nuôi với cô mấy chỗ đất cô mới bứng á.

Nhẫn khum xuống lượm cục đất chọi vô mình Khó, nạt:

- Đi dìa.

Khó lại cười khửa khửa, giọng cười ó đâm mà Nhẫn ghét cay ghét đắng.

Trưa, tới giờ chuẩn bị ăn cơm, Tư Khó bưng cái rổ đầy ắp mận qua, cười hớn hở nói với má của Nhẫn:

- Ăn cơm chưa má vợ?

Má cười toe toét:

- Ăn liền bây giờ nè.

Nhẫn dưới bếp bưng mâm cơm lên, trong đó có một dĩa rau lang luộc, mấy con cá đối nướng và một tô nước mắm làm sẵn ớt đỏ lè, Khó nhóng cổ ngó vô mâm thì bị Nhẫn né sang bên, mặt đằng đằng sát khí:

- Ông kêu ai bằng má vợ vậy cha nội?

Tư Khó lại cười khửa khửa:

- Thì "nghĩa" con người ta phải kêu bằng má vợ chứ sao?

- Ông ăn nói cẩn thận coi chừng tui lợi họng ông đó.

Má Nhẫn cười hề hề rầy cô:

- Con nầy, nó giỡn chút mầy làm gì thấy ghê dạ?

Nhẫn hậm hực:

- Giỡn gì bất nhơn vậy mà giỡn.

Tư Khó làm ra vẻ dễ dãi:

- Kệ đi má vợ ơi, con nghe chửi riết ghiền rồi.

Má vợ cười ngắt nga ngắt nghẻo:

- Cái thằng nầy thiệt là…

- Chả khùng mà.

- Con nầy, người ta có duyên vậy chê khen gì nữa. Ủa mà bây qua có chuyện gì hôn Tư?

Tư Khó đặt rổ mận lên bàn, liếc nhìn Nhẫn cười cười bí hiểm:

- Con đem qua cho má mấy trái mận để má làm dưa hấu ăn cơm.

- Cha, ngọt dữ vậy hả mậy?

- Còn phải hỏi, má coi nè, da nó bóng lưỡng, trái hồng hồng có gân trắng trắng, cắn vô một cái… úi trời, nó ngọt… y chang dưa hấu Long An luôn má ơi. Bởi vậy có người lén hái hoài bị con bắt quả tang cái ghét, đem phân đổ vô gốc cho chết tưởng sao nó tốt còn dữ nữa, đợt trái nầy chưa dứt mà bông nở trắng cây rồi. Thiệt tình con mang ơn hết sức.

- Ủa, ai chơi kỳ vậy? Mà bây biết ai hôn?

- Biết chứ má, nói nhỏ má nghe nhen, cây mận đó thiệt ra có con ma hay tiên nữ gì con cũng hổng rành, mà hễ có chuyện gì đụng chạm tới nó là có người con gái đẹp ơi là đẹp tới báo với con liền hà.

Má vợ lại cười túc túc. Nhẫn bực mình, bưng rổ mận trút cái ào vô rổ mình rồi chanh giấm:

- Cho xong rồi, tui cũng lấy rồi, thôi dìa đi cha nội.

- Ậy, để Qua nói chuyện với má chút mà, thấy má vui cười hỉ hả hôn?

- Má cái đầu ông chứ má. Thời buổi nầy mà còn Qua nầy Qua nọ.

- Vậy xưng anh hay sao ta?

- Trời ơi, tui nói ông đi dìa giùm tui cái.

Tư Khó cười khửa khửa xong lấy tay vạch mắt, lật mí mắt lên nằm trơ trơ nhấp nháy nhìn Nhẫn chọc ghẹo rồi thưa má con về. Má Nhẫn cười té ngửa còn Nhẫn tuy giận run mà cũng phải mắc cười.

Ăn cơm xong, Nhẫn đem mận ra rửa rồi ngồi nhâm nhi, chợt nhớ tới cái bản mặt Tư Khó lúc lận con mắt lên mà tức cười, khó coi gì đâu. Rồi không hiểu mắc chứng gì cô cũng chạy vô cái tủ kiếng, lận con mắt mình lên, nhìn. Nhẫn bỗng cười nôn trong bụng khi nhận ra mình cũng khùng không thua gì Tư Khó.

Phần 3
TIÊN NỮ MẬN

Sáng hôm sau, Nhẫn vừa quét sân xong đang đứng chống cây chổi ngước nhìn cây ô môi, hôm nay coi bộ nó rụng lá bộn hơn mọi bữa. Vậy là vài tháng nữa sẽ có ô môi ăn rồi. Vui trong bụng lắm nhưng nhớ tới đám sâu cô mắc rùng mình. Buồn tình, Nhẫn đưa mắt ngó sang cây mận, cha, hôm nay coi bộ nó tốt mịt, lá xanh đen, thằng chả kịp thời tưới nước cứu nó vậy khác gì mình bỏ phân cho nó tươi tốt sao trời?

Bà Ba má của Nhẫn đến đứng sau lưng con gái, hỏi:

- Bộ thằng Tư nó khoái mầy hả Nhẫn?

Nhẫn hết hồn quay lại, ngúng nguẩy:

- Khoái gì mà khoái má ơi, thằng chả khùng gần chết ai mà thèm.

- Khùng gì mà khùng. Không khoái sao mắc mớ gì kêu tao bằng má vợ?

- Bởi vậy mới khùng. Ủa mà chả kêu má hồi nào tới giờ vậy?

- Mới kêu hồi trưa chứ hồi nào. Mà cũng ngộ nhen, hễ tao qua tới bển là nó lăng xăng lích xích lo cho tao chỗ ngồi gần ngay trân cái quạt, châm nước trà cho uống thấy bà cố tổ luôn vậy đó, có món gì ăn nó cũng mời tao trước. Tưởng nó lịch sự lịch sàng ai dè nó để ý mầy.

- Thôi dẹp đi, mơi mốt chả còn kêu má bằng má vợ con chửi vô mặt mang nhục ráng chịu. Kêu vậy chết duyên con gái người ta.

Bà Ba vừa cười vừa trề môi:

- Xời, duyên gì nữa mà duyên, ba mươi mấy tuổi rồi, tao trông có thằng nào rước vật heo ăn mừng không kịp nữa làm cao giá chi con.

Nhẫn hờn má hết sức, ai đời mình hy sinh khoảng thời gian tươi đẹp nhất của cuộc đời chỉ vì gia đình nầy mà má nỡ lòng nào nói một câu tàn nhẫn như vậy không biết. Cô chầm dầm ục mặt xuống:

- Má mà còn chê con như vậy huống chi người ngoài. Con có chồng rồi thì má coi cái cảnh già mà đơn chiếc chừng đó khóc không ra tiếng con cũng có nghe đâu.

Bà Ba biết mình lỡ lời làm con gái buồn nên giả lả:

- Má biết chứ sao không. Cho nên thấy thằng Tư dòm ngó bây tao mừng, nhà nó gần, tao với má nó cũng thân dễ cho tụi bây chạy qua chạy lại, tiện lợi hết biết hôn.

- Nhưng mà con không có ưa thằng chả, bao lâu nay mà má hổng biết sao còn nói vậy chứ?

- Sao ngộ vậy? Thằng đó hiền lành chơn chất, tính tình vui vẻ biết kính trên nhường dưới, lại giỏi giang hiếu thảo với cha mẹ, hòa thuận với anh em, bây chê nó là chê chỗ nào chứ?

Nhẫn trề môi cả tấc:

- Xời, tốt vậy mà bị vợ bỏ.

- Ừ, đừng có đá động gì tới cái vụ đó nghen con. Đó là chuyện riêng của nhà người ta, mỗi cây mỗi hoa mỗi nhà mỗi cảnh. Tao cũng hổng muốn nói chuyện đó làm gì dù tao biết rất rõ. Để hôm nào rảnh rỗi sẽ kể bây nghe nhớ đừng hé cho ai biết mà kỳ cục nghen hôn. Thiệt tình, tao ưa cái thằng đó quá trời, nó mà lên tiếng một cái nhen, tao gả bây liền.

Nhẫn hết hồn la hoảng lên:

- Má nói bậy nhen. Gả con cho thằng chả là con bỏ nhà đi hoang đó.

Bà Ba liếc Nhẫn một cái bén ngót rồi với tay lấy chiếc nón lá và cái giỏ xách đi ra cổng, đứng lại trước nhà Tư Khó hú:

- Hú hu, chị Hai ơi đi chợ chưa?

Tiếng bà Hai trả lời sao Nhẫn không nghe nhưng thấy má cô đi thẳng vô nhà chả, chắc là chờ nhau đi chợ rồi.

Nhẫn ra nhà sau dẹp chổi, thấy trong rổ còn mấy trái mận "dưa hấu" của Tư Khó bèn lấy một trái vừa đi ra trước vừa ăn. Công nhận ngọt thiệt nhưng nói là làm dưa hấu để ăn cơm thì chỉ có thằng cha nầy nghĩ ra thôi.

Nhẫn xách cái mô tưa ra gắn vào cây giếng bơm định tưới sân, khi cô quay vào nhà để kéo cầu dao điện bỗng nghe như có tiếng bước chân nhẹ nhàng đi phía sau. Nhẫn quay phắt lại nhìn thì hết hồn hết vía khi thấy Khó cũng đứng khựng lại, cô hét lên:

- Làm gì đó cha nội?

Khó đưa hai tay lên đầu, lắc lia lắc lịa:

- Đâu? Đâu có làm gì đâu?

- Sao theo dõi tui như theo dõi trộm vậy?

- Đâu có theo dõi? Nói bậy bạ mích lòng nhen. Theo sau lưng đạp lên cái bóng chứ bộ.

- Mắc gì đạp bóng tui?

- Nghe người già nói, hễ sắp làm vợ chồng, ai đạp lên bóng trước thì sau nầy người đó cầm quyền. Nhưng nếu như Út hổng chịu thì tui quay lưng lợi cho Út đạp lên bóng tui. Vậy chịu hôn?

- Trời ơi thằng cha mắc dịch. Ai sắp làm vợ chồng với ông? Ông vô duyên cũng vừa phải thôi chứ. Cái bản mặt khùng nhìn thấy là ưa hổng nổi rồi.

- Ê, hết vô duyên tới khùng nhen.

- Ửa, chửi vậy mà hổng thấm ông đừng nói chi. Tối ngày theo kiếm chuyện chọc cho tui chửi, ta nói hổng có ưa mà cứ lần quần hoài.

- Vậy đó, lần quần hoài tới chừng nào ưa thì thôi hà.

- Vô duyên. Dìa đi cho tui mần cha nội.

- Vô duyên nữa, đuổi tui dìa lát cái mô tưa có chuyện đừng kêu tui sửa nhen.

- Hổng mượn.

Khó quay lưng, rồi anh ta khum người xuống mà đi, lầm bầm:

- Vô duyên hoài kiểu nầy riết sao đi thẳng người được trời?

Nhẫn nhìn theo tướng Khó đi, vừa thấy ghét vừa mắc cười nôn, cô muốn tung chưn đạp cho thằng chả té chúi nhủi xuống đất cho bỏ tật ghẹo chọc. Tư Khó đang lum khum chợt thẳng lưng lên, quay lại nói giọng nghiêm túc:

- Ờ quên nữa, hồi nãy tui đạp lên bóng Út, cảm nhận được Út nhẹ bóng vía lắm nhen. Mấy người nhẹ bóng vía dễ gặp ma lắm á.

Nhẫn trề:

- Xời, nhè tui mà ông nhát ma. Xin lỗi ông à, ma không sợ tui thì thôi chứ tui làm biếng sợ nó lắm. Ông nghĩ coi, một mình tui thức khuya dậy sớm cho gà vịt heo cúi ăn, trồng trọt hái rau đậu năm nầy tháng nọ mà sợ ma thì ai mần cho tui? Mắc cười, hết chuyện nói rồi hả nay giờ chiêu nầy?

Tư Khó làm mặt nghiêm nghị:

- Là tui dặn hờ vậy thôi. Cái chuyện có cô con gái đẹp ở cây mận báo cho tui hay chuyện nầy kia là có thiệt chứ không phải giỡn nhen. Út không sợ ma vì trước giờ Út không có chọc ghẹo họ, đàng nầy Út đã chọc ghẹo nàng tiên Mận rồi thì Út phải cảnh giác, tui thương nên nhắc vậy thôi.

- Thôi xạo cha nội, "nàng tiên nữ" hả? Há há há, có nàng tiên nữ thiệt tui cũng cầu chúc cho ông được bén duyên với nàng à, hứ.

Khó hốt hoảng:

- Trời ơi, giỡn người nhen. Cổ nghe được đó.

Nhẫn nghinh mặt lên:

- Nghe được thì làm gì tui? Xời, ma thì nói ma, tiên nữ nầy tiên nữ nọ.

Khó xua tay, chắc lưỡi:

- Lì nói không nghe, có chuyện gì ngồi đó hả họng khóc tui hổng có dỗ đâu.

- Cám ơn. Ai mượn ông dỗ? Ông dìa nói với con ma tiên nữ đẹp gái của ông đi, tối nay tui hẹn nó mười giờ gặp ngoài cây mận để dòm coi nó mặt mày tướng tá ra sao mà ông ca ngợi dữ thần vậy.

- Bậy bậy, đối với những chuyện đó đừng có nói chơi nhen.

- Xời, hôm nay tui nhìn ra ông thêm một điểm thấy ghét nữa, đàn ông gì mà nhát như thỏ đế, lại tin vô mấy cái chuyện ma quỷ nữa chứ, mắc cười thiệt nhen. Thôi dìa hẹn với con ma tiên nữ đi cha nội cho tui mần. Nhớ nhen, mười giờ tối nay đó.

Khó còn định nói thêm gì nữa nhưng Nhẫn đã nạt chặn ngang:

- Tui nói ông đi dìa. Sáng sớm đừng có chọc cái miệng tui à.

Khó lơn tơn đi về, vừa đi vừa lầm bầm:

- Cản không nghe tối nay rồi coi cái cảnh.

Thật sự thì Nhẫn không sợ ma và lại càng không tin có chuyện ma quỷ gì ráo. Bao nhiêu năm nay cô một thân một mình lủi thủi trong nhà, ngoài đồng có thấy ma cỏ gì đâu. Nếu có vong hồn người đã mất thì sao cha và các anh chị cô chưa một lần nào trở về thăm mẹ con cô? Thằng cha Tư Khó được cái nói xàm, định nhát ma cô hả? Đúng là khùng thiệt. Cô cũng không hơi đâu mà để ý đến lời nói thiên linh thiên địa của thằng chả cho mệt.

Vậy mà tối gần mười giờ cô cũng hiếu kỳ, tắt hết đèn trong nhà chỉ chừa cái đèn ngủ cho má rồi xách đèn pin đi ra sân nhìn qua cây mận. Đêm nay trời không có trăng sao gì ráo mà cái mòi như muốn chuyển mưa, Nhẫn thấy the the lạnh nhưng muốn ra dòm ngó chút để mơi có cớ mà chửi thằng cha Tư Khó. Nhưng hình như… hình như dưới gốc cây mận thấp thoáng có một bóng người, bóng người con gái.

Cô nhíu mày, dụi mắt hai ba lần, rõ ràng cô thấy có một người con gái mặc bộ đồ trắng đứng dưới gốc cây mận thì phải. Chẳng lẽ nào? Không, không bao giờ trên đời nầy có ma hay Tiên nữ gì ráo, nhưng cái bóng trắng? Ở xóm này có ai dám mặc bộ đồ như vậy ra ngoài lúc nửa đêm nửa hôm chứ?

Nhẫn lấy đèn pin rọi vào bóng trắng. Khoảng cách khá xa nhưng cô cũng thấy được "con ma" đúng là mặc bộ đồ trắng thiệt và đứng hổng trên mặt đất cả nửa thước. Khi bị đèn pin rọi vào, "con ma" từ từ nép vào gốc mận rồi luồn vào thân cây, tàng cây mận dù rậm rạp vậy đó vẫn không giấu được toàn thân "con ma", Nhẫn bắt đầu thấy đôi chân mình như run lên, mặt mày xanh mét nhưng cô vẫn không tin, nghĩ là chiêu bài gì của Tư Khó giở ra để nhát mình nên trấn tỉnh tinh thần lại, xịt đèn pin chỉa thẳng vào "con ma", bỗng con ma như vươn vai, bay tót lên đọt mận đứng lửng lơ trên đó, con ma có đầu, mình, tay chân hẳn hòi, Nhẫn khiếp đảm thật sự, cô đứng như trời trồng nhìn nó từ từ lướt gió bay lên nóc nhà Tư Khó rồi mất hút. Có thể nó đã vào báo tin cho thằng chả.

Nhẫn hồn phi phách tán, mặt cắt không còn chút máu. Lần nầy thì cô tin thiệt, gai óc từ đâu nổi kín trên thân thể cô. Nhẫn đứng thật lâu mà không bước vô nhà nổi, giữa thời tiết lạnh lẽo vầy mà mồ hôi cô xuất ra ướt nhẹp cả cái áo dài tay may bằng loại vải dầy cui.

Một lát sau, Nhẫn thấy lạnh cả sống lưng, cô hoảng hồn chạy thật nhanh vô nhà sợ con ma dí theo khều lên vai chắc chắn cô sẽ chết giấc ngay lập tức. Vào tới nhà, cô chỉ kịp đóng cửa quên cả chốt rồi chạy bay vào phòng trùm mền kín mít. Cả đêm cứ nghĩ, cứ nhớ đến con ma tới độ không chợp mắt được một giây.

Sáng dậy, Nhẫn sau một đêm thao thức vì sợ… ma, người mệt rũ và lừ đừ. Trong lúc bà Ba đi chợ thì cô rề rà cho heo cúi gà vịt ăn. Đang lum khum đổ thức ăn vào máng heo cô hết hồn khi nghe tiếng Tư Khó:

- Cho heo ăn hả? Giỏi ác ha.

Tự nhiên Nhẫn đổ quạu ngang:

- Trời, nay mò tới đây luôn?

- Xời, chuồng heo này hồi đó tui lợp chứ ai mà. Nhà này chỗ nào tui hổng biết.

- Trời ơi tui mệt ông quá trời rồi nhen. Tối ngày hổng có chuyện gì làm hả?

- Sao không đi? Cực như con chó mặt xệ nè. Vậy chứ hễ rảnh là phải bang qua đây gặp mặt cái dìa mới mần nổi.

Rồi thấy vai áo Nhẫn trễ xuống để lộ ra cái mục ruồi, như thấy vàng, Tư Khó reo lên:

- Á, có cái mục ruồi gánh vác kìa, thấy rồi nhen.

Mèn ơi Nhẫn tức mình một cái luôn, kéo áo lên, cô la vang rền:

- Gì nữa vậy cha? Vô duyên sao mà đạ mạng vậy hổng biết.

- Nữa... vô duyên nữa...

- Chứ gì. Hèn gì bị vợ bỏ đáng đời.

- Ê, chơi vậy hổng quân tử nhen. Chơi gì nói hổng lợi rồi đem chuyện riêng của người ta ra cười?

- Tui hông có chơi ví ông. Tui mắc nói thì tui nói hà hổng bịnh gì cữ. Tui còn biết ông Bê Đê nữa cà.

Nhẫn cố tình chọc cho Khó tức để đừng đeo theo chọc ghẹo cô nên không kiêng cữ gì hết, nói cho sướng miệng, ai dè phản ứng của thằng chả làm cô té ngửa, Tư Khó cười khửa khửa:

- Chết cha! Bại lộ rồi hả ta? Biết Bê Đê luôn?

Nhẫn mắc cười nôn. Cô làm thinh coi chả giở trò gì. Khó khom người nhìn vô mặt Nhẫn:

- Giờ tính sao đây Út?

- Tính gì cha?

- Hay là tui hy sinh cho Út "thử" đó, hễ xài được thì xài không thì xù, chịu hôn?

Nhẫn lại la làng lên:

- Nói gì khùng vậy cha nội?

Khó lại cười khửa khửa, thay đổi chiến thuật:

- Hiểu rồi, hồi tối gặp nàng tiên Mận nên còn hoảng tới giờ phải hôn?

Lần này thì Nhẫn thật sự không dám báng bổ như hôm qua nữa. Cô dừng tay, ngó khó lom lom để dò xem phản ứng của anh ta:

- Nói nghe, bộ cây mận có ma thiệt hả?

- Ủa hổng tin mà?

- Nói nghe đi. Cà chớn làm cao tui đuổi về nữa bây giờ.

Phần 4

XAO ĐỘNG

Khó làm thinh một hồi chủ yếu gợi cho Nhẫn sự hiếu kỳ. Nhẫn cũng kiên trì chờ đợi anh ta trả lời nhưng bỗng nhiên Khó rùng mình mấy cái rồi khoanh tay lại, hai bàn tay xoa xoa lên hai vai, lắc đầu từ chối:

- Thôi bỏ qua chuyện đó đi. Đừng nhắc tới nữa. Nói cho vui thôi chứ mỗi lần cổ về mắng vốn chuyện gì tui cũng sợ chết mẹ. Từ đó tới sáng nằm im ru bà rù có ngủ nghê gì được.

Nhẫn vừa sợ vừa ghét:

- Nói chuyện với ông mắc mệt. Không nói thôi dìa đi cha tui còn nhiều việc chưa làm lắm hổng rảnh đôi co ví ông.

- Có chuyện gì phụ được tui phụ cho?

- Hổng mượn. Dìa.

Khó vừa quay lưng vừa lầm bầm:

- Ủa, nhớ nhen? Nhớ xua đuổi tui hoài nghen? Mơi mốt cần kiếm tui cũng khó chứ không phải chơi đâu à.

- Cha bỏ thói niệm thần chú giùm tui cái. Đàn ông đàn ang gì mà hễ ra là nói chanh nói giấm. Thiệt tình ưa hổng nổi.

Khó te te bỏ về một nước.

Ba ngày liên tiếp không hề thấy bóng dáng của Tư Khó, trong bụng Nhẫn cảm thấy ái ngại, chẳng lẽ hắn ta giận mình?

Muốn hỏi má hết sức vì ngày nào bà cũng qua nhà Khó đánh bài nhưng không biết mở lời sao. Lỡ má tưởng cô để bụng hắn thì chết nữa. Nhưng cái sự vắng mặt của Khó làm cho Nhẫn tò mò quá. Cuối cùng cô cũng nói vòng vo để dò la tin tức:

- Năm nay cây ô môi tưởng thua ai dè nay trổ bông quá trời hén má?

Bà Ba ừa. Nhẫn lại nói:

- Con chửi Tư Khó hoài chắc chả giận rồi. Năm nay không biết ai hái trái dọn sâu cho mình nữa.

Bà Ba liếc Nhẫn:

- Ai kêu chảnh? Hàng xóm láng giềng mà gặp người ta ở đâu thì hì hồ ở đó. Nó có mê mầy cách mấy mà cưới con vợ về tối ngày chửi bới chồng ai mà chịu nổi.

- Con không ưa thì nói không ưa mắc gì sợ thằng chả?

- Mà nó mần gì để mầy không ưa? Mấy chục năm nay nhờ có nó cây ô môi mới không bị đốn. Mầy mê bông, ham trái mà sợ sâu chết dịch, một tay của nó trị. Nó làm gì mà mầy không ưa nói tao nghe coi.

Nhẫn câm họng. Ủa sao mà má cô binh hắn dữ vậy chứ? Nhẫn tức khí nói bừa:

- Không ưa là không ưa chứ chẳng có tại sao tại siếc gì hết.

Bà Ba hứ cái cốc rồi cũng làm thinh. Nhẫn chưa đạt được mục đích nên tiếp tục nói nữa:

- Con chửi hoài nên ba bữa nay chả có dám léo hánh tới đâu má thấy hôn?

Bà Ba trề môi:

- Xời! Chứ hổng phải hổm nay nó đi coi mắt vợ đó ha.

Nhẫn tá hỏa tam tinh. Không kịp giữ kẽ, hỏi dồn dập:

- Ủa chả đi coi vợ hả má? Coi ở đâu vậy? Ai làm mai ha chả quen?

Bà Ba tạt nước lạnh vô mặt Nhẫn:

- Hỏi chi dạ? Ghét thì kệ người ta đi.

Đang ngồi trên bộ ván, bà bước xuống đất xỏ chưn vô đôi dép rồi lững thững ra ngoài.

Nhẫn ngồi lại, lớp thắc mắc lớp bồn chồn. Coi vợ? Coi ở đâu ta? Bộ chả cũng tới nước rồi hay sao mà đi lội vợ dữ. Ôi mà có con mẹ nào khùng khí chuột mới ưng hắn. Đàn ông gì mà... mà sao hén? Công tâm nhận xét thì bộ mã hắn cũng không đến nỗi nào, hắn cũng được cảm tình của bà con lối xóm từ con nít tới người lớn, hình như ở đây chỉ có mình Nhẫn là không ưa hắn thôi. Nhẫn tự kiểm điểm, sao mình không ưa hắn ta hén? Thấy mặt là mắc nổi quạu, chả đứng chỗ nào là muốn bứng đất chỗ đó đem đi đổ, hình như mình và chả chưa bao giờ có một cuộc nói chuyện đàng hoàng. Cứ hễ mỗi lần chả xáp lại gần là mình kiếm chuyện chửi, móc họng người ta mà chả cũng hổng giận. Có điều sao mấy hôm trước mới kêu má mình là má vợ nay đi coi mắt là sao? Mà coi ở đâu tới mấy ngày lận chứ?

Nhẫn giật mình khi tự nhận ra mình quan tâm tới Tư Khó. Cái gì vậy ha? Chả cưới ai cưới thây kệ chả chứ miễn đừng lảng vảng trước mặt cô là được. Nhẫn cười thầm trong bụng, từ nay khỏe rồi, khỏe thiệt rồi nhưng sao cứ tức ấm ách cái vụ gì vậy ta? Kệ thằng chả đi, về tới mà vác bản mặt qua đây rồi coi cái cảnh.

Hôm sau, hôm sau nữa Khó cũng chưa về. Ngày nào Nhẫn cũng dòm chừng nhưng hình như anh ta đã biến mất khỏi thế gian nầy vậy.

Đến lúc cô không thèm để ý nữa thì Tư Khó xuất hiện chần vần trước... cây mận, đang hái một trái chùi chùi vô áo rồi căn ăn. Thấy Nhẫn đi chợ về anh ta giả bộ ngó lơ, ngó lên cây mận hát nghe thống thiết:

Tình ngỡ đã quên đi
Như lòng cố lạnh lùng
Người ngỡ đã đi xa
Nhưng người vẫn quanh đây...

Chả hát nguyên một bài. Thù oán gì cũng phải công nhận chả hát hay thiệt. Tự nhiên Nhẫn thấy hồi hộp một cách kỳ lạ. Cha, coi bộ vui vẻ dữ, chắc là coi được con nhỏ nào rồi. Cô đi thật lẹ quẹo vô nhà, không biết sợ cái gì. Sợ anh ta chọc ghẹo hay sợ bị ngó lơ cô cũng không xác định được chỉ là muốn vào nhà cho nhanh vậy thôi.

Để cái giỏ xách lên bàn, thay vì dọn đồ ra như mọi bữa Nhẫn ngồi bịch xuống ghế, bần thần. Hổng lẽ chả không thấy mình ha ta? Rõ ràng từ xa mình thấy chả dòm ra đường mừ? Mà chả về hồi nào sao không qua kiếm mình như mọi lần? Hay là có ý trung nhân rồi nên không thèm đếm xỉa gì tới những mối quan hệ khác? Lẽ nào con người của chả tầm thường vậy sao? Mà biết đâu chả hổng thấy mình thiệt?

Chứ với bản tính của chả, thế nào chả cũng phải nói một câu gì đó với mình chứ? Ôi mà thôi kệ đi, chết chóc gì cái chuyện chào hỏi đó, mình có ưa thằng chả hồi nào đâu mà.

Tới chiều tối, Nhẫn vẫn không thấy Khó vác mặt qua trong khi chả vừa tưới sân vừa hát rùm trời toàn là nhạc tình. Cơm nước đã chuẩn bị xong mà má cô vẫn còn ở chơi bên nhà hắn. Sòng bài đã giải tán từ lâu. Nhẫn muốn qua kêu bà về ăn cơm như mọi khi để coi thái độ hắn đối với cô ra sao nhưng ngần ngại và tự ái. Ủa mà sao ngần ngại? Sao tự ái chứ? Chỉ là cô ghét không muốn thấy mặt hắn thôi.

Đèn đuốc sáng choang hết thì bà Ba về.

Nhẫn muốn hỏi thăm về vụ coi mắt vợ của Khó lắm nhưng ngại mở lời kỳ cục. Cô vừa dọn cơm vừa giả bộ cần nhằn dò la tin tức:

- Nghỉ đánh bài lâu rồi sao tới giờ má mới dìa?

Bà Ba kéo cái ghế dạt ra, ngồi xuống:

- Thì ngồi chơi với bà Hai nghe bả kể vụ thằng Tư Khó coi vợ.

- Người ta coi vợ mắc gì má quan tâm?

- Ủa ngộ ha? Tao quan tâm kệ tao, mầy không để ý đến thì hỏi chi?

Nhẫn quê. Cô làm thinh bới cơm ra chén. Bà Ba so đũa chia cho mỗi người một đôi xong cầm chén cơm lên, nói tiếp:

- Thiệt tình tao tiếc thằng Tư gì đâu. Phải chi được nó làm rể thì tuổi già không còn lo gì nữa.

- Xời, bộ chả lo cho má hả? Chả còn má chả chi?

- Không lo là không lo cho bây á. Có chồng gần gũi má, thằng chồng hiền lành, giỏi giang lại biết điều, má nó cũng chơn chất. Đời bây giờ đốt đuốc đi tìm giáp làng coi có chỗ nào được vậy hôn.

Tự nhiên Nhẫn phực ra câu nói:

- Bộ bây giờ chả có chỗ cưới rồi ha?

Bà Ba dòm dòm xem phản ứng của Nhẫn:

- Con Ba Lung chị nó làm mai đứa kế bên nhà. Nghe đâu hai đứa cũng hạp lắm, ra Giêng nầy đi bỏ trầu cau rồi định ngày cưới luôn.

Nhẫn cảm thấy hụt hẫng. Cô xác định rõ ràng là mình không ưa Tư Khó nhưng trước giờ cứ nghĩ hắn ta để ý mình, nay vô duyên vô cớ đi coi mắt nhỏ con gái khác còn định bỏ trầu cau chứng tỏ hắn có để cô trong tầm mắt bao giờ?

Nhẫn hờn ghê gớm trong bụng nhưng không biết trút ra với ai. Hèn chi mấy hôm nay chả đi vắng bặt về tới nhà cũng không hề đếm xỉa cô. Chẳng lẽ cô không còn cơ hội để chửi chả nữa sao? Vậy trái và mấy con sâu ô môi phải tính cách nào?

Nhẫn buồn. Buồn quá xá là buồn mà không hiểu rõ mình buồn chuyện gì. Nhìn má ăn cơm ngon lành mà cô nuốt không trôi. Bà Ba thì cứ vừa ăn vừa liếc chừng con gái ra vẻ thương lắm khiến Nhẫn càng cảm thấy tủi thân.

Cả đêm Nhẫn cứ trằn trọc, nghĩ lung tung đủ thứ chuyện, không chuyện nào ra chuyện nào.

Mới sáng sớm, Nhẫn đang dội chuồng heo thì bà Ba ra gọi:

- Con coi qua nhà thằng Vĩnh phụ vợ nó đi con.

- Vụ gì vậy má?

- Thằng Vĩnh chết rồi.

- Trời đất cơi. Hồi nào vậy?

- Nó mất tích hai bữa nay, chiều tối hôm qua nổi phình trên cái xẻo ranh nó với ông Tư đó. Nhậu say về té chết.

- Cha đó chết vậy cũng phải à. Ham ăn nhậu cho cố vô. Chửi vợ chửi con, chửi làng chửi xóm.

- Thôi kệ người ta đi con. Mình là hàng xóm với nhau tới phụ vợ con nó lo đám cho xong. Tội nghiệp con vợ nó hiền. Để má qua cho bà Hai hay coi bả có biết chưa.

Bà Ba te qua nhà Tư Khó. Nhẫn không muốn đi, cô cũng không muốn gặp Khó vì biết thế nào thằng chả cũng tới phụ.

Chả được cái nước hàng xóm có hữu sự là có mặt. Nhẫn không ưa thằng cha Vĩnh. Gặp chả lúc nào cũng thấy lè nhè, ăn hiếp vợ nổi tiếng khu vực nầy. Xỉn lên ai đi ngang nhà nhìn vô chả cũng chửi, chả y chang như Chí Phèo thời đại, thua Chí Phèo chỗ rạch mặt ăn vạ nhưng hơn Chí vì chả có vợ con nên có nơi để trút giận. Chết như chả cũng nhục nhưng khỏe cho vợ lắm. Đàn bà lấy nhầm thứ chồng như thứ đó thì thúi đời.

Má Nhẫn còn trong nhà bà Hai thì Tư Khó qua lúc cô đang đứng bần thần cầm cây chổi quét sân. Khó nghiêm trang nhìn Nhẫn, cô bỗng thấy bối rối. Rồi như hờn như giận, cô cúi mặt xuống, không chửi xả như mọi khi cũng không biết nói câu gì. Khó mở lời trước:

- Đi phụ chị Vĩnh đi.

- Không đi.

- Tại sao?

- Ghét.

- Mở lòng ra một chút đi. Ghét thì ảnh cũng chết rồi, thương cho người còn lại. Bà con lối xóm chung tay lo chôn cất cho ảnh xong để chỉ cũng làm tròn trách nhiệm với chồng.

- Thì đi đi. Rủ người ta chi?

- Hai đứa mình cùng đi.

- Hông dám đâu. Sắp có vợ rồi, đi chung mang tiếng.

- Mang tiếng gì? Hàng xóm bao nhiêu năm nay, có gì đã có rồi.

Tự nhiên Nhẫn nghe rưng rức buồn. Thì ra chỉ là hàng xóm thôi sao? Cô tủi thân im lặng, Khó nghiêng mặt nhìn cô, giọng ân cần:

- Sao buồn vậy?

Tận đáy lòng Nhẫn cuộn lên một nỗi niềm gì đó không có tên gọi. Buổi sáng trời trong gió mát, cây ô môi ra bông rực rỡ cả một vùng, thoảng mùi hương nhè nhẹ bình thường luôn làm Nhẫn hưng phấn vui vẻ sao hôm nay cô cảm thấy bứt rứt trong người. Buồn quá là buồn nhưng không biết rõ nguyên nhân. Nhẫn chống chế:

- Ghét thằng cha Vĩnh nhưng thương vợ ổng.

Khó nhìn lên cây ô môi, buông tiếng thở dài:

- Con người ta không thể tự chọn cho mình nơi sinh ra và lớn lên, cũng như không thể biết trước tương lai và kết thúc của mình như thế nào. Anh tin rằng ai ai cũng muốn mình sống được người khác tôn trọng, chết thì sẽ được tiếc nuối. Nhưng cuộc đời mà, đâu phải dễ dàng cầu được ước thấy? Có thể anh Vĩnh cũng mong muốn như vậy nhưng bị thất chí nên sa đà vào rượu chè dẫn đến kết quả bị người đời khinh rẻ cuối cùng bỏ mạng lãng nhách.

Nhẫn giương đôi mắt mở lớn hết cỡ nhìn Khó. Hình như cô nghe lầm? Hắn xưng ANH với cô phải không? Nhẫn chưa bao giờ có một cuộc nói chuyện nghiêm túc với Khó, gặp mặt là chửi, là chọc ghẹo nên khi nghe mấy lời nầy của Khó, cô giận mình sao lâu nay không hề để ý lắng nghe và trao đổi với nhau để bây giờ dẫu có muốn thì đã không còn cơ hội rồi.

Đột nhiên, Nhẫn muốn khóc. Tự nhiên cái xưng Anh, chắc xưng với con nhỏ kia nhiều lần nên quen miệng mà quên là đang nói chuyện với cô chứ gì? Nhẫn hờn trong bụng, bất giác không kiềm được những giọt nước mắt rơi ra.

Phần 5
LỬA TÌNH NHEN NHÚM

Khó phát hiện ra những giọt nước mắt chảy dài trên đôi má Nhẫn, anh bàng hoàng:

- Sao khóc vậy? Anh nói gì phật ý Nhẫn à?

Nhẫn không trả lời, cứ cúi đầu xuống mà khóc. Bỗng dưng cảm thấy mình nhỏ bé tội nghiệp trước mặt Khó, gã đàn ông mà lúc nào cô cũng nghĩ mình ghét cay ghét đắng, ghét tới độ không muốn nhìn mặt và nói một câu ngọt ngào. Chỉ cách có mấy hôm sao tình cảm lại thay đổi đột ngột như vậy làm cô thấy xốn xang. Hay bởi tại vì cô sẽ không còn có nhiều dịp để gây gổ chửi bới anh ta nữa? Đã không còn cơ hội nói những chuyện không đâu vào đâu thì anh ta cần gì phải ân cần với cô như vậy? Cứ chọc ghẹo cho cô la rùm lên như trước có phải tốt hơn không? Đàng nầy lại dịu dàng trìu mến, anh anh, một anh hai cũng anh làm cho trái tim cô gái ba mươi lăm tuổi bấn loạn mà chẳng hiểu vì sao.

Khó ngần ngừ một chút rồi nói:

- Thôi vô thay đồ rồi cùng đi với anh!

Lại anh nữa. Nhẫn đưa tay áo lau nước mắt, lí nhí:

- Cần gì thay đồ. Đi phụ ở dưới bếp không mờ.

- Thì cũng phải ăn mặc cho đàng hoàng ai lại bận đồ bộ bao giờ.

- Đi trước đi lát đi sau.

- Đi một lượt, anh lấy Honda chở đi.

Nhẫn đỏ mặt, mắc cỡ thiệt tình:

- Gần xịt mà đi Honda gì?

- Kệ, đem theo có khi trong đám cần thì cho người ta mượn đi cho nhanh.

Nhẫn phát hiện ra thêm một điều nữa là Tư Khó rất có lòng với xóm giềng.

Khó lại nhắc:

- Vô thay đồ đi nhen, anh về lấy xe đây, nói dì Ba về trông nhà.

- Thôi. Đi chung mắc cỡ lắm. Sắp có vợ rồi đừng để người ta hiểu lầm.

Khó vừa quay lưng bước đi bỗng quay phắt lại:

- Mắc mệt! Chừng nào có vợ thì tính. Vô thay đồ đi.

- Quét xong cái sân đã.

- Rấp gì. Về quét cũng được. Hay để anh quét cho nhanh.

Nhẫn hết hồn giấu chổi ra phía sau lưng, đỏ mặt:

- Bậy bạ.

- Bậy bạ gì? Ở nhà anh quét chứ ai.

Nhẫn phì cười:

- Nói dóc. Thấy dì Ba quét không.

Khó chúm chím khum xuống ngó mặt Nhẫn:

- Cười vậy coi dễ thương hôn. Con gái quạu quọ riết mặt nhăn hết bớt đẹp. Về lấy xe nhen.

Nhẫn chưa kịp trả lời thì Khó đã khuất sau cây mận rồi. Tự nhiên cô thấy vui và yêu đời, bèn dẹp chổi vào thay cái quần đen và áo sơ mi sọc ca rô mà rất ít khi cô mặc. Đứng ngắm mình trong gương, Nhẫn chớp chớp mắt, tự thấy mình coi cũng... đường được. Nghĩ mắc cười, không biết ông ứng bà hành gì tự nhiên lại muốn đi chung với thằng cha Khó mắc dịch nầy.

Nhẫn bước ra thì má cô đã về tới nhà, bà cười cười nhìn cô có vẻ mãn nguyện, Nhẫn mắc cỡ với má của mình luôn:

- Má cười gì má?

- Đâu có. Tao thấy bây chịu đi phụ đám ma nên mừng vậy mà.

- Chứ hồi nào tới giờ hàng xóm có chuyện con cũng tới phụ bộ lần đầu tiên hay sao?

Bà Ba xua tay:

- Thôi đi đi, thằng Tư nó chờ ở ngoải kìa đứng đó đôi co. Nhớ cúng đám ma 200.000 đồng nghen con.

- 100.000 được rồi má, trước giờ vậy mà?

- Đành là vậy, nhưng tội nghiệp vợ con nó nghèo, chồng chết còn lo cho ba đứa con nhỏ nữa. Thằng Vĩnh nó ham ăn ham nhậu vậy nhưng khi tỉnh táo cũng giỏi giang, gánh gồng công việc nặng nhọc cho vợ con. Nó mất rồi vợ nó cũng đuối à. Thôi đi đi con.

Nhẫn ra cửa, Khó đã ngồi trên xe đợi. Cô lúng túng và hồi hộp kỳ cục. Chưa bao giờ Nhẫn nghĩ tới có ngày đi chung đường chứ đừng nói tới chuyện ngồi sau xe của Khó. Anh ta mặc áo thun màu cứt ngựa và cái quần ka ki bạc, bộ dạng sẽ phụ đám ma cật lực đây nhưng quả thật nhìn chả cũng sang sang sao đó mà trước giờ cô không hề nhận ra.

Tư Khó cười tươi rói nhìn Nhẫn. Bỗng cô cảm thấy chân mình ríu lại, không bước thêm được nữa. Cô lại nói lí nhí không giống bản tính của mình trước nay:

- Hay là... đi trước đi. Lát tới liền.

Khó hất mặt, hoàn toàn trong thế chủ động:

- Sao vậy? Đi chung bộ cọp cắn hả? Đi chung cho chửi đã thèm hổm nay vắng mặt chắc ghiền chửi dữ rồi.

Nhẫn mắc cười, đỏ mặt nữa:

- Kỳ quá.

- Kỳ gì kỳ? Ai nói gì anh xử cho. Thôi lên đi mà cô Hai. Không thì anh bưng lên lấy dây ràng lại ráng chịu à.

Nhẫn mắc cười, mắng "đồ quỷ" rồi rụt rè ngồi một bên sau yên xe, Khó la bài hải:

- Trời, ngồi hai bên đi cô Hai, tới chỗ dằn rớt mất tiêu hổng biết đường kiếm à.

Nhẫn riu ríu leo xuống xe và ngồi hai bên. Khó bạo dạn nắm tay cô kéo qua ôm lấy eo mình, cười khì khì:

- Vầy cho chắc khỏi sợ rớt.

Lần nữa Nhẫn đỏ cả mặt mũi, toàn thân cô nóng ran, rút tay lại cô khẽ đánh vào vai Khó:

- Mắc dịch hà.

Khó lại cười. Từ nhà hai người đến đám ma nếu đi bộ bằng đường tắt chỉ khoảng năm phút nhưng vì đi Honda nên Khó phải vòng lên lộ cái rồi mới rẽ vô nhà. Nhẫn ngồi sau mặc cho anh chàng chở đi đâu thì cô theo đó. Hai bên đồng ruộng lúa vừa gặt xong còn trơ gốc rạ, từng đàn cò trắng từ đâu bay về đậu bầy bầy trắng cả cánh đồng làm đẹp thêm khung cảnh miền quê yên bình. Nhẫn nghe trong lòng nôn nao một tình cảm khó tả với buổi sáng hôm nay mặc dầu cách đó vài trăm mét có đám tang khó của một gia đình.

Xe chạy bon bon trên con đường nhựa, gió thổi mát rượi. Khó bắt chuyện trước:

- Ăn thịt Cò hôn?

- Chi dạ?

- Vài bữa lấy ná giàn thun bắn vài con về làm thịt.

Nhẫn đánh vào vai Khó:

- Trời ơi ác kìa.

Khó cười hả hả, tiếng cười vui vẻ hào sảng chứ không phải khửa khửa nghe ứa gan như mọi bữa. Anh ta cố tình chọc ghẹo Nhẫn:

- Ác gì mà ác, vật dưỡng nhơn mà. Mần xong bằm tàn thây xào lăn, chiên bánh phồng tôm xúc vô đầy nhóc mủng bánh bỏ vô miệng cắn cái rạo, nhai nhóp nhép ta nói nó ngon… hén hén…

- Nói nghe thấy ghê. Bầy cò đang yên đang lành tự nhiên bắn chết mấy con ăn thịt. Không nghe người ta hay ví cò như một người mẹ tảo tần sớm hôm nuôi con cơ cực hay sao?

- Ngạc nhiên nghen? Có lòng quá ta. Nói chơi cho vui thôi chứ anh nỡ nào làm cái chuyện bất nhơn đó. Nhưng cái nầy thì nói thiệt nè, bữa nào ra ruộng bắt mớ cua đồng dìa nấu bún riêu ăn nhen?

Nhẫn vui tí tởn định đồng ý chợt nhớ ra Khó sắp đi coi mắt vợ nên chụp buồn ngang. Cô nói giọng rầu rầu:

- Thôi mơi mốt có vợ rồi để vợ nấu cho ăn.

- Vợ nữa. Mà hỏi thiệt, anh có vợ Nhẫn có buồn hôn?

Nhẫn buột miệng:

- Có!

Rồi biết mình lỡ lời, cô chống chế:

- Mắc gì buồn? Đâu có liên quan gì nhau mà buồn?

- Buồn thì nói buồn, ai cười đâu mà ngại. Nếu như không muốn anh cưới vợ thì giành lại đi.

Nhẫn hồi hộp trong bụng mà cũng mắc cười:

- Giành sao mà giành? Làm như con nít giành đồ chơi.

- Ừ thì vậy đó. Lên tiếng một cái anh nghỉ cưới vợ liền.

Nhẫn mắc cỡ, cô chẳng biết trả lời với Khó ra làm sao. Thật ra cô có muốn anh ta cưới vợ không? Cưới vợ là chuyện của thằng chả mắc mớ gì mình bởi vì vốn dĩ mình có ưa thằng chả hồi nào đâu. Có điều sao hổm rày nghe tin chả định đi coi mắt con nhỏ nào đó do chị chả làm mai mình lại nghe ức ức mới kỳ cục. Mà nếu như chả có vợ rồi thì mình sẽ không có người chọc ghẹo còn khỏe chứ sao, có điều ai sẽ hái ô môi và dọn sâu cho cô đây? Lần trước chả lấy vợ và chia tay với cô ta chỉ có vài tháng nên ô môi chưa kịp trổ bông có đâu mà ra trái.

Nhưng sao mấy bữa nay hình như cô bớt ghét chả hay sao á, cô cũng không thấy chả vô duyên như mọi khi nữa, trước nhìn mặt chả cô mắc nổi ôn giờ thoáng thấy từ xa tim đập đụi đụi kỳ cục hết biết. Trước thấy chả ở đâu chỉ muốn né ngang chỗ khác giờ cứ lén lén ngó chừng hoài. Kỳ vậy ta? Có cái gì thay đổi mà lẹ vậy? Trước khi chả lên chị Ba có một ngày cô còn ghét chả thúi con mắt đây mà?

Nhẫn đang miên man suy nghĩ bỗng Tư Khó quẹo vô con đường vào nhà của Vĩnh, anh ta quẹo cua gấp nên không biết vô tình hay cố ý mà thắng xe nghe cái rét chúi nhủi, Nhẫn va đầu vào lưng khó và theo quán tính, cô ôm lấy anh, hết hồn:

- Trời đất cơi, cái gì vậy?

Khó cười khì khì, Nhẫn chưa kịp hoàn hồn thì xe đã dừng lại trước cửa đám tang, mọi người nhộn nhịp phụ chủ nhà lo dựng rạp, mượn bàn ghế, Khó dắt xe dựng khuất vào phía hông nhà còn Nhẫn lủi ra sau bếp. Vợ Vĩnh đầu chít khăn tang bước ra chào hai người. Nhẫn ngại run khi mọi ánh mắt đều đổ dồn về cô và Khó, mặc dù không ai nói gì nhưng cô cảm thấy hình như họ đã mặc định mối quan hệ của hai người. Ồn ào như vậy và ngoài mặt cũng khẩn trương cho giống đi đám ma nhưng trong bụng Nhẫn đã định thế nào cũng phải hỏi tội thằng cha mắc dịch nầy cái vụ thắng chúi đầu cho cô phải ôm chả mới vừa cái bụng.

Khó vừa tới thì đã có việc làm, anh ta chỉ huy đám trai tráng lo sắp xếp bàn ghế, đặt ly tách bày trà bánh ra bàn để đón khách tới phúng điếu. Chiếc hòm gỗ đơn sơ đặt giữa nhà, ba đứa nhỏ đội khăn tang cha, đứa lớn quì ngay linh cữu còn hai đứa nhỏ đi lung tung. Chị Vĩnh mặt buồn rầu rất ít nói chuyện, bình thường chị cũng hiền lành ít nói như vậy. Đó là người phụ nữ nương tựa vào chồng từ bao nhiêu năm nay cho đến khi Vĩnh sa đà vào rượu chè, hay đánh mắng chị nhưng chị vẫn cam chịu mà không một lời ta thán. Bây giờ anh đã mất đi, một mình chị chống chọi và nuôi ba đứa con nhỏ rồi ngày tháng sắp tới đối với chị sẽ đen tối biết bao.

*

Nhẫn phụ dưới bếp đến chiều tối, khi Khó xuống ra dấu gọi cô về thì Nhẫn lên cúng cho Vĩnh 200.000 đồng rồi xin phép về cho má cô ngày mai qua. Khó hẹn mai lại đến để chiều đưa tiễn Vĩnh lần cuối. Cả hai quay ra thì phía sau nghe tiếng dì Bảy Chà cười:

- Coi hai đứa nó xứng hết biết.

Khó vừa đi lấy xe vừa liếc nhìn Nhẫn:

- Thấy chưa? Ai cũng nói vậy hết.

Nhẫn ngúng nguẩy:

- Chửi giờ.

- Chửi đi. Hổm nay không nghe chửi, nhớ.

- Mắc dịch.

Khó cười hả hả, Nhẫn cũng cười, một niềm vui kỳ lạ làm trái tim cô ấm áp vô cùng vô tận.

Phần 6
KỶ NIỆM

Nhẫn leo lên xe, ngồi khép nép cách xa Khó cả gang tay, Khó chỉ cười không nói gì nhưng khi xe vừa ra khỏi con hẻm nhỏ thì anh ta thắng két lại, lần nữa Nhẫn chúi nhủi vào lưng Khó, cô đập ình ình vô vai anh:

- Mắc dịch, chạy xe kiểu gì vậy?

- Ai kêu ngồi xa lắc xa lơ chi. Ngồi sát bên thì đâu có bị vậy. Sít vô đi, không ai ăn thịt ăn cá gì đâu mà sợ.

Nhẫn lầm bầm:

- Ăn hiếp quá trời.

- Trời, kêu ngồi sít vô mà nói ăn hiếp. Dễ ăn hiếp lắm à.

Nhẫn làm thinh, làm thinh vì cô không biết phải trả lời sao chứ trong bụng thèm chửi dữ lắm. Nếu như ngày trước cái kiểu nầy đừng hòng cô đi chung, cũng như cô sẽ phóng xuống xe ngoe nguẩy bỏ đi chứ chẳng thèm trả treo gì cho nặng hơi mỏi cổ. Mà hôm nay sao lại dễ nhịn như vậy ta? Hổng lẽ mấy bữa chả đi chuộc bùa ở đâu về làm cho cô tự nhiên trở nên ngu và nghe lời như vậy? Nhưng tính ra hổm nay mình đâu có ăn uống món gì của chả đâu? Vừa nghĩ Nhẫn vừa sít vô ngồi sát lẽm với Khó, cô nghe mùi mồ hôi của anh ta sau một ngày phụ đám cật lực nồng nồng, chiếc áo đẫm ướt, chắc là anh ta cũng mệt lắm. Từ lúc vô tới đám cho đến lúc về Nhẫn không nhìn thấy Khó vì cô chỉ ở dưới bếp, tự nhiên cô thấy thương thương:

- Mơi qua đám nữa hả?

- Ừ. Phụ chôn cất ảnh cho tròn câu nghĩa tử nghĩa tận. Nhìn mấy đứa nhỏ thương quá, thằng lớn 15 tuổi biết chuyện nên buồn, con út mới lên 5 thì vui mừng lắm, nói ba chết rồi không ai đánh chửi mẹ nữa, khỏe. Nghĩ cũng buồn, anh Vĩnh chết lãng quá, mang tai tiếng cả đời. Làm chồng làm cha mà không lo nổi cho vợ con có khi cũng là một bất hạnh của người đàn ông.

- Mỗi người một số biết sao giờ? Nhưng trước khi ảnh đổ đốn như vậy thì cũng đã từng là người chồng tốt rồi.

- Đúng vậy. Thôi bỏ đi, đừng nhắc nữa thêm buồn. Nói nghe nè, hai đứa mình chạy ra quán chè cô Năm Nhơn ăn đứa ly rồi về nhen? Tự nhiên thèm chè quá, hổng cho ăn chết thèm à nhen.

Nhẫn phì cười:

- Được mơi dữ nhen. Thấy qua nay người ta nhịn cái làm tới hà.

- Nhịn đi, nhịn cho quen. Mơi mốt muốn nhịn cũng đâu có được.

- Có vợ chứ gì?

- Hổng muốn có vợ thì nói một tiếng đi.

- Hổng nói.

- Hổng nói sau nầy buồn ráng chịu.

- Mắc gì buồn?

- Nhớ nhen. Mở hơi rồi mà còn vậy mơi mốt đừng có trách sao thương một người mà cưới một người nhen.

Trời ơi sao mà Nhẫn thèm nghe anh ta nói là thương cô hết sức mà chỉ tới đó là chả im ru. Nhẫn chờ đợi, cúi mặt sau lưng Khó để lắng nghe nhưng cô chỉ nghe được tim mình đập ì đùng trong lồng ngực, cảm giác thiệt là mệt mà cũng thiệt là lạ, cô cứ muốn anh ta chở mình đi, đi hoài tới đâu cũng được miễn mãi ngồi sau anh nghe tim đập nhanh mà cảm thấy ấm áp lạ lùng.

Khó đậu xe lại, Nhẫn nhìn lên mới hay mình đã đến trước quán chè cô Năm Nhơn, trời chạng vạng rồi, đèn mở sáng choang nhìn quán chè sân vườn chỗ những gốc cây nhãn tranh tối tranh sáng dành cho các cặp tình nhân tâm sự Nhẫn thấy mặt đỏ bừng vì mắc cỡ, trước giờ cô chưa từng đến chỗ nầy vào buổi tối và với đàn ông. Thỉnh thoảng cũng có đi chợ ghé ngang mua hai bịch chè về ăn với má hoặc lúc mấy đứa trong xóm chưa có chồng cũng dẫn nhau tới ăn ồn ào vui vẻ, nhưng lứa bạn của cô đứa nào cũng có gia đình riêng hết rồi, chỉ còn có mình cô là phòng không chiếc bóng.

Nhẫn còn đang bối rối thì cô Năm đã chào hỏi rùm beng:

- Cha, mấy đời mới thấy con Nhẫn ghé quán tao ăn chè nhen. Dẹp xe đi Khó, tao mần cho hai đứa bây ly chè đặc biệt ăn nhớ đời luôn.

Khó vừa dẹp xe vừa cười khà khà:

- Chè gì đặc biệt dữ vậy cô Năm?

- Ậy, vô lựa bàn ngồi đi rồi biết. Mà tao ngó hai đứa bây coi bộ xứng đào xứng kép dữ nhen.

Nhẫn đỏ mặt còn Khó khoái chí cười lớn:

- Thiệt hả cô Năm? Vậy mà con nói Nhẫn không tin đó.

Nhẫn liếc Khó, rít trong miệng:

- Về bây giờ à.

- Thôi mà, biết rồi, không ghẹo nữa.

Khó chọn một bàn cũng gần chỗ cô Năm, đèn sáng nên bàn đó không cần bóng đèn màu nhỏ tăng thêm phần lãng mạn. Thật ra Khó cũng muốn khuất vào trong nhưng anh biết tính cách Nhẫn khó khăn nên phải lộ thiên thôi, dù là bớt tình tứ chút nhưng bước đầu như vậy cũng đã tốt lắm rồi.

Khó nhắc ghế cho Nhẫn ngồi phía trong, sau đó anh ngồi che ánh sáng khuất Nhẫn để cô khỏi ngại. Nhẫn nhất nhất làm theo sự sắp đặt của Khó. Trong lòng anh bỗng dậy lên một tình yêu vô bờ bến với người phụ nữ đã có tuổi mà vẫn còn thơ ngây như con gái mười lăm.

Và với tình cảm trìu mến đó, anh nhìn Nhẫn, âu yếm:

- Em có lạnh không?

Nhẫn thót tim. EM sao? Hết ANH rồi tới EM, cha nầy bộ muốn hành hạ trái tim cô hay sao đó, Nhẫn chưa quen với kiểu ân cần như vậy nên bối rối:

- Lạnh gì? Dân lao động mừ. Lát nữa về tắm nước lạnh ào ào luôn nè.

- Ừ, đi đám ma về phải tắm gội sạch sẽ mới được ra chuồng heo chuồng gà, dù không tin nhưng ông bà mình đã dạy vậy thì cũng phải nghe theo. Tối rồi hễ lạnh thì nấu nước nóng tắm nghe hôn?

- Trời, nào giờ hổng có tắm nước nóng. Mạnh như trâu mừ.

- Đồng ý là mạnh rồi, nhưng lát về ngang đồng trống gió thổi lớn lắm, dễ cảm lạnh, lỡ bịnh rồi ai chăm sóc má? Bịnh anh lo biết hôn?

Nhẫn cảm động, nhưng thay vì lặng im để đong đo tình cảm mình, cô phực nói:

- Mắc gì lo?

- Tại lo chứ hổng mắc gì hết. Lo vì sợ bịnh cú sự hổng ai cho mình chọc.

Khó lại cười khửa khửa như mọi bữa, mà sao lạ, nếu như lúc trước cô ứa gan với giọng cười đó nay lại thấy nó vui vui. Ba mươi lăm tuổi rồi chứ nhỏ nhoi gì nữa mà sao vẫn không hiểu được điều gì đang xảy ra trong trái tim mình.

Cô Năm Nhơn nổi tiếng với món chè nầy. Từ lâu chè cô Năm đã trở thành thương hiệu mà ai cũng biết đến, có điều người ta nhắc "chè cô Năm" chứ không ai nói đó là chè gì. Mà thật ra cô nấu món chè nầy cũng đặc biệt lắm, muốn học lóm cũng trần ai lai khổ chứ chẳng chơi. Cô Năm có nhiều người phụ giúp chạy bàn nhưng chỉ một mình cô nấu, cô chỉ có hai thằng con trai, không biết sau này có truyền bí kiếp cho dâu hay không, hỏi thì cô cười, nói "Ôi, biết chi cho cực ".

Nhẫn thường hay ghé mua chè về cho hai mẹ con nhâm nhi. Cô mê chè cô Năm lắm, nào khoai lang, đậu xanh, bột khoai, bột bán, khổ tai, nước chè béo ngậy nhờ nước cốt dừa và thơm phưng phức mùi sầu riêng. Ngon vậy đó mà rẻ lắm. Ăn hết phần mình bao giờ cô cũng "ké" vào phần của má.

Vậy mà hôm nay, không biết mắc chứng gì Nhẫn ăn hổng có vô, chắc tại thằng cha Khó mắc dịch cứ nhìn cô lom lom hay sao á. Nhẫn từ tốn múc từng muỗng, từng muỗng đưa vào miệng ra vẻ thưởng thức, định bụng lát về sẽ mua cho má một bịch để KÉ nhưng cô hết hồn khi nghe Khó gọi cô Năm:

- Cô Năm ơi.

Cô Năm Ơi một tiếng, hỏi: Chi mậy?

Khó dặn:

- Lát cô bọc cho con ba bịch chè đem về nhen cô Năm.

Cô ừa. Nhẫn ngạc nhiên:

- Mua cho ai tới ba bịch lận?

- Cho hai bà má và cho em tối về nhâm nhi.

Nhẫn đỏ mặt, cha nầy bộ đọc được suy nghĩ của mình hay sao đó ta? Mà công nhận chả cũng tâm lý thiệt nhen.

- Ăn rồi mà mua chi nữa?

Khó tủm tỉm cười:

- Hỏi thiệt, hôm nay ăn thấy ngon không?

- Ngon!

- Ngon sao ăn gì không khí thế gì hết vậy?

- Ăn sao mới khí thế?

- Coi anh ăn nè.

Khó quậy ly chè rồi múc một muỗng đầy nhóc nào khoai, nào những thứ lụn vụn dưới đáy ly cho vào miệng rồi bưng ly lên uống liền hai ngụm, anh đặt ly xuống bàn thì ly che sắp cạn. Nhẫn bụm miệng cười:

- Ăn gì xấu hoắc.

Khó lại cười khửa khửa:

- Ăn vậy mới đã. Chứ mọi hôm anh thấy em cầm bịch chè có trút ra ly đâu? Chuyên môn cắn cái đú rồi nận nận ra ăn không chứ bộ. Nhưng công nhận, ăn như vậy mới ngon mà cũng khỏi rửa ly luôn, nhứt cử lưỡng tiện.

Trời ơi, Nhẫn mắc cỡ muốn độn thổ, chỉ nói được có hai từ:

- Vô duyên.

Rồi trong đầu Nhẫn sực nghĩ, cha nội nầy chắc cũng ăn cái kiểu đó chứ hổng đâu. Tự nhiên phực ra miệng hỏi đại:

- Chứ hổng phải cũng ăn như vậy ha?

- Ừ. Ăn như vậy mới đã chứ. Trút ra ly làm chi cho mắc công rửa?

Nhẫn bậm môi cười. Má cô đi chợ chuyên gia mua bánh bò, chục lần không lỡi một lần. Ăn gì mà ngày nào cũng ăn riết rồi thấy bánh bò là cô mắc giận. Chắc tại mấy bà già răng yếu nên ăn bánh bò cho dễ nhai. Cô hiếu kỳ muốn biết má Khó có hay mua bánh về không. Chả là con trai mà chẳng lẽ thích ăn hàng ăn bánh như con gái hay sao? Nhẫn lại hỏi nữa:

- Dì Hai đi chợ có thường mua bánh về không?

- Có ngày nào cũng bánh bò đều re. Bánh bò mà ăn gì ta? Thấy là ngán tới bản họng mà má cứ ép ăn, ăn riết thấy bà cố tổ luôn.

Nhẫn không nhịn được, phực ra cười thành tiếng. Khó lại nghiêng mặt ngó cô:

- Hỏi kiểu nầy, cười kiểu nầy chắc ở bến cũng thù món bánh bò rồi chứ hổng đâu.

Nhẫn gập người xuống cười rũ rượi. Khó cũng cười, kiếm chuyện:

- Con gái gì cười xấu quá trời.

Nhẫn thắng giọng cười lại, ục mặt xuống. Khó biết cô giận nên giả lả:

- Ghẹo chút là giận liền vậy ta?

- Mới thấy coi được giờ vô duyên nữa rồi.

Ghẹo một hồi, coi bộ thấy tội nghiệp, Khó "dứt điểm" ly chè của mình rồi chống khuỷu tay lên bàn, bàn tay đỡ lấy đầu, nghiêng mặt nhìn Nhẫn, dịu dàng hết cỡ:

- Nghe hỏi nè.

Đang chặt mặt ngầu mà nghe giọng trìu mến của Khó, Nhẫn bỗng thấy tim mình đập ì đùng trong lồng ngực:

- Hỏi gì?

- Kêu anh bằng gì?

Máu từ tim trào lên khuôn mặt làm mặt cô nóng ran, quên hết hờn giận:

- Hỏi chi trời?

- Trước giờ kêu bằng cha nội không, từ nay anh không muốn nghe danh xưng đó nữa nghe hôn.

- Chứ muốn kêu bằng gì?

- Kêu anh, xưng em.

- Mắc cỡ chết.

- Không đáng cho em kêu anh sao?

- Ý, không phải vậy nhen. Tại chưa quen.

- Rồi sẽ quen. Ai mà cứ nói trổng hoài vậy. Mà hỏi thiệt, bộ ghét anh lắm sao suốt ngày hậm hực với anh vậy?

- Trước ghét.

- Còn giờ?

- Hổng biết.

- Trời, thương hay ghét cũng hổng biết.

- Thôi đừng có hỏi chuyện đó nữa mà.

- Vậy kêu anh một tiếng đi.

- Kỳ lắm.

- Kỳ gì kỳ?

Khó đặt tay lên bàn tay Nhẫn để trên bàn, cô muốn rút ra nhưng sao tay mềm nhũn như không có sức đành im lặng để yên dưới bàn tay to lớn của người con trai mà chỉ cách một tuần trước đây cô ghét cay ghét đắng.

- Còn nợ tiếng anh đó nghe.

Cả hai đứng dậy ra về, Khó trả tiền năm ly chè rồi đưa bọc chè cho Nhẫn cầm, cô Năm Nhơn nhìn hai người, cười hề hà:

- Ta nói… hai đứa nầy nó xứng hết biết. Tưởng xa xôi gì, nhà sát một bên mà để tới giờ nầy mới công khai.

Khó liếc nhìn Nhẫn:

- Tại Nhẫn nó chê con cô ơi, nó mà gật đầu một cái con cưới về chín đời Vương rồi chứ.

Hai người họ cười vang rền mà Nhẫn cũng không thấy bực mình.

*

Ngồi sau xe Khó, lúc nầy Nhẫn đã bạo dạn hơn, cô ngồi khít rêm với anh và yên tâm giao phó mình cho Khó. Tới cánh đồng lúa vắng ngắt trên đường, trời tối hẳn, không còn tiếng kèn trống của đám ma vọng lại, trăng non. Ánh sáng mờ ảo lãng mạn càng khiến trái tim người con gái ba mươi lăm tuổi đập rộn ràng với cảm giác mới mẻ của kẻ đang yêu.

Khó bất chợt đưa tay ra phía sau tìm tay Nhẫn, nắm lấy choàng qua bụng mình, khẽ nói:

- Ôm anh cái đi.

Trời ơi Nhẫn run, sự va chạm bất ngờ làm cô không kịp phản ứng, bèn vội vã rút lại nhưng đã bị bàn tay rắn chắc của Khó giữ chặt. Nếu là cách đây một tuần hành động nầy chắc chả khó sống với cô nhưng hôm nay Nhẫn như con cừu non, nửa vòng tay cô đã ôm lấy Khó, cảm giác êm ái hạnh phúc cô chưa từng trải qua trong đời.

Cả hai im lặng tận hưởng giây phút tình tứ đó, chẳng mấy chốc đã về đến nhà, Nhẫn vội vàng bỏ tay ra và nhanh chóng xuống xe, đang tần ngần suy nghĩ có nên chào tạm biệt anh không thì một lần nữa tê điếng trong người khi anh đưa tay nựng vào cằm cô, ngọt ngào chưa từng thấy:

- Anh thương em lắm, biết hôn?

Nhẫn nghe trong tim mình vỡ òa một niềm vui kỳ lạ, cô không trả lời mà cắm cổ chạy vào nhà.

Đêm nay chắc chắn là Nhẫn không ngủ được rồi.

Phần 7
KẺ THỨ BA XUẤT HIỆN

Nhẫn mang tâm trạng háo hức vào nhà, cô đặt bọc chè xuống bàn, lúc nãy đã kịp đưa cho khó một bịch, bà Ba vẫn còn thức chờ, vừa trả lời những câu hỏi của má về đám tang Nhẫn vừa lấy đồ đi tắm. Bà Ba theo lệ thường, lấy một cái ly trút chè ra rồi lại ngồi trên bộ ván vừa múc vừa ăn ra chiều thích thú. Nhẫn tắm xong, bước ra, mặt mày sáng rỡ, tươi tắn khiến bà Ba cứ nhìn chăm bẳm vô con gái, Nhẫn lấy làm lạ:

- Gì dòm con dữ vậy má?

- Hôm nay tao ngó bây coi bộ khác khác nhen.

- Khác gì má ơi.

- Đi chung với thằng Tư sao mà ghé mua chè được vậy? Rồi có mua cho má nó hôn?

- Có chứ má. Ảnh mua đó chứ hổng phải con.

Bà Ba nở nụ cười thiệt là gian:

- Rồi hai đứa có ghé ăn hôn?

Nhẫn đỏ mặt:

- Má hỏi chi hỏi tới tới vậy má?

- Mà có hôn?

- Có.

Bà Ba cười ha hả:

- Mèn ơi! Ghé ăn rồi mà còn mua đem về, Tao biết rồi, trước mặt nó mắc cỡ không dám ăn chứ gì?

Bị má nói trúng tim đen nhưng Nhẫn vẫn chống chế:

- Xời, tại con không quen ăn chè trong ly, con khoái cắn đú nận ra ăn hà. Mà ảnh biết nên mới mua thêm cho con một bịch chứ bộ.

Bà Ba mắc cười nhưng không cười nữa, bà sợ Nhẫn quê, nó mà quê thì hư bột hư đường hết, bà nghĩ vậy, mấy lúc gần đây coi mòi nó cũng bớt hục hặc với thằng kia rồi. Vái trời cho hai đứa nó ưng ý nhau thành vợ thành chồng thì coi như bà cũng đã tròn trách nhiệm làm mẹ. Cứ mỗi lần nhìn con gái lam lũ, cô đơn thui thủi một mình khi bạn bè đồng trang lứa với nó đã có đôi có bạn lòng người mẹ cảm thấy xót xa thương con vô bờ bến. Nhẫn cứ ở vậy hoài lỡ mai kia bà có về với ông thì trên thế gian nầy chỉ còn có một mình nó tội nghiệp biết bao nhiêu. Cả đời nầy, niềm vui của bà chỉ là Nhẫn, bà luôn cầu mong cho nó có một bến đỗ an toàn mà cái thằng Tư Khó nầy bà đã chấm lâu rồi nhưng mỗi lần nhắc tới là Nhẫn mắng người ta té tát nên đành im.

Nhẫn cầm bịch chè đưa lên miệng bỗng nhớ lời Tư Khó, cô mỉm cười rủa trong bụng "Thằng cha mắc dịch để ý mình từ li từ tí" nhưng cô cũng ăn theo kiểu của mình không thay đổi.

Đêm tối, Nhẫn lăn qua trở lại, thật khó dỗ giấc ngủ hết biết. Mắc chứng gì Khó cứ lảng vảng trong tâm trí cô hoài. Cô nhớ bàn tay anh nắm kéo tay cô ôm lấy anh, cô nhớ ánh mắt trìu mến anh nhìn mình, cô nhớ từ câu nói ghẹo chọc, cử chỉ âu yếm nhất là cái bẹo cằm và "anh thương em lắm, biết hôn?", nhớ tới đâu tim run lên tới đó. Ừ mà sao mình hổng dám kêu ảnh bằng anh ta? Kêu bằng anh có chết chóc gì đâu? Người ta anh anh em em với mình ngọt sớt mà mình cứ trổng trổng trơ trơ. Đâu mai bặm gan kêu đại coi, kêu một lần thì kêu được nhiều lần chứ gì? Mà ngẫm ra, tiếng ANH đâu có gì khó kêu đâu ta?

Hình ảnh Tư Khó cứ len lỏi vào trong giấc ngủ chập chờn của Nhẫn.

*

Sáng lại, sau khi cho gà vịt heo cúi ăn xong, Nhẫn xách chổi ra trước để quét sân như thường ngày. Theo thói quen, cô ngước mắt nhìn lên cây ô môi và ngạc nhiên sao hôm nay thấy nó đẹp lạ lùng. Phần trên của nó hồng rực một màu hoa và điểm xuyết bằng những trái xanh mới nhú trông thật ngộ nghĩnh, Qua mùa lá rụng bây giờ chồi non đang lú lên, những chiếc lá con nhỏ xíu trông vừa đẹp vừa tội nghiệp. Vẻ đẹp của ô môi không giống bất kỳ một loài cây trái nào. Khoảng tháng nữa thôi khi trái ngả sang màu đen chín, là đám sâu sẽ hoành hành sân trước nhà cô. Không chỉ là sân trước thôi đâu, nó còn bò vô nhà, ra lộ hàng đàn hàng lũ nữa. Năm nay anh ấy có phụ hái trái và dọn sâu cho mình không ta? Tim Nhẫn chợt nhói lên khi nghĩ Khó có ý định cưới vợ. Định cưới vợ mà còn nói thương mình chi vậy? Hay là mình làm liều, kêu ảnh đừng có cưới vợ nữa thử coi ảnh trả lời sao? Chứ nếu như không liều lỡ ảnh đi bỏ trầu cau cho người ta thì chừng đó có hối cũng đâu còn kịp nữa?

Nhẫn quyết định rồi, canh một lát nữa khi Khó đi xuống phụ đám ma, cô sẽ liều mạng ngọt ngào hỏi anh "Anh đi phụ đám hả?" Kêu một tiếng anh không có chết đâu vậy thì mắc gì mà không kêu? Cô nhìn sang nhà Khó, hình như bên ấy có đông người lắm hay sao á. Cô nghe tiếng má mình nói sổn sảng bên đó, mới sáng sớm bà đã vọt qua bển rồi chắc rủ rê bà Hai đi đám chứ đâu. Cô nhìn cây mận hồng đào trái đơm trên cành chùm chùm, chừng tháng nữa tha hồ mà ăn nhưng chợt nhớ tới con ma, cô rùng mình mấy cái.

Bà Ba từ bên nhà Khó về, ra vẻ gấp rút lắm, bà nói:

- Hôm nay khỏi đi chợ, coi chừng nhà má đi xuống đốt cho thằng Vĩnh cây nhang nhen.

Nhẫn tò mò:

- Ai bên nhà dì Hai mà um sùm vậy má?

- Con Ba Lung chứ ai. Nó dìa đi đám ma. Con nhỏ đó cũng có tình làng nghĩa xóm. À mà bận nầy dìa nó có dẫn theo con Phấn, con nhỏ mà thằng Tư tính đi coi mắt đó.

Nhẫn điếng hồn. Nhỏ nầy nay xuống tới đây rồi, chẳng lẽ mình trở tay hết kịp rồi sao trời? Cái gì như là nỗi buồn xâm chiếm trọn vẹn con người cô, Nhẫn run tay muốn rơi cây chổi. Lẽ nào hồi tối mới nói thương mình mà bây giờ lại có con nhỏ Phấn Sáp gì chình ình tới nhà rồi? Anh ta mà không có tình cảm gì với mình thì nói với mình những câu như vậy làm cái gì?

Bà Ba kín đáo liếc Nhẫn dò xét rồi vào nhà thay đồ. Nhẫn chống chổi tựa lưng vào tường thừ người ra. Ủa mà ảnh cũng đi đám thì ai ở nhà tiếp nó? Chẳng lẽ ảnh ở nhà? Trời, trai đơn gái chiếc ở nhà cả buổi dù không làm gì nhưng chắc sẽ tìm hiểu nhau nhiều. Cô phải làm sao đây? Hay là thôi kệ đi, cái gì của mình thì sẽ là của mình không cưỡng cầu, phim cũng hay nói "miễn cưỡng không có hạnh phúc" đó thôi.

Nghĩ vậy rồi mà sao cô cũng thấy buồn quá trời, nỗi buồn không có tên gọi.

Bà Ba thay đồ xong bước ra, Nhẫn liều, hỏi đại:

- Đi đám ma hết nhà con nhỏ đó đi luôn hả má?

- Thằng Tư ở nhà chơi với nó chiều mới xuống đi chôn. Nay mần vịt nấu cà ri đãi con Ba Lung đó mà, ví lợi Bà Hai thử tài con dâu coi chuyện bếp núc ra sao.

- Bộ dì Hai chịu rồi hả má?

- Tùy theo thằng Tư chứ. Nó chọn ai bả cưới người đó cho nó hà. Thôi má đi nhen.

Nhìn má vội vã qua nhà bà Hai, nỗi buồn của Nhẫn lại nhân đôi. Cô chậm rãi đưa chổi lên định quét nhưng cả người như rũ riệt, không thiết tha làm gì nữa. Nhẫn vặn hỏi lòng "Ủa bộ mình thương thằng chả rồi sao ta? Chả có coi mắt coi mũi ai là chuyện của chả liên quan gì tới mình mà bần thần trong người như vậy?"

Đoàn người từ trong nhà Khó đi ra, Nhẫn thấy chị Ba Lung của Khó. Chị Ba có chồng ở xã trên cũng thường hay về thăm bà Hai lắm. Mọi bữa gặp chị, Nhẫn đều lên tiếng chào hỏi và chị em nói chuyện vui vẻ sao hôm nay tự nhiên nhìn Ba Lung cô thấy ghét ngang. Ghét cái tật làm mai làm mối, em của bả cũng già đầu rồi chứ bộ mười mấy hai mươi gì ha mà không thể tự kiếm cho mình con vợ phải mắc công bả làm mai? Đành rằng bả lo không có người chăm sóc má bả nhưng Khó cũng chu đáo hiếu đạo vậy cần gì phải có vợ mới lo cho má được?

Nhẫn gầm đầu xuống quét sân, cô tránh phải chào hỏi Lung nhưng Lung đã trông thấy cô rồi, chị lớn tiếng:

- Khỏe hả Nhẫn?

Không thể tránh được nữa, Nhẫn ngước lên, tạo ra bản mặt tươi rói:

- Dạ, khỏe chị. Chị về đi đám anh Vĩnh hả chị Ba?

- Ừa. Lát qua má chị chơi nhen Nhẫn.

Nhẫn dạ mà tức trong bụng hết biết, rủ qua chơi là sao? Là để dòm coi con nhỏ bả làm mai đẹp, giỏi cỡ nào chứ gì? Thôi dẹp đi, cô không thể có can đảm để đối diện với con người mà Khó đã chọn. Buồn trong bụng và buồn Tư Khó sao đâu.

Bà Hai, Bà Ba và Lung đi rồi, Nhẫn hờn mà không hiểu mình hờn ai. Hôm nay Khó và Phấn ở nhà đú đởn với nhau bao nhiêu thời gian là bấy nhiêu thời gian cô ngồi nhà tức tối tủi thân. Tự dưng muốn khóc kỳ cục, sống mũi cay xè, Nhẫn bậm môi cố ngăn những giọt nước mắt không cho rơi xuống.

Nhẫn giật thót người khi có một bàn tay vỗ vào vai cô đang lom khom quét sân. Cô ngước lên, chạm phải ánh mắt của Khó, bỗng dưng đôi mắt Nhẫn đỏ hoe, cô muốn nói một câu trách móc nhưng không thể mở lời, Khó nhìn cô, tia nhìn làm cô xốn xang tận buồng tim:

- Qua nhà anh chơi.

- Qua làm gì? Anh đang tiếp vợ chưa cưới mà.

- Lần đầu tiên kêu bằng anh sao nghe buồn như lá úa vậy? Vợ gì mà chưa cưới? Qua rồi biết.

Nhẫn nói như mếu:

- Qua người ta hiểu lầm dì Hai rầy.

- Thôi đừng vậy nữa mà, anh về nhen, kêu một tiếng là qua liền đừng có lì không thương nữa à.

- Chứ bộ bây giờ thương hả?

- Nhứt nhà! Biết rồi còn làm bộ hỏi.

Nói xong, Khó nựng mặt Nhẫn một cái mới về. Nhẫn run. Bao nhiêu giận hờn phút chốc trôi sông trôi biển hết ráo. Có lẽ anh muốn cô qua để ngầm nói với Phấn là anh đã có ý trung nhân rồi cũng nên? Vậy thì cô phải qua chứ, qua để Phấn Sáp gì đó thấy khó mà rút. Tư Khó phải là của cô. Trời khiến cô ở vậy để đợi anh mà. Nghĩ tới đó, Nhẫn thấy vui và cười một mình.

Nhẫn vừa dẹp chổi thì nghe tiếng Khó kêu ngoài trước:

- Nhẫn ơi.

- Dạ. (Trời, dạ mới ghê chứ, ông ứng bà hành mình hay sao vậy ta?)

- Qua nói nghe nè. Đóng cửa nhà cho kỹ nhen.

- Dạ.

Nhẫn cười, sao hôm nay mình ngoan dữ. Cô đóng cửa nhà xong, vuốt lại cái áo cho ngay ngắn rồi đủng đỉnh đi qua nhà Khó, cố tạo vẻ mặt thản nhiên như người đã từng thân mật với anh bao lâu nay.

Ngồi trong nhà, thấy Nhẫn thoáng qua, Khó cầm cái rổ đưa cô:

- Chờ chút anh hái vài trài mận đãi khách.

Nhẫn hài lòng, anh chỉ coi cô ta là khách thôi, vậy thì mình là người nhà. Cô cầm cái rổ theo chân Khó đến gốc cây mận, Phấn cũng bước theo ra, đột nhiên Nhẫn cảm thấy gai ốc nổi khắp người khi thấy ánh mắt khó chịu của Phấn đang nhìn mình.

Đó là ánh mắt của một cô gái chắc trạc tuổi với Nhẫn. Người con gái nầy ăn mặc sang trọng nhưng không cầu kỳ diêm dúa. Móng tay móng chân sơn màu gạch tôm. Mặt đánh một lớp kem phấn vừa phải, môi thoa son đỏ chét. Đẹp thì cũng đẹp nhưng Nhẫn tự tin mình nếu như trang điểm lên y như cô ấy thì cũng sẽ không thua kém gì có khi lại là hơn.

Vốn dĩ Nhẫn chỉ hung dữ với Khó, duy nhất một mình anh là cô dám tay bằng miệng, miệng bằng tay thôi còn đối với ai cô cũng đều nhún nhường, lịch sự nên cô được mọi người trong xóm ấp thương mến. Cô cũng không có bản lãnh để đối phó với ai nếu như xảy ra chuyện vì cuộc sống của cô luôn êm đềm như mặt nước trong hồ, thỉnh thoảng cũng có vài cơn gió nhẹ lao xao chỉ làm gợn chút sóng nhỏ tăng thêm phần thú vị cuộc đời mà thôi. Cô cũng chưa từng bắt gặp ánh mắt ghen ghét đố kỵ như hiện tại từ một cô gái xa lạ chưa hề quen biết như Phấn nên bối rối không biết ứng xử ra sao.

Khó hái vội mấy trái mận đem vô nhà, để lên bàn, cười khà khà nói với Phấn:

- Dùng tự nhiên đi, khỏi phải rửa vì ngày nào anh cũng tưới cả khối nước lên cây mận không sợ dơ đâu.

Nhẫn mắc cười, Phấn chúm chím làm duyên:

- Eo ôi, vậy là không vệ sinh gì hết.

Khó cầm trái mận đưa lên miệng cắn cái rạo:

- Chết chóc gì, ở dơ sống lâu. Em chê dơ thì đem ra sàn nước rửa đi.

Phấn làm thinh không động đậy, Khó đưa mắt nhìn Nhẫn, cô hiểu ý bưng rổ mận ra sau nhà, tuy là trước đây cô không ưa Khó nhưng cũng thường xuyên tới lui nên rành mọi thứ, mọi vật trong nhà anh như nhà mình. Cô mở vòi nước, rửa mận xong lấy cái thau nhỏ chất vào bưng lên. Chưa lên tới nhà cô khựng lại khi nghe tiếng Phấn cằm ràm:

- Tự nhiên hai đứa đang tìm hiểu nhau anh lại lôi người ngoài vào.

- Nhẫn không phải là người ngoài. Cô ấy là thanh mai trúc mã của anh.

- Thanh mai trúc mã à? Vậy là anh có đối tượng rồi hả?

- Anh có nói là không có sao?

- Sao chị anh lại nói là anh muốn tìm hiểu để cưới vợ?

- Em cũng nói là chị anh nói mà. Chị nói chứ anh có nói đâu?

- Hôm đó anh nói, anh đang để ý một người con gái, không phải là em sao?

- Không phải.

- Vậy… vậy là ai? Vậy chị em anh coi em là gì?

- Chị anh thích em, muốn em làm em dâu. Thật ra anh và em có biết gì về nhau đâu. Muốn đến với nhau phải có quá trình tìm hiểu, Hôm nay mình sẽ tìm hiểu, em đồng ý không?

- Đồng ý. Nhưng anh phải kêu cô Nhẫn thanh mai trúc mã của anh về đi, tìm hiểu nhau không thể có người thứ ba được.

- Được, anh sẽ kêu Nhẫn về. Nhưng cho anh hỏi, em có thể tự cắt cổ, nhổ lông, mổ bụng con vịt, tự nấu một nồi cà ri cho cả nhà gồm sáu người ăn không?

- Tại sao sáu người?

- Nhà nầy là bốn người, má con của Nhẫn nữa là sáu.

- Tại sao lại có má con của Nhẫn?

- Em nhiều tại sao quá. Chốt lại, có làm được không?

Phấn ngập ngừng:

- Đem ra chợ họ làm sẵn về chỉ chế biến thôi.

- Xời, nông dân nhà nuôi vịt mà muốn ăn phải đem đi mướn mần. Nhưng sau khi mần xong, em nấu Cà ri được chứ?

- Em chưa từng nấu, nhưng sẽ cố thử. Miễn anh đuổi con nhỏ đó về là được rồi.

Nghe tới đây, Nhẫn tức không chịu nổi, không kịp chờ phản ứng của Khó, cô bước ra, đặt thau mận xuống bàn cái ầm:

- Khỏi đuổi, tui tự về.

Nhẫn quay mặt bước ra nhưng Khó đã nhanh hơn, nắm tay cô giữ lại.

Phần 8
QUAN ĐIỂM

Cái kéo tay rất mạnh của Khó đã dừng được bước chân Nhẫn. Cô đứng lại, giương cặp mắt đắc thắng nhìn Phấn, cô bỗng trở nên bản lãnh ngoài dự định của mình, và cô chẳng chút ngạc nhiên khi xưng hô với Khó ngọt xớt:

- Anh kéo em lại làm gì? Sự có mặt của em bây giờ có phải làm cho cô ấy không an tâm sao?

Khó ngạc nhiên thích thú trước sự sắc sảo của Nhẫn, anh nở nụ cười hài lòng:

- Cùng là bạn bè như nhau thôi. Anh xem hai em đều là bạn, Nhẫn thân hơn vì mình cùng sống với nhau chung một xóm từ nhỏ đến lớn, Phấn dẫu sao cũng là mới quen biết. Hôm nay má kêu mần con vịt xiêm nấu cà ri đãi chị Ba, có hai đứa phụ thì quá tốt sao lại phải chuyện nầy chuyện nọ chứ?

Nhẫn nhìn Khó:

- Em thì dính dáng gì đến chuyện nấu Cà ri? Dì Ba muốn thử tài nấu nướng của cô dâu tương lai thì cứ để một mình cổ trổ tài, anh lôi em vô vụ nầy làm gì?

Phấn xen vào:

- Phải đó, Má muốn thử em thì anh cứ để tự em lo liệu việc gì phải nhờ người ngoài? Nếu có gì không làm được thì anh phụ là đủ rồi.

- Đã nói Nhẫn không phải là người ngoài rồi mà, anh phật ý rồi đó nhen. Bây giờ vầy, Nhẫn gọt khoai, Phấn bắt nước lên, anh đi bắt vịt cắt cổ cho Phấn nhổ lông, làm sạch. Xong anh nạo dừa, Phấn ra thịt và tự mình nấu nồi cà ri. Ô kê?

Phấn phản đối:

- Người một tay chứ, bắt em làm hết một mình là sao?

- Có làm hết một mình đâu? Anh và Nhẫn vẫn phụ cật lực đó chứ.

- Quan điểm của em là: Nếu đã là vợ chồng thì không phân biệt em nên làm cái nầy anh nên làm cái kia, mà phải chung tay cùng nhau gánh vác hết mọi chuyện dù lớn dù nhỏ. Thí dụ bây giờ em với anh là hai vợ chồng, muốn nấu một nồi cà ri để ăn hoặc đãi khách thì cả hai cùng làm, không lý gì chồng chúa vợ tôi được.

- Ủa ngộ. Nấu một nồi cà ri, chồng bắt vịt cắt cổ, xắt sả nạo dừa, gọt khoai vắt nước cốt, vợ chỉ có nhiệm vụ làm vịt, ra thịt, ướp nấu mà lại đem vấn đề chồng chúa vợ tôi ra nói là sao? Quan điểm của anh là dù ở giai cấp nào, thời đại nào, người đàn bà cũng phải quán xuyến việc bếp núc vì đó là trách nhiệm "giữ lửa" cho gia đình, em hiểu ý anh không?

- Em hiểu, nhưng bây giờ là thời buổi nào rồi? Nam nữ bình quyền, chồng vợ cũng như nhau. Em là phụ nữ mới, em không thích cuộc sống mình bị lệ thuộc bởi hai chữ HÔN NHÂN, việc gì người đàn bà quanh năm suốt tháng cứ chúi đầu vào chuyện bếp núc, quên bỏ chính mình để hy sinh cho chồng con, cho gia đình bên chồng? Em không thích cảnh mẹ chồng nàng dâu. Vì cớ gì khi sống với cha mẹ ruột thì mình tự do mà khi có chồng lại bị ràng buộc? Vì cớ gì phải dâng cơm hầu nước cho họ trong khi mình chưa từng làm những điều đó với cha mẹ mình? Em là một phụ nữ mới, em có cách sống của riêng em.

Khó cười, nụ cười nửa miệng thật là hấp dẫn Nhẫn hết sức:

- Hiểu rồi. Trước khi chấm dứt cuộc nói chuyện nầy, anh muốn em rõ một điều. Là phụ nữ MỚI hay CŨ thì muôn đời vẫn là phụ nữ. Mà đã là phụ nữ thì việc hiếu thảo phải đặt hàng đầu. Anh không bao giờ chấp nhận một đứa con gái bất hiếu với cha mẹ ruột, bởi vì cha mẹ ruột của cô ta mà cô ta còn không thương lẽ nào đi thương cha mẹ mình? Cưới về một người vợ lúc nào cũng quan điểm tui thế nầy, quan điểm tui thế kia, tui là phụ nữ mới nên tui không thể như thế nầy như thế kia được, ôi thật là mệt mỏi. Cám ơn em đã cho anh nhìn thấy thêm một khía cạnh nữa của cuộc đời mà ở bên những người phụ nữ CŨ anh đã không nhìn ra. Nhưng cũng khuyên em một câu: Phụ nữ nào cũng nên quan trọng bếp lửa của mình, đừng để nó trở nên nguội lạnh chừng đó rất khó nhóm lại.

Rồi không đợi Phấn trả lời, Anh quay sang Nhẫn:

- Em ra chuồng vịt, anh đã bắt con vịt xiêm trống cột sẵn đó rồi, cắt cổ làm thịt nấu nồi cà ri lát mọi người về ăn, Chị Ba nói thèm cà ri vịt xiêm đó.

Nhẫn gật, đi ra sau. Phấn cảm thấy ngại, rụt rè:

- Không cần em nữa à?

- Không dám, phụ nữ mới.

- Anh nhỏ mọn quá.

- Ừ, anh tầm thường lắm. Anh quan trọng gia đình, quan trọng lối xóm, quan trọng người ta nghĩ về mình thế nào, anh sợ điều tiếng, sợ thị phi. Anh không thích hợp với em.

- Thích hợp với Nhẫn sao?

- Có thể. Vì anh và cô ấy hiểu nhau.

- Hiểu nhau sao đến bây giờ vẫn chưa đến với nhau?

- Vì cổ cũng giống như anh, cũng quan trọng gia đình, cổ

không thể bỏ má một mình để đi tìm hạnh phúc riêng cho mình được. Thật đáng trân trọng.

- Cô ấy đáng quý hơn em à?

- Trong lòng anh không có ai hơn.

- Vậy thì em là gì? Anh coi thường cảm xúc của em tới vậy hả?

- Em là gì? Anh có nói em là gì của anh sao? Em là khách của chị anh. Hôm nay tiếp em như vậy không phải là rất thoải mái sao? Thật ra má anh muốn thử tài nấu nướng của em với hy vọng chúng ta sẽ hợp nhau, bà sẽ có một cô dâu ngoan hiền đảm đang việc nhà, nhưng anh khẳng định bà đã sai. Em không phải là người phụ nữ thích hợp có chồng ở nông thôn, chỗ của em phải ở trong lầu son gác tía, có người hầu hạ phục dịch, anh không có khả năng đó.

- Là em nêu quan điểm mình vậy thôi, thực tế em cũng là gái nhà quê chính cống mà anh? Nhưng vì từ nhỏ tới lớn được cha má cưng nên không làm gì động móng tay, nếu cần thiết, em sẽ học.

Khó cười cười:

- Học làm gì nữa cho cực thân, chi bằng bây giờ hãy tìm cho mình một người chồng giàu, có điều kiện ra ngoài trau chuốt nhan sắc, cái ăn chuyện ở cũng có người lo toan tính toán cho mình phải tốt hơn không?

- Nói vậy thôi, chứ làm công nhân như em lương chình được bao nhiêu mà mơ ước cao xa, anh nhà quê tay lấm chân bùn còn chê em đừng nói chi mấy ông đại gia.

- Phải phân biệt rõ nhen, anh không có chê à, chỉ là hai chúng ta không thích hợp làm vợ chồng, vì anh là con trai út, anh phải có bổn phận lo cho má khi tuổi già sức yếu, anh sẽ chọn cho mình một cô vợ ngoan, quán xuyến việc nhà đỡ đần nhau từ trong ra ngoài, hiếu thuận với má anh như với má cổ, vậy là đủ. Không cần phải đẹp lộng lẫy, không cần phải giàu có gì cả. Chỉ cần hết lòng thương yêu anh là được.

- Em sẽ làm được.

- Em không làm được.

- Sao anh biết?

- Qua cách nói chuyện nãy giờ của em, qua việc em không thể tự mình nấu nổi nồi cà ri là đủ rồi.

- Em nói mình sẽ học hỏi mà.

- Thôi không bàn chuyện nầy nữa.

Thấy Nhẫn xách con vịt đứng lựng khựng sau nhà, Khó hỏi lớn:

- Chuyện gì đó Nhẫn?

- Em không dám cắt cổ nè.

Khó cười khà khà, đứng dậy:

- Để anh cắt cho, đàn bà con gái không dám cắt cổ gà vịt là chuyện bình thường thôi mà.

Quay sang Phấn anh cười:

- Ngồi chơi chút nhen, anh phụ Nhẫn chút.

Anh bước ra sau nhà, Phấn cũng đứng dậy đi theo. Khó đón con vịt từ tay Nhẫn, nheo mắt nhìn cô:

- Em đoán xem con vịt trống nầy chừng bao nhiêu ký?

- Gần bốn ký.

- Giỏi. Ba ký tám đó. Phấn nhìn theo Nhẫn mà học hỏi nhen.

Nhẫn chế khoảng một muỗng nước mắm vô chảo nước đang sôi sùng sục, Phấn ngạc nhiên hỏi:

- Nước nhổ lông vịt chế nước mắm vô chi dạ?

Nhẫn từ tốn giải thích:

- Cho dễ nhổ lông và đặc biệt là không ra thêm lông con. Chiêu nầy dùng cho những con vịt đang thay lông.

- Ngộ vậy hả?

Và hai người phụ nữ bắt đầu nói chuyện với nhau, Phấn cũng phụ Nhẫn nhổ lông vịt bằng đôi bàn tay sơn móng đỏ chót. Khó thấy vậy bèn lấy Honda đi mua bánh mì và bún.

Hai người nói chuyện xã giao một hồi, Phấn bắt đầu thăm dò:

- Nhẫn và anh Tư thân lắm hả?

- Chơi chung từ nhỏ tới lớn mà.

- Nhẫn có thích anh Tư hông?

- Có chứ. (Nhẫn đề phòng)

- Không, mình hỏi thích hông cũng không chính xác, phải hỏi có thương không mới đúng.

- Có luôn.

- Là yêu đó hả?

- Yêu thì không biết vì từ trước giờ mình chưa yêu ai.

- Ảnh có khi nào đặt vấn đề với Nhẫn không?

- Có đặt với Phấn chưa?

- Chưa. Mình và ảnh mới quen nhau mà.

- Phấn thích ảnh hông?

- Thích.

- Thương hông?

- Thương.

- Yêu luôn hả?

- Chắc vậy.

- Mới gặp mà yêu gì?

- Tiếng sét ái tình mà, Nhẫn không nghe nói sao?

- Mình chưa có kinh nghiệm.

- Nếu như ảnh thương Nhẫn mà từ chối mình, Nhẫn có bỏ cuộc không?

Nhẫn đang dùng đũa, sạn để trộn vịt đã ướp bỗng ngưng lại nhìn Phấn. Cô khó trả lời câu hỏi của cô ta. Bỏ cuộc không ư? Thật ra cô có vào cuộc bao giờ mà hỏi bỏ hay không? Giành thì cô không giành nhưng bỏ thì sẽ cũng không bỏ, chuyện gì thì cứ để nó thuận theo tự nhiên, cô sẽ không nhường Khó cho Phấn cũng như sẽ không giành giật, nhìn Phấn đang hồi hộp chờ đợi câu trả lời cô bỗng thấy tội nghiệp, Nhẫn dịu dàng:

- Chuyện nầy Phấn nên hỏi anh Tư, vì mình không có chuẩn bị tâm lý cho thắc mắc của Phấn nên không trả lời Phấn được đâu. Nhưng Phấn cũng nên yên tâm, Phấn đã có hậu thuẫn của chị Ba rồi, anh Tư là đứa con có hiếu, lấy được lòng má ảnh Phấn lo gì không được làm vợ ảnh chứ.

- Nếu nói như Nhẫn mình cũng yên tâm. Mình có đề nghị vầy hơi vô duyên chút, nhân lúc không có ảnh ở nhà, Nhẫn ướp cho xong nồi cà ri đi, đến khi ảnh về chỉ có việc bắt lên bếp nấu nữa là xong. Nhờ Nhẫn nói giùm là do chính tay mình làm. Đề nghị như vậy có hơi lố bịch phải không Nhẫn? Nhưng xin thông cảm cho mình, nếu được về làm vợ ảnh, mình hứa sẽ xem bạn như một ân nhân và không bao giờ xen vô tình bạn của anh Tư với Nhẫn hết, hứa với mình đi.

Nhẫn bối rối, cô vừa thương, vừa mắc cười chưa biết trả lời sao thì nghe tiếng gắt của Khó, anh xuất hiện trước cửa nhà tự lúc nào mà cả hai không hề nghe tiếng xe. Sự có mặt của Khó đúng lúc đỡ cho Nhẫn một đòn tâm lý Phấn đánh quá mạnh tay.

- Hứa gì bất nhơn vậy mà hứa?

Phấn hoảng sợ, mặt lộ ra một sự nhục nhã ê chề.

Phần 9
TẠI CON SÂU Ô MÔI

Phấn xấu hổ, lí nhí xin lỗi Khó:

- Em thiệt là nông cạn, xin anh bỏ qua.

Khó, từ vẻ bất nhẫn bỗng nhanh chóng giãn khuôn mặt ra, anh cười xuề xòa:

- Thôi đừng nhắc tới chuyện không vui nữa, giờ xong hết rồi còn nấu nữa thôi phải hôn? Bắt lên bếp đi rồi ra ăn mận nói dóc chơi.

Nhẫn lăng xăng:

- Khoan, để nhúm lửa đã chứ.

- Khỏi, chơi bếp ga luôn. Cái nồi trắng tươi nấu củi mắc công chùi. Phấn đâm muối ớt đi, đâm nhiều nhiều lát ăn cà ri luôn. Ớt ngoái cây đó, trái chín nhóc, tha hồ hái. Ăn cay được hôn? Đâm nhiều ớt nhìn cho hấp dẫn, phải cay sao mà nước mắt nước mũi chảy ròng ròng mới đã.

Nói tới đó, anh cười khửa khửa làm hai người con gái phải cười theo. Khó dặn tiếp:

- Nhớ bỏ vô miếng bột ngọt dằn vị mặn của muối nhen.

Phấn cảm kích trước tính tình hào sảng của Khó, bèn răm rắp làm theo. Xong xuôi, hai cô theo chân anh lên nhà trên ngồi vào bàn từ từ nhâm nhi những trái mận "dưa hấu" của Khó. Nhẫn tủm tỉm cười, nói với Phấn:

- Phấn ăn thử mận coi ngọt hôn, có người khoe lấy làm dưa hấu ăn cơm đó.

Khó lại cười khửa khửa, lừ lừ mắt liếc Nhẫn. Phấn bẻ trái mận ra làm tư, đằm thắm cắn từng miếng nhỏ, gật gật đầu:

- Ngọt thì ngọt chứ gì tới làm dưa hấu ăn cơm lận?

Nhẫn cười, nhướng mắt nhìn về phía Khó, ra dấu cho Phấn biết người nói chính là anh chàng ngồi trơ trơ ra đó. Hai người con gái cùng trề môi nhìn nhau cười ý nhị. Khó cảm thấy thoải mái trong lòng, anh kiếm chuyện chọc ghẹo:

- Bây giờ quen biết rồi, cùng nhau công kích tui hén? Chấp hai cô một thằng cuội luôn.

Phấn ngạc nhiên:

- Chấp một thằng cuội là sao?

Nhẫn cười nữa:

- Là cho mình thêm một mạng nữa nói cũng không lại ổng.

Ba người phá lên cười, không khí rất là vui vẻ. Nhẫn vừa ăn vừa chạy lên chạy xuống để trông chừng nồi cà ri, khi cô tuyên bố đã tắt lửa thì con chó mực của Khó ngoắc đuôi lia lịa báo hiệu chủ đã về. Ba người đều đứng dậy chào, bà Hai hỏi:

- Nấu cà ri xong chưa bây?

- Xong rồi má, giờ chỉ cần dọn lên là bụp. Ba đứa tam kiếm hợp bích cái vèo là xong.

Ba Lung trề môi:

- Mầy mần được cái gì mà cũng kể công vô?

- Giỡn chơi hoài chị? Tui là nhân vật chánh, hai con nhỏ nầy phụ hợ cho tui sai vặt thôi chứ mần gì. Hổng tin hỏi tụi nó coi tui có nói oan ức cho tụi nó hôn?

Hai cô gái liếc nhau, Khó hỏi:

- Ủa, dì Ba đâu má?

- Bả về nhà tắm rửa xong mới qua, đi đám ma về đâu có ghé nhà người ta được. Thôi tao cũng đi tắm đây, tụi bây coi dọn lên sẵn đi bà Ba qua là ăn liền cho nó nóng.

Hai cô gái lăng xăng xuống bếp. Phấn dọn chén đũa, Nhẫn múc cà ri ra tô, Khó đặt vô mâm bưng lên nói với Lung:

- Nhà nấu, nhiều nên chắc ăn không ngon bằng ai cho mình một tô, nhớ hễ mỗi lần bên nhà Nhẫn bưng qua cho một tô, má ăn vài cục còn bao nhiêu tui tém hết mà nó ngon… trời ơi à. Hổng lẽ làm xấu chạy qua xin tô nữa chứ tui biết nhà nó ăn cũng đâu có hết.

Nói xong, Khó cười khửa khửa, Ba Lung nói:

- Nghe giọng cười của mầy tao ứa gan. Mầy nhắc tao nhớ hồi đó tao chưa có chồng, mầy cũng mười mấy tuổi đầu chứ nhỏ nhê gì, bận đó bên nhà dì Ba cũng bưng qua cho một tô cà ri, chưa ai ăn miếng nào mầy cứ lấy đũa vệu vệu trong tô, giành cục nầy giành cục kia, má cưng nên một mình mầy ăn muốn hết, tao hờn trong bụng dữ tợn nhưng có dám nói đâu. Hồi đó tao nói trong bụng thằng nầy chạy trời sau này cũng giành ăn với vợ.

- Hay thiệt. Chị đoán chuyện như thần. Hèn gì sau nầy tui cưới con nhỏ kia về, thấy tui ham ăn quá nên nó bỏ tui luôn, khửa khửa khửa.

Cả nhà cười rần rần, Ba Lung sợ mình lỡ lời ai dè Khó lại tỉnh bơ trả đũa khiến lòng chị cũng bớt áy náy. Má Nhẫn qua, Bà Hai cũng tắm xong, mọi người ngồi vào bàn, vừa ăn vừa tấm tắc khen ca ri nấu ngon, vừa nhắc tới đám ma thương cho vợ Vĩnh từ nay chắc sẽ gieo neo trong việc nuôi lớn các đứa con.

Ăn xong, ba người phụ nữ nhỏ dọn dẹp, rửa ráy. Chị Ba Lung và Phấn xin phép về. Nhẫn tiễn hai người ra cửa, Phấn nắm tay cô siết chặt:

- Cám ơn Nhẫn nhen.

- Sao cám ơn?

- Hôm nay có Nhẫn, mình rất vui. Xin lỗi, ban đầu đã nghĩ sai. Hẹn có ngày gặp lại.

Nhà còn lại má con Khó và má con Nhẫn, bà Ba dọ ý bà Hai:

- Thấy con nhỏ đó sao chị?

- Ôi, ai biết đâu. Nó ưng chỗ nào tui cưới chỗ nấy. Thời buổi giờ con đặt đâu cha mẹ ngồi đấy chị ơi. Có điều, thấy con đó cũng vui vẻ nhưng tui không có chịu móng tay móng chưn sơn đỏ chét. Mình nhà quê mà chị, tay chưn chăm chút vậy mần ăn gì được?

Nhẫn thấy mình cũng nên binh Phấn vài câu:

- Cái đó có sao đâu dì Hai? Cổ chịu về làm dâu dì thì cổ sẽ thay đổi thôi.

Khó chu miệng, trừng mắt kín đáo nhìn Nhẫn, cô hoảng hồn im re. Nghĩ: Mình nói vậy thôi chứ bà Hai mà vừa ý đi cưới Phấn cho Khó thiệt chắc là cô sẽ khóc ba ngày ba đêm chưa dứt.

*

Mấy con sâu ô môi bắt đầu hoành hành cái sân trước của Nhẫn rồi. Mấy đứa con nít trong xóm mỗi ngày đi học ngang qua nhà cô đều cắm đầu cắm cổ chạy vì sợ đạp sâu dưới đất và sâu rơi trên đầu. Có mấy đứa học lớp Một không dám đi ngang luôn, bắt ba mẹ phải đưa đi bằng Honda trong khi nhà rất gần trường. Mấy ông cán bộ ấp liền tới làm việc với mẹ con cô, đề nghị đốn bỏ cây ô môi vì nó không có kinh tế bao nhiêu lại còn ảnh hưởng đến việc đi lại của các cháu. Bà Ba tuy buồn nhưng cũng đồng ý đốn vì tình làng nghĩa xóm. Nhẫn thẫn thờ, cô hình dung đến cảnh chỗ cây ô môi trống trơ mà buồn như mất một người thân.

Khõ chịu trách nhiệm đốn cây ô môi cho bà Hai.

Cây ô môi lớn lắm, hai người ôm mới giáp vòng, tàn rộng. Muốn đốn phải mé hết các nhánh nhỏ, đốn làm củi thì đốn từng đoạn từ trên xuống, Khi quyết định đốn, Khó nhìn Nhẫn, thương cảm:

- Đốn cây ô môi nầy rồi xóm mình tuyệt chủng ô môi luôn đó. Nếu em thích, thì lấy hột bầu lại cây khác, đem ra tuốt sau nhà trồng, không sợ phiền đến ai.

- Thôi. Vì là cây lâu năm nên có tình cảm, buồn chút thôi. Rồi mọi chuyện cũng qua hà.

- Vậy tốt, vô làm cho ly nước chanh uống cái coi, uống xong mới đốn được chứ.

Nhẫn trề:

- Làm tàng. Hồi đó giờ có miếng nước nào cũng leo tuốt luốt trên ngọn hái ô môi dạ?

- Hồi đó khác, bây giờ khác, bây giờ chảnh rồi.

- Chảnh kệ.

- Ủa sao hôm nấu cà ri anh em ngọt xớt, từ bữa đó tới nay hổng nghe xưng hô nữa vậy ta?

- Thôi, vô duyên quá, đi làm nước chanh nè.

Nhẫn ngoe nguẩy bỏ vô nhà, Khó cười khửa khửa, ngước nhìn cây ô môi để toan liệu cách đốn sao cho nhanh gọn. Thật ra bà Ba có ý muốn mướn thợ cưa cây về cưa nhưng anh đã sốt sắng giành phần xem như làm rể sớm. Bà Ba thích chí cười híp mắt còn bà Hai lại lo sợ vu vơ trong lòng nhưng không tiện nói ra.

Nhẫn bưng phích đá chanh tổ bố ra đưa Khó, anh cầm lấy uống mấy ngụm dài, vừa uống vừa lén nhìn cô, mấy lúc gần đây sao Khó thấy Nhẫn đẹp và dễ thương kỳ cục. Trái tim tên đàn ông trung niên luôn đập rộn rã khi nhìn thấy cô. Nhẫn cũng biết Khó đang nhìn lén mình, không hiểu anh ta nghĩ gì nhưng cô cũng đỏ mặt tía tai, mắc cỡ một cách kỳ cục.

Trả ly nước đã uống hơn nửa cho Nhẫn, Khó cười, chọc ghẹo:

- Cho hun miếng coi.

- Trời! Vô duyên cà.

- Vô duyên gì? Nợ cái hun đó nhen. Nựng cái hén?

- Thôi, vô duyên.

- Vô duyên nữa, vô hoài nặng oằn làm sao leo cây? Nợ luôn cái nựng nhen? Thôi hổng ấy kêu anh một tiếng đi.

Nhẫn đánh vào vai Khó: "mắc dịch", Khó cười khửa khửa rồi leo tuốt trên cây Ô môi, dặn Nhẫn:

- Anh la lên là chạy ra xa nhen, ai đi ngang cũng nhớ ngăn lại. Coi chừng sâu bu vô mình đó.

Anh bắt đầu đốn, từng nhánh, từng nhánh nhỏ theo đà rụng xuống, Nhẫn đứng từ xa nhìn theo cảm tưởng như anh đang từ từ chặt đứt từng ngón, từng ngón tay của mình. Cô tưởng tượng đến cảnh mỗi sáng không còn nhìn thấy cây ô môi quen thuộc đã lớn lên cùng với cô, không còn có thể nhìn ngắm từng chùm hoa ô môi hồng rực cả một vùng mà buồn tha thiết trong lòng. Cô ghét mấy con sâu, tạo hóa cũng kỳ cục, sinh ra một loài cây có hoa trái đẹp vậy lại sinh thêm giống sâu bọ khủng khiếp tràn lan thân cây rồi rơi tua tủa tràn lan mặt đất, bất công với loài hoa đẹp có mùi hương thoang thoảng ngất ngây.

Thoáng chốc, Khó đã đốn trụi cả những nhánh nhỏ chứa lá và trái, cây chỉ còn trơ lại trụi lủi từ gốc đến ngọn, chung quanh không có nhánh giơ ra. Anh bắt đầu đốn phần thân. Tiếng anh la vang cả một vùng, "Tránh ra, tránh ra". Lần đầu tiên sau biết bao nhiêu năm, Nhẫn chứng kiến và dõi theo Khó trên cây ô môi, trong cô dậy lên một tình cảm khó tả với người đàn ông nầy, nhứt cử nhứt động của anh để lại trong cô một sự trìu mến lạ lùng.

Khi cây ô môi còn chừng năm thước, Khó từ trên nói xuống:

- Con xuống à dì Ba ơi, khúc nầy phải nhờ thợ cưa cây thôi, dao đốn hết xuể rồi.

- Ừ xuống đi con, quá sức rồi. Xuống nghỉ đi.

Khó dạ, tìm chỗ trống quăng dao xuống trước rồi ôm gốc cây tuột dần, Giữa chừng áo mắc vào vỏ cây, anh rướn người lên gỡ thì đùng một cái, Khó rơi xuống té ngửa trên mặt đất nằm xuôi cò.

Bà Ba hoảng hốt la lên. Nhẫn thất kinh hồn vía chạy như bay lại đỡ lấy anh, cất tiếng khóc tức tưởi:

- Anh ơi, anh ơi, tỉnh dậy đi, có sao không? Tỉnh dậy đi.

Bà Hai bên nhà nghe tiếng bà Ba, phóng qua. Mặt tái xanh xám, đứng như trời trồng, lẩm bẩm:

- Trời ơi, con tui. Con tui.

Hàng xóm cũng bu lại, chú Bảy Ngà quát:

- Vô quậy cho nó ly rượu đế đường thiệt nhiều cho tan máu bầm.

Một người chạy đi. Nhẫn điếng hồn chỉ biết ôm Khó khóc. Một người nói:

- Uống rượu xong chở nó đi bệnh viện liền.

Ai nấy cũng khẩn trương, đủ thấy tình cảm lối xóm dành cho Khó sâu đậm thì Khó bỗng ngồi bật dậy, cười khửa khửa:

- Trời ơi có gì đâu, nhõng nhẽo với Nhẫn chút vậy mà. Buông tay rớt xuống cũng canh rồi, níu cây mai nên té xuống nhẹ xìu.

Mọi người cười rần rần, bà Hai bà Ba thở ra cái khì, bà Hai rủa:

- Mẹ bà tổ cha mầy, hết chuyện chơi ha chơi bất nhơn vậy? Sém chút tao đứng tim chết trước rồi.

Nhẫn mừng quá nhưng mắc cỡ đỏ mặt, cô buông Khó xuống cái bịch, đứng dậy ngoe nguẩy bỏ vô nhà, Khó cười chọc:

- Nhờ vậy mới nghe nó kêu bằng anh ngọt xớt. Hai món nợ hồi nãy lát dọn xong đám lá nầy nhớ trả nhe hôn. Tối nay ngủ ngon rồi. Khửa khửa khửa.

Phần 10
LỜI TỎ TÌNH Ở CHUỒNG HEO

Mọi người tản hàng ra về, Khó đứng dậy phủi đất cát trên mình rồi lôi mấy nhánh ô môi ra tuốt phía sau nhà Nhẫn chất thành đống. Lên xuống kéo cả chục lần mới giải quyết xong đám chà, Nhẫn đứng trong nhà nhìn ra, thấy lũ sâu đen thùi lùi lông lá um sùm bu từng chùm từng chùm trên nhánh ô môi và rớt lộp độp dưới đất, cô thấy nhờn nhợn trong cổ mắc ói nên thay vì ra phụ Khó quét cái sân cô chỉ biết đứng nhìn một cách ngưỡng mộ. Khó lấy chổi quét soàn soạt, gom lá và sâu lại một chỗ để đem ra sau nhà đốt. Chòm xóm qua lại, ghẹo:

- Làm rể hả Khó?

Anh ta trả lời tỉnh rụi:

- Ừa. Vậy mà hổng biết cổ chịu hôn nữa. Cổ mà ừa một cái tui cưới cái rụp.

Hai bà má ngồi trên thềm ba, nghe Khó cười khửa khửa cũng cười theo phụ họ. Họ xì xào bàn tán với nhau chuyện gì Nhẫn không nghe được nhưng coi bộ tâm đắc lắm. Hốt xong đống rác, Khó cởi áo ra, dùng áo phủi phành phạch trên thân thể, sâu bu kín nhưng anh coi nó như mấy cái bông rơi trên mình, đưa mắt tìm Nhẫn. Thấy cô đứng núp ngay cạnh cửa liền nhướng nhướng mắt, kiểu "đá lông nheo". Nhẫn nguýt ngang vào trong bưng ra ly nước chanh mới pha, đưa Khó:

- Rượu pha đường nè, uống đi cho bớt... khùng.

Khó liếc thấy mấy hột chanh bèn bưng ly nước ực một cái dài sọc, cười khửa khửa, cố tình nói lớn cho hai bà má nghe:

- Rượu pha đường chua chua ngọt ngọt uống đã bà cố luôn. Ước chi mỗi ngày đều được uống vầy cả đời thì sướng biết mấy. Thì khùng hoài hoài cũng chịu.

Nhẫn nguýt ngang, hai bà má cùng cười. Khó nghiêng đầu nói nhỏ với Nhẫn:

- Nãy nghe kêu anh rồi. Từ nay kêu luôn nghe hôn?

Nhẫn trề môi, Khó đưa tay bẹo cằm Nhẫn một cái, Nhẫn hoảng hồn né ngang nhưng vẫn không tránh được. Chưa tha, Khó tiếp:

- Hun miếng coi.

Nhẫn điếng người, đánh vào tay Khó:

- Mắc dịch.

Khó cười khửa khửa, mọi hành động đều lọt vào mắt hai bà má.

Đêm đó, ở nhà Tư Khó. Khó nằm tòn teng trên võng, suy tư. Bà Hai nhắc ghế ngồi kế bên, to nhỏ:

- Mầy để ý con Nhẫn hả Khó?

Khó lấy chưn rà xuống đất, thắng chiếc võng đang đung đưa lại, gãi gãi đầu:

- Má cũng dòm ra hả?

- Xời! Tao đẻ mầy ra mà. Con nhỏ đó tao cũng ưng cái bụng. Mà mầy có ngỏ ý với nó chưa?

- Chưa má ơi. Nhưng cái mòi nó chịu con rồi.

Khó ngồi bật dậy:

- Má, má cưới Út Nhẫn cho con đi.

- Trời! Cái thằng nầy, bộ cưới là cưới ha mậy? Mà điều hễ tao mở lời biết chắc là bà Ba bả ưa liền. Có điều tao thấy nó ví mầy như trâu trắng trâu đen làm vợ chồng sao được?

- Nó làm bộ dịch vậy thôi má ơi. Lúc nầy hết sừng sộ với con rồi thấy hôn? Mà thôi, để mơi con hỏi ý nó coi sao chứ lỡ cậy người lớn bước tới nó từ chối chắc đội quần à.

- Ừa, đâu mơi mầy dọ ý nó thử coi. Lẹ lẹ lên đặng tao ẵm cháu nội nhen mậy.

- Xời! Bê đê mà đẻ chửa gì hổng biết.

- Bê thằng cha mầy chứ Bê.

- Khửa khửa khửa.

- Mầy bỏ giọng cười đó giùm tao cái. Mẹ bà, giọng cười ó đâm.

Cũng trong đêm đó, bên nhà Nhẫn.

Bà Ba nằm dài trên bộ ván gõ, nhìn Nhẫn lui cui xếp quần áo mới giặt hôm nay, hỏi y chang câu của bà Hai:

- Thằng Tư nó để ý mầy hả Nhẫn?

Nhẫn đỏ mặt, chống chế:

- Để ý gì má ơi.

- Xời! Tao đẻ tụi bây ra được mừ. Dòm là biết rồi. Nó chê con nhỏ kia là vì trong bụng nó có bây rồi.

- Có nói gì với con đâu mà con biết.

- Cắc cớ nó hỏi cưới bây ưng hôn?

- Hổng biết à.

- Vậy là ưng rồi. Mọi lần tao nói tới nó bây nạt sấp nạt ngửa, giờ coi cái mặt đỏ hoét cà. Tao độ vài bữa trở lợi đây thằng Tư nó đặt vấn đề với bây đó. Lớn tuổi rồi cũng lo liệu lập gia đình đi cho má yên tâm con ơi.

Nhẫn cúi đầu xuống, mắc cỡ:

- Tới đó rồi tính má ơi. À mà má, (Nhẫn ngưng xếp đồ, xề lại sát bên bà Ba) trước đây sao ảnh thôi vợ vậy?

Bà Ba cười chúm chím ghẹo Nhẫn:

- Này ẢNH hết sức ha? Hổng thằng chả nữa hén? Mà thôi để tao kể cho bây biết luôn. Bê đê là con nhỏ đó nó bê đê. Trước khi ưng thằng Tư là nó cặp với một con bạn rồi nên về quằn xách thằng nầy lắm, chủ yếu muốn thôi mà. Sau mới bỏ nhà trốn đi để thơ lợi khai thiệt. Gia đình đàng gái thiếu điều muốn lạy bà Hai xin trả của. Chuyện đó ém nhẹm luôn không biết sao sau nầy lòi ra lại là thằng Tư bê đê mới ngộ.

Vỡ lẽ ra, trong lòng Nhẫn cảm thấy thật nhẹ nhàng.

Hôm sau, Nhẫn đang ở chuồng heo cho heo ăn thì Khó rề qua, anh ta leo lên thành chuồng ngồi dựa vào cây cột nhìn Nhẫn:

- Mất cây ô môi rồi sáng ra quét sân buồn hôn?

- Buồn!

- Thời gian rồi cũng hết hà. Người thân mất buồn gấp trăm lần còn nguôi ngoai được mà huống chi cây ô môi toàn là sâu.

- Nói vậy thôi chứ chấp nhận mà.

- Ai chấp nhận?

Nhẫn cười tủm, đưa tay chỉ vô mặt mình, Khó nhăn nhó:

- Xưng em bộ chết ha sao ta? Giờ kêu anh một tiếng đi. Không kêu là về liền từ nay không qua nữa. Kêu hôn?

Khó phóng xuống đất dợm quay lưng, Nhẫn bối rối:

- Anh thì anh, làm gì ghê vậy?

Khó cười:

- Đó! Còn sống nhăn chứ có chết đâu?

Rồi nghiêm nét mặt lại, Khó gọi:

- Nhẫn ơi.

- Đứng kế bên mà kêu gì nghe xa lắc vậy?

- Tỏ tình ở chuồng heo luôn nhen? Sau nầy kể cho con nghe ba mầy hồi đó hỏi cưới mẹ ở chuồng heo đó nghe con chứ hổng phải chơi đâu à.

Nhẫn không nhịn được, phá lên cười như bị ai thọt lét.

- Đồ quỷ mắc dịch.

- Làm vợ anh đi Nhẫn ơi. Mình thương nhau mà.

Nhẫn đỏ mặt tía tai, cô run, đôi tay bỗng trở nên dư thừa không biết để đâu, cứ múc thức ăn đổ vào máng tới tấp. Khó la:

- Tràn máng rồi kìa. Vậy anh về nói má cậy người lớn bước tới nhen. Tối nay anh qua hai đứa mình đi bộ ra quán chè cô Năm bàn luôn hén?

Nhẫn cũng làm thinh vì không biết phải trả lời thế nào. Khó xoay lưng bước đi, bỗng quay phắt lại đặt vào má Nhẫn một nụ hôn. Xong nhảy tưng lên:

- Đã quá.

Nhẫn hồn phi phách tán, vừa ái ngại vừa mắc cười.

Thằng cha tỏ tình gì mà kỳ cục, sáng sớm lại ở ngay chuồng heo hôi rình, tỏ tình gì mà mình chớ kịp trả lời một câu chả làm như mình chịu rồi vậy, lại còn a thần phù nhào tới hun đại nữa chứ. Nhẫn đưa tay vuốt má, ngay trân cái chỗ Khó vừa hun, rầu trong bụng không biết hồi nãy dội chuồng heo có bị nước phân văng vô mặt hay không nữa. Kệ, có cũng ráng chịu ai kêu canh chỗ nầy mà... nhát ma chi?

Tối nay có nên đi bộ với ảnh ra quán chè cô Năm hôn ta? Đi chung kiểu nầy cả xóm đồn chứ không phải chuyện chơi. Tính sao đây? Mà thật sự mình cũng muốn đi với ảnh lắm chứ bộ.

Phần 11
TIỀN HÔN NHÂN

Tới giờ cơm trưa, Nhẫn thỏ thẹt với má:

- Hôm nay ảnh đòi cưới con.

Bà Ba mừng rỡ:

- Vậy sa? Rồi bây trả lời sao?

- Có kịp trả lời đâu má ơi. Con đang cho heo ăn ở dưới chuồng heo ảnh lơn tơn xuống, tỏ tình ở dưới luôn hà. Nói một hơi rồi bỏ về chứ có thèm nghe con trả lời trả vốn gì đâu.

Bà Ba cười ngặt nghẽo:

- Cái thằng mắc dịch. Rồi giờ bây tính sao?

- Tính sao gì ai biết. Ảnh kêu tối nay đi ăn chè ở quán cô Năm để bàn công chuyện.

- Ừ thì đi đi.

- Đi bộ đó má. Đi chần vần ra đường ai cũng thấy họ cười chết.

- Cười gì mà cười. Trước sau cũng vợ chồng, bây giờ cả xóm ai cũng biết mà mắc cỡ gì.

- Lỡ má ảnh hổng chịu con sao? Chị Ba Lung làm mai con Phấn cho ảnh rồi, dì Hai lại nghe lời chị Ba nữa.

- Ối, lo gì. Thằng đó mà muốn trời cản nó à. Kệ, đi chơi đi, lớn rồi có gì đâu mà ngại. Đi coi thử nó bàn tính gì.

- Đi xa lắm đó má. Ngang đồng trống lỡ ảnh bốc hốt biết làm sao?

Bà Ba cười té ngửa:

- Trời! Hiền gì dữ vậy? Hễ hai bên đồng ý rồi cho nó bốc hốt chút cũng hổng sao. Lớn rồi chứ bộ con nít con nôi gì hay sao mà khờ quá.

- Má xúi kỳ nhen.

Bà Ba xoay người lại, nói nghiêm túc:

- Má giỡn chút thôi. Thằng Tư không phải là hạng người đó đâu. Bây cứ đi chơi cho có kỷ niệm trước khi cưới. Má nó mà nghe tụi bây tính chuyện lấy nhau bả mừng như tao vậy thôi. Không có trở ngại gì đâu con. Má cho phép đi đó.

Nghe má mình nói vậy, trong bụng Nhẫn háo hức trông tới chiều tối.

Cơm nước chiều xong, Nhẫn đã làm hết công chuyện nhà, tắm rửa thay đồ đẹp chờ đợi. Đồ đẹp của cô là cái áo thun màu tím sọc trắng mặc cùng quần jean xanh đen mà chỉ khi nào đi đám cưới cô mới vận vào. Đứng nhìn mình trong gương, Nhẫn tự đánh giá mình tới bảy điểm, trẻ hơn bình thường rất nhiều. Muốn thoa lên môi một chút son quá nhưng sợ Khó phát hiện, anh ta mà cười nhạo là cô ở nhà liền tức thì. Ngắm một hồi, Nhẫn nhìn đồng hồ trên tường thấy còn quá sớm, nắng chưa tắt hẳn trên ngọn cây dừa nên cảm thấy ái ngại vì mình đã nôn nóng cuộc hẹn hơn anh ta, nghĩ vậy, Nhẫn thay bộ bồ bộ rồi ra cửa ngóng sang nhà Khó. Chưa thấy bóng dáng anh ta đâu hết. Có khi nào hồi sáng hứng nói vậy giờ quên tuốt luốt rồi hôn ta?

Càng về tối Nhẫn càng thấy thất vọng. Đèn đuốc hai bên nhà đã sáng choang rồi. Còn không đầy tháng nữa là Tết. Mọi năm có cây ô môi thì biết chừng, bây giờ sắp tới đâu còn nó nữa mà báo Tết, cứ hễ ô môi ra bông là sắp thấy mùa xuân, trái ô môi có hột là đúng vào những ngày Tết, vậy đó. Tết năm nay không biết ảnh có tới lui nhà mình nhiều hơn mọi năm không nữa, còn nhà ảnh Tết nào cũng ồn ào vì anh chị Hai, anh chị Ba và mấy đứa cháu về ở chơi tới mùng ba ăn gà ra mắt xong mới đi. Lần nào má cũng ở chơi bên đó suốt, lần nào cũng hú hí cô qua nhưng cô ghét bản mặt Khó nên năm khi mười họa mới qua một lần.

Tối hu tối hì rồi mà Tư Khó cũng chưa qua rủ cô đi ăn chè. Hờn trọng bụng dữ lắm rồi nên cô quyết định vô dẹp lại bộ đồ vào tủ. Dẹp xong, ra ngoài tính nói vài câu mát mẻ với má thì thấy anh ta ngồi chong ngóc trên bộ ván, hai tay chống xuống ván còn hai chưn đung đưa vù vù, thấy cô, Khó nheo mắt cười:

- Thay đồ đi. Hôm nay ghệ dẫn đi ăn chè.

- Thôi giận rồi hổng đi.

- Sao giận? Anh còn mắc cho gà vịt ăn rồi lùa nó vô chuồng, xong tắm rửa vọt qua liền còn giận hờn gì nữa ta? Má thấy oan ức cho con hôn má?

Bà Ba cười thỏa mãn. Khó lại nói:

- Anh xin phép má rồi, rước đi đưa về tận nơi tận chỗ luôn. Đi Honda nhen, đi bộ về ngang đồng trống sợ ma lắm. Tánh anh kỳ, sợ ma nhưng khoái nhát ma. Khửa khửa khửa. Thay đồ đi.

- Bận đồ nầy đi nà.

- Cũng được. Nhưng sợ người ta nói con Nhẫn có thằng chồng đẹp trai hơn nó quá trời chừng đó đừng tủi thân nhen.

- Xời. Quần áo không làm nên con người.

- Đúng. Nhưng người đẹp nhờ lụa mà. Khửa khửa khửa.

- Nói không lợi.

- Vậy vô thay đồ.

Mèn ơi, chả nói như ra lịnh mà cô cũng te te vô phòng mở

tủ lấy bộ đồ hồi nãy ra. Mặc xong, Nhẫn quyết định thoa một chút son lên môi kẻo người ta nói "Con Nhẫn có thằng chồng đẹp trai hơn nó quá trời".

Bà Ba nhìn hai trẻ đú đởn trong bụng cũng vui lây, đến khi Nhẫn từ trong phòng bước ra thì niềm vui của bà càng rõ ràng hơn, con nhỏ hôm nay coi thiệt ngộ, bởi vậy có tình yêu con người ta hoàn toàn đổi khác cũng đúng.

Khó ngó Nhẫn trân trân, anh chắc lưỡi hít hà:

- Cha… báo lộng ha? Đi chung vầy hãnh diện chết luôn. Nay dòm đẹp dữ ta? Má, tụi con đi ăn chè xong chạy một vòng ra chợ hóng gió để con khoe mọi người chút nhen má?

- Ôi đi đâu đi đi. Già đầu rồi chứ nhỏ em gì ha mà lo.

Nhẫn bước ra trước cửa:

- Giờ đi chưa? Đàn ông gì mà nhiều chuyện quá trời.

Khó cười khửa khửa, leo lên xe đề máy, Nhẫn khép nép ngồi phía sau, Khó la:

- Sít vô. Nói hoài, ai ăn thịt ăn cá gì mà sợ.

- Biết rồi. Hung dữ quá trời.

Xe khuất khỏi xóm, lộ nhỏ nên không có đèn đường, cảnh thôn quê tối om, Khó mằn mò nắm lấy tay Nhẫn kéo ngang bụng mình, năn nỉ:

- Ôm anh đi. Đường vắng ôm cho ấm.

Nhẫn rụt tay lại nhưng Khó đã giữ chặt, cô lí nhí:

- Mắc cỡ lắm.

- Ai thấy đâu mà mắc cỡ. Thấy cũng có sao đâu? Sớm muộn mình cũng là vợ chồng mà.

- Bộ nói ưng rồi ha?

- Không cần nói. Tự đáy lòng anh hiểu là được.

- Hiểu gì?

- Hiểu là em cũng thương anh như anh thương em vậy.

- Chửi hoài mà thương.

- Chửi thì chửi, thương thì thương. Trời sắp đặt rồi, sắp đặt cho hai đứa mình ở vậy tới từng tuổi nầy mới đến với nhau được. Anh cãi lại ý trời nên ổng bắt anh dang dở đó thấy hôn? Cũng may, nhờ vậy mà anh mới đem tấm thân trinh bạch nầy giao lại cho em.

Khó cười lớn, giọng cười vang động làm Nhẫn thấy ngại. Cô đánh vào vai anh:

- Xời! Tấm thân trinh bạch…

- Chứ gì nữa. Còn zin luôn đó nhen.

- Thôi nói bậy quá, bỏ qua đi.

- Ừ, giờ nói nghiêm túc nè. Thiệt ra anh để ý em lâu lắm rồi, hồi mới mười chín hai mươi lận nhưng vì em còn phải lo cho má lúc đó ba mới mất, tinh thần má suy sụp. Anh cũng định chờ em vài năm nhưng lúc nào em cũng hằn học với anh nên anh không tiện nói. Đến lúc lấy vợ thì anh mới biết là anh thương em nhiều lắm. Ly dị vợ anh lại không có mặt mũi nào tính chuyện với em. Cho tới khi chị Ba làm mai Phấn cho anh thì anh quyết định về bày tỏ. Thú thiệt, nếu em không đồng ý thì anh cũng ở vậy suốt đời với má như em thôi. Sau đó anh biết em cũng có tình cảm với anh thì anh mừng quá. Thật ra hai đứa mình hoàn cảnh giống nhau, hai gia đình cũng hiểu rõ về nhau, lẽ ra mình đã là vợ chồng lâu lắm mới đúng. Nếu như em không chê anh, anh sẽ xúc tiến làm đám hỏi liền trước Tết, qua Tết coi ngày tháng tốt rồi cưới. Ý em sao?

Nhẫn chẳng biết trả lời sao, cô không bất ngờ trước lời tỏ tình của Khó nhưng mặc dù đã chuẩn bị tinh thần cô cũng cảm thấy trái tim mình run lên, đập không đều nhịp. Cô biết mình đã thương anh rồi, cô muốn nhìn thấy anh suốt ngày, muốn được cùng anh chung lưng đấu cật lo cho hai gia đình, muốn có chung với anh vài đứa con để ấm nhà ấm cửa. Nhưng bây giờ nghe anh nói vậy cô thật sự bối rối, rồi tự nhiên phực ra câu:

- Giờ tới Tết rấp quá.

Khó nắm tay Nhẫn kéo sát vô mình:

- Rấp gì mà rấp. Anh còn muốn cưới liền trong Tết nữa cà. Người xưa nói vầy:

Cưới vợ thì cưới liền tay
Chớ để lâu ngày chúng bạn gièm pha.

Nhẫn cười khúc khích:

- Thiên hạ gièm pha ông ơi.

- Ông gì mà ông? Kêu bậy ngừng xe lợi hun bây giờ à, muốn hôn?

- Thôi! Chạy đi, mệt ghê hà.

- Ngồi trên xe không mà than mệt. Lát tới chỗ đồng trống vắng vẻ ngưng lại hun giờ.

- Hổng có chơi vậy nhen. La làng lên là mang nhục đó.

- Nhục nhục. Không sợ. Trước sau cũng vợ chồng mà.

- Chừng nào tới đó rồi tính.

- Vậy đám hỏi xong thì được hén? Mơi nói má qua nhà, mốt đám hỏi liền.

Nhẫn cười nghiêng ngửa, đập đụi đụi vô lưng Khó:

- Mắc dịch, nói chuyện trên trời đâu không.

Hai người nói chuyện thiên linh thiên địa một hồi thì tới cánh đồng trống, đường sá vắng ngắt, trời không trăng sao nhưng vì là đồng trống một khoảng rất dài nên đường cũng không tối lắm và đèn xe một trăm phân khối của Khó rọi sáng bưng cả một vùng, Nhẫn hồi hộp, trong bụng sợ sợ mà thật ra không hiểu sao cũng có ý trông trông. Nhưng đúng như má cô nói, Tư Khó không phải là hạng người thuận gió bẻ măng, xe vẫn chạy đều đều không ngừng lại và miệng của anh cũng không ngưng:

- Đương nghĩ gì trong bụng đó?

Nhẫn lại mắc cỡ, hổng lẽ ảnh đọc được suy nghĩ mình sao ta?

- Có nghĩ gì đâu?

- Chứ hổng phải sợ anh ngừng xe lại "nhát ma" hả?

Nhẫn vô tư:

- Ai sợ ma mà nhát?

- Vậy hả? Vậy ngừng lại nhát nhen.

Cô chợt hiểu ra, hốt hoảng:

- Nói thôi à nhen. Ẩu nghỉ chơi à.

- Nghỉ nghỉ, trước giờ cũng chưa chơi.

Nhẫn cười ngặt nghẽo, lại đánh vào vai Khó:

- Nói trây quá trời.

Hai người cùng cười, dứt cơn cười thì quán chè cô Năm Nhơn đã trước mặt. Nhẫn bối rối xuống xe để Khó tìm chỗ gửi. Cô rầu trong bụng, thế nào cũng bị cô Năm chọc ghẹo, khách thiệt là đông, bàn nào cũng có người ngồi. Cái xóm nầy ban ngày người ta ra đồng cả, chiều về sau bữa cơm gia đình thì trai gái thường hay túm tụm dẫn nhau ra quán cô Năm ăn chè, những cặp tình nhân thì ngồi khuất vô mấy cái bàn để cạnh những gốc nhãn còn đám nam thanh nữ tú thuần túy bạn bè thì tìm chỗ nào sáng, có thể ken lại vài cái bàn để đủ chỗ cho cả chục đứa gom lại vừa ăn vừa tám chuyện.

Khó gửi xe xong, trở lại nắm tay Nhẫn, cô vội vàng rút lại, anh lằng nhằng:

- Quê rồi nhen. Nắm tay cho người ta biết cô nầy sẽ là vợ tui để không ai dòm ngó nữa. Khó khăn gì ghê vậy ta?

Nhẫn xuống nước, năn nỉ:

- Thôi mà, cái gì cũng từ từ, ở quê mà làm kiểu ở thành người ta cười cho thúi đầu.

- Thúi thì lấy xà bông thơm gội, hổng ấy cạo trọc lóc mơi mốt mọc tóc khác chứ gì mà lo.

- Cái gì nói cũng được hết trơn trời đất cơi.

Khó cười khửa khửa rồi sánh vai Nhẫn bước vào trong quán, cô Năm nhìn thấy hai người, chúm chím cười ý nhị:

- Kiếm bàn ngồi đi Tư. Tụi bây chừng nào cho cô Năm ăn đám cưới nè.

- Tính trước Tết cô Năm mà con vợ con nó nói rấp quá.

Nhẫn nhéo Khó một cái, cô Năm ừa:

- Phải đa mầy. Còn hổng tới một tháng nữa Tết lo sao kịp.

- Thì bởi. Cho nên con tính giờ tới Tết làm đám hỏi cho chắc ăn. Đám hỏi cô tới nhen cô Năm.

- Tới chứ mậy. Tới hai đám luôn chứ không phải chỉ đàng trai không đâu à.

- Đọ, cô Năm là nhứt rồi. Thôi con đi kiếm bàn đây cô.

Khó nắm tay Nhẫn len qua mấy cây nhãn, lần nầy cô làm thinh để yên tay mình trong tay anh. Đi một vòng không có bàn trống, anh dắt Nhẫn trở ra, cô nhè nhẹ rút tay lại, Khó nói:

- Hết chỗ rồi cô Năm, thôi cô bọc cho con năm bịch chè đi con đem dìa. Tính vô đây có khung cảnh tình tứ lãng mạn để bàn tính với cô vợ mà nay xui quá. Công nhận chè cô Năm ngon thiệt nên hồi nào cũng đông khách. Nữa đám cưới xong một tuần con chở vợ ra một lần hén cô Năm?

- Ừ, ủng hộ cô nhen. Tiếc ghê. Chắc mơi mốt tao tăng cường thêm một số bàn nữa mới được. Hổm nay thiếu chỗ khách dìa hoài.

- Dìa cũng mua mà cô?

- Ừa, nhưng ăn tại chỗ nó vui hơn.

Cô Năm vừa nói chuyện vừa múc chè lia lịa cho vào bịch, để sang bên có người lấy dây thun cột túm lại, thoắt cái đã làm xong năm bịch chè. Khó trả tiền, lấy bọc chè đưa Nhẫn rồi cả hai chào cô Năm ra về. Chờ Khó lấy xe ra, Nhẫn vừa lên xe vừa nói:

- Quá trời cái miệng.

Khó giả nai:

- Rộng ha gì?

- Nói không có ngớt hồi nào hết á.

- Xã giao mà. Hổng vừa ý hả? Nói đi mơi mốt tốp bớt lại. Nói nhiều thế nào cũng nói dư, cũng có mấy câu vô duyên hà. Chắc cũng có người chửi lén chứ chẳng chơi. Làm vợ thì phải thắng bớt chồng lại chứ để chồng nói một hồi không biết đường ra luôn. Nói đi, phê bình đi, có điều phải thông cảm là tại vì đang vui nhen.

Nhẫn phì cười:

- Nói nhiều thiệt nhưng vui mà, đâu có mích lòng ai đâu.

- Vậy hả? Khửa khửa, vậy hổng rầy phải không?

Nhẫn cũng hiểu hôm nay anh vui, chứ nhà cạnh bên nhau mấy chục năm trời cô biết Khó không phải là người nói nhiều, lại càng không phải vui đâu trút đó, ba hoa chích chòe. Anh được mọi người trọng vọng vì tính tình đâu ra đó, có lòng với hàng xóm láng giềng mà ngay cả lúc ghét anh thúi con mắt Nhẫn cũng công nhận.

Suy nghĩ miên man, khi ngước lên nhìn Nhẫn phát hiện Khó không chở cô về nhà, cô la lên:

- Đi đâu vậy?

Phần 12

NỤ HÔN ĐẦU

Đánh ình ình vào lưng Khó, Nhẫn phụng phịu:

- Đi đâu không về nhà?

- Hồi nãy xin phép má đàng hoàng rồi nha. Hôm nay chở em đi một vòng lên chợ chơi chứ gì mà la ỏm tỏi vậy?

- Chợ có gì mà chơi? Ngày nào cũng đi bán đồ còn lạ lùng gì nữa?

- Đi bán đồ với đi chơi khác nhau chứ. Mà em chỉ đi vòng vòng chung quanh chợ thôi, có những chỗ chưa từng tới. Nghĩ thương hết sức, từng tuổi nầy mà chỉ biết từ nhà ra chợ. Sau nầy làm vợ anh rồi sẽ đưa em đi chỗ này chỗ nọ cho biết với người ta.

- Xời, chợ nầy còn lạ gì nữa.

- Có những chỗ em từng thấy nhưng chưa từng vô, anh cam đoan vậy đó.

Nhẫn phát hiện ra Khó đã cho xe trề qua khỏi chợ một đoạn khá xa, phản xạ tự nhiên cô lại la lên:

- Qua khỏi chợ rồi kìa. Ra bờ sông chi vậy?

- Đặng thề.

- Thề gì trời?

- Thề sau nầy đứa nào phản bội thì bị Hà Bá lôi đầu xuống xử.

Khó cười vang, Nhẫn cũng cười theo:

- Khùng chịu hết nổi luôn.

Rồi để mặc cho anh chở mình đi đâu thì đi, ngồi sau xe Nhẫn quan sát khung cảnh chung quanh, thiệt tình dù là dân bản xứ nhưng cô ít có dịp đi ngang bờ sông nầy, ngày chí tối cứ đi chợ bán đồ nhà trồng xong là gấp rút mua đồ ăn về làm cơm cho má, thức ăn cho heo, cho gà cô đều mua ở đại lý gần nhà, năm mười hai tháng chưa từng tung tăng dạo phố chợ, muốn mua sắm gì thì cứ canh ngay chỗ bán mà đến nên bờ sông nầy dù cô có biết qua cũng chưa một lần lui tới về đêm.

Quang cảnh ở đây thật là lãng mạn. Một bên bờ sông là bờ kè dành cho người đi bộ. Thỉnh thoảng chen vào những cây Bàng lớn có tán rộng làm chỗ trú nắng cho khách đi đường. Bờ sông bên kia nhà cửa san sát vì là phố chợ còn bờ sông bên này buổi tối người ta đặt bàn buôn bán tấp nập, toàn là món ăn thức uống. Cô nghĩ thầm "Anh nầy ngộ nhen, nhà bốn người mua năm bịch chè còn chưa ăn giờ dắt xuống đây ăn gì nữa?"

Nếu như không ăn uống gì thì hôm nay anh ta dẫn cô đến đây chi? Chỗ nầy cũng tạm yên tâm vì chắc ít gặp người quen. Tự thâm tâm Nhẫn có một mâu thuẫn kỳ lạ, nửa mắc cỡ ái ngại sợ người ta phát hiện ra mình nửa lại muốn công khai mối quan hệ với anh. Nhẫn chưa kịp nói gì thì nghe tiếng Khó:

- Hôm nay anh dắt em tới quán LẦN TRƯỚC uống sinh tố mãng cầu nhen.

Nhẫn ngạc nhiên:

- Quán lần trước là lần nào? Có đi chung hồi nào đâu mà lần trước lần sau?

Khó cười khửa khửa:

- Là cái quán tên là LẦN TRƯỚC em ơi.

Nhẫn phì cười:

- Tên gì kỳ.

- Anh thấy hay chứ. Chỉ cần gặp nhau hẹn: "Tối nay đến chỗ Lần Trước nhen" là thấy lãng mạn rồi. Chưa đâu, mơi mốt anh sẽ đưa em tới ăn vú dê nướng ở CHỖ CŨ nữa.

Nhẫn cười phá lên, giọng cười rất chi là thoải mái:

- Ha ha, tên gì kỳ nữa, độc đáo thiệt.

- Bởi vậy, đầu óc con người ta rất là phong phú đa dạng. (Khó nắm lấy tay Nhẫn, siết chặt) Tội nghiệp vợ tui, hai quán nổi tiếng vậy cũng chưa từng nghe qua chứ đừng nói bước vô.

- Vợ tui vợ tui hoài, chưa có gì hết trơn. Mà hổng biết có trục trặc gì hôn nữa.

- Trục trặc gì chứ? Anh đố ai ngăn cản được anh cưới em, hai bà má đồng ý rồi thì không có trở ngại nào ngăn được anh trừ khi…

- Trừ khi gì?

- Trừ khi em không thương anh thôi.

Nhẫn im lặng, chắc chắn là không có cái vụ "trừ khi" đó rồi, bởi vì bàn tay của cô vẫn ngoan ngoãn nằm trong tay anh. Xe chạy chậm lại, Nhẫn đã nhìn ra bảng hiệu của quán LẦN TRƯỚC sáng choang dưới ánh đèn neon một mét hai. Tất cả các quán đều nằm ở bên kia lộ, bờ kè chỉ dành cho bàn ghế để khách ngồi vừa thưởng thức vừa ngắm cảnh sông về đêm.

Khó tìm chỗ đậu xe xong lại đứng kế bên Nhẫn, phục vụ lăng xăng mời hai người ngồi vào bàn được kê quay mặt ra sông. Nhẫn thất kinh khi Khó chọn một chỗ không phải là bàn ngồi như bình thường mà là một cái ghế bố với tấm bố rộng đủ cho hai người ngồi chung. Cô đảo mắt ngó chung quanh, thì ra sát bên bờ rào phân cách bờ kè với con sông đều là những chiếc ghế bố kiểu vậy dành riêng cho hai kẻ yêu nhau.

Nhẫn đỏ mặt tía tai. Trời ơi, làm sao dám ngồi xuống bây giờ? Mình ngồi rồi ảnh ngồi đâu? Thằng cha nầy quỷ quái thiệt chứ bộ chơi à, vậy mà từ nào giờ mình tưởng anh ta là đồ cù lần lửa. Ảnh rành rẽ vầy chứng tỏ không phải chỉ tới đây một vài lần, vậy mấy lần trước ảnh đi với ai ta?

Thấy Nhẫn cứ tần ngần, Khó hiểu ý nhưng vẫn nhướng mắt ra dấu kêu ngồi, Nhẫn đứng trơ trơ không động đậy, Khó nắm tay cô kéo ngồi xuống:

- Làm gì mà trân trân như Từ Hải chết đứng vậy? Ngồi xuống đi.

- Một ghế làm sao ngồi?

- Ngồi chung.

- Thôi, dị hợm lắm.

- Nói chuyện giống mấy bà già quá. Ngồi chung cho đụng cái có chết anh đền nhơn mạng cho.

Nhẫn lừng khừng thì Khó lại kéo tay ấn cô ngồi xuống ghế bố rồi nhanh nhẹn nhưng nhẹ nhàng ngồi xuống khít rịt sát bên. Sự đụng chạm bất ngờ giữa hai thân thể làm Nhẫn run lên bần bật. Khó vừa thương vừa tội nghiệp, nắm tay cô thật chặt như trấn an:

- Không có gì đâu em. Bây giờ mình chưa là vợ chồng nhưng cũng như là người yêu, thôi, nói đại là bồ với nhau rồi, thân mật một chút cũng có sao, không ai cười đâu mà sợ. Có anh bên cạnh đây, anh sẽ bảo vệ cho em mà.

Nhẫn không biết nói gì, chỉ ngồi im lặng, run và hồi hộp. Cô nói thầm trong lòng, kệ, tới đâu tới, lo chi cho mệt vầy nè. Bất quá ngồi sát bên, bất quá hun cái chứ gì, mà người ta cũng nói, phim truyện cũng nói nụ hôn có nhiều cái huyền bí mà ai hôn lần đầu mới khám phá ra, bất quá hôm nầy mình bị anh ta hôn lần đầu chứ có gì đâu mà lo, vả lại mình cũng thương ảnh mà, cũng đang bằng lòng làm vợ ảnh mà? Bất quá…

Chưa kịp nghĩ tiếp, Khó đưa tay kéo mặt Nhẫn đang bối rối cúi gầm cho ngước lên, cô nhìn thấy phục vụ đứng cạnh bàn, Khó ân cần hỏi, giọng ngọt xớt:

- Em uống gì nè?

- Gì cũng được.

- Sinh tố bơ sầu riêng nhen?

Nhẫn gật. Khó gọi một ly sinh tố bơ sầu riêng và một ly sinh tố mãng cầu, lí lắc ghẹo Nhẫn:

- Uống bơ sầu riêng chừng nào ngán anh cho ké một miếng mãng cầu.

Nhẫn cười chúm chím, vẫn còn thấy lạ lẫm bởi sự đụng chạm với Khó. Anh xoay người lại, tay vẫn nắm tay Nhẫn mân mê nhưng mắt hướng ra sông, mơ màng:

- Anh mơ ước ngày nầy rất lâu. Là được cùng em ngồi chung một võng, hai đứa tay trong tay vừa ăn vừa ngắm cảnh đêm trên sông vắng, rồi bàn tính với nhau chuyện của ngày mai xem mình sẽ cùng nhau làm gì. Không ngờ điều ước của anh lại trở thành sự thật. Anh hạnh phúc lắm em biết không?

Khó nghiêng đầu nhìn cô:

- Nói anh nghe đi, cưới xong em có yêu cầu, có kế hoạch gì không?

Nhẫn ngập ngừng chốc lát rồi quyết định nói ra trăn trở của mình:

- Chỉ sợ bỏ má một mình, thương.

- Trời! Nhà sát một bên.

- Sát một bên mặc dầu, nhưng đêm hôm có chuyện gì thì sao đây?

- Cưới em về rồi, anh kêu má em bằng gì?

- Vậy cũng hỏi.

- Bằng má phải hôn? Còn em, em sẽ kêu má anh bằng gì?

- Nữa…

- Cũng bằng má chứ gì? Vậy má anh cũng như má em, má em cũng là má anh, hai đứa mình cùng lo cho hai bà má như trước giờ vậy thôi. Bây giờ hai bà còn khỏe thì mình lo củng cố gia đình, tiền bạc sung túc, con cái đầy đàn, khi nào hai má già yếu thì mình gom lại chăm sóc, miễn đừng đứa nào phân biệt đối xử má mầy má tao là hai bà vui vẻ tuổi già bên mấy đứa lóc nhóc con của mình, sống tới một trăm tuổi cho em coi.

Thấy Nhẫn cười tủm tỉm, Khó hưng phấn, nói tiếp:

- Hôm nào hai đứa mình làm đất bên nhà em thì để hai bà đánh bài bên nhà anh, hôm nào làm bên nhà anh thì đánh bài bên nhà em. Vợ chồng mình càng có nhiều không gian riêng thêm.

Nhẫn góp lời:

- Bữa nào hai bà giận cái hai đứa mình mệt.

Hai người khoái chí cười vang, phục vụ bưng ra hai ly sinh tố. Khó đỡ lấy ly của Nhẫn nhẹ tay khuấy đều rồi đưa cô, Nhẫn không hút, cô dùng muỗng chậm rãi cho vào miệng, mùi vị của sinh tố bơ sầu riêng làm cô giật mình, buột miệng:

- Ngon ghê trời.

Khó mắc cười, tội nghiệp và thương:

- Mới ăn lần đầu hả?

Nhẫn gật. Anh nói:

- Mơi chở đi nữa nhen? Mơi mua về cho hai bà má nữa.

- Hay là chút mua đi. Chè để tủ lạnh mơi ăn.

- Cũng được. Nhưng mơi đi nữa nhen? Mơi ăn cơm ít thôi

cho má vui, tối anh đưa lại CHỖ CŨ ăn vú dê nướng. Ăn cho biết chứ em chắc hồi giờ chưa ăn.

Mắc cười thiệt, ai nghĩ ra cái tên quán gì kỳ, Lần Trước, Chỗ Cũ. Nghe thân thương như điểm hẹn của riêng mình,

Nhẫn làm thinh ngầm chấp nhận đề nghị của anh. Cả hai vừa nhâm nhi vừa bàn tính kế hoạch tương lai. Khó muốn sau khi cưới đi đâu cũng có cặp có đôi. Trong thời gian chưa có con anh sẽ chở cô đi chơi chỗ nầy chỗ nọ cho biết và cho cuộc sống phong phú hơn, còn bây giờ thì thật là thương vì từng tuổi nầy mà chưa từng uống một ly sinh tố trong khi kinh tế của Nhẫn cũng thuộc vào hàng khá giả của cái xóm rất ít người nghèo. Sau một năm cho vợ được thoải mái, Khó lại muốn có thật nhiều con, có hai bà mẹ ngó chừng và chăm sóc phụ Nhẫn, chừng đó cô không cần phải ra đồng với anh nữa mà chỉ ở nhà lo cho hai bà má và các con, tất nhiên anh cũng sẽ phụ không để cô gánh vác nhiều việc quá. Khó cứ tiếc mình đã bỏ phí thời gian qua, lẽ ra đã sống bên cạnh nhau lâu rồi và bây giờ con cái cũng đùm đề, có con sớm sau nầy về già hai vợ chồng mới có nhiều thời gian bên cạnh nhau, cùng nhau đi cùng trời cuối đất.

Nhẫn ngồi im lặng nghe Khó vẽ viễn cảnh cho cuộc sống chung, lòng ngập tràn hạnh phúc. Và trong lúc không đề phòng nhất, Khó choàng tay qua vai Nhẫn, tay kia nâng mặt cô lên, đặt lên môi cô nụ hôn nồng nàn làm Nhẫn choáng ngợp, cô không kịp phản ứng đã nghe trong người rần rần một cảm giác tê dại chưa từng thấy bao giờ, Nhẫn buông xuôi, hai tay cô phản xạ bằng cách bấu chặt đôi vai anh và trong cơn đê mê lạ lẫm, cô khe khẽ gọi "anh, anh"… Khó cuồng nhiệt, anh hôn vào cổ cô, Nhẫn tê điếng người, một cảm giác kỳ lạ xâm chiếm toàn bộ cơ thể cô, anh thì thầm "Gì em? Anh thương, anh thương em lắm em biết không?"

Phần 13
TÌNH LÀNG NGHĨA XÓM

Khi Khó buông Nhẫn ra, anh choàng tay qua, kéo đầu cô ngả vào vai mình. Nhẫn im lặng không phản đối, cô ngoan ngoãn nép vào vòng tay anh một cách tin cậy. Khoảng cách đã rút ngắn lại, Khó hôn vào mắt, vào mũi vào tai Nhẫn khiến cô cảm thấy toàn thân mình như có luồng điện mạnh chạy khắp cơ thể. Anh tựa cằm lên tóc cô, thì thầm:

- Tối anh về nói má đi coi ngày mình làm đám hỏi nhen.

Nhẫn mắc cỡ làm thinh, Khó lại hỏi tiếp:

- Quay con heo chẳng mẹ khiêng qua hén?

- Cần gì heo bự, có là được rồi.

- Đâu được. Em ở tới từng tuổi nầy mới lấy anh thì anh cũng phải làm sao cho em nở mặt nở mày với bà con lối xóm chứ. Ví lại hai nhà mình cũng đâu túng thiếu gì đâu. Đám cưới là chuyện cả đời mà.

- Hoang phí sau nầy làm lại cũng vất vả.

- Có mười làm hai thôi, mắc gì mà lo. Chuyện nầy để đàng trai người ta tính. Bây giờ về nha, về cho hai bà má uống sinh tố, anh bàn chuyện với má Hai, em cũng nói qua với má Ba đi. Nhớ mai hẹn rồi nhen, CHỖ CŨ đó.

- Biết rồi, vú dê nướng chứ gì?

Khó cười khửa khửa, anh hôn Nhẫn lần nữa trước khi đứng lên, xong nắm tay kéo cô đến quầy mua thêm hai bịch sinh tố bơ sầu riêng.

Trên đường về, Nhẫn đã thấy bạo dạn hơn, cô chủ động ôm eo Khó mà không cần anh phải nắm tay kéo như hồi đi. Khó thích thú, chạy xe một tay, tay kia cứ mân mê cánh tay Nhẫn mà cô cũng không chống cự. Hình như buồn, Khó lại ghẹo:

- Hồi nãy nghe kêu bằng anh rõ ràng phải hôn ta?

- Kiếm chuyện nữa…

- Kêu được rồi kêu luôn đi.

- Trước sau cũng kêu, gấp gì mà.

- Kêu lần cho quen, cho ngọt. Chứ nói trổng vầy hoài nữa kêu sượng ngắt như mì ba tháng à nhen.

Nhẫn mắc cười nôn trong bụng:

- Lúc nầy lẻo mép quá trời luôn hen.

- Lúc nào hổng vậy, tại hồi đó em lo chửi hoài nên không phát hiện ra cái duyên của anh đó thôi.

- Xí, cái duyên.

- Hổng phải cái duyên thì là cái gì?

- Vô duyên gần chết luôn.

Khó bấm vào tay Nhẫn:

- Khoái chửi người ta vô duyên lắm nhen. Vô hoài riết đi khúm núm luôn hà.

- Đó! Vô duyên nữa thấy chưa?

Cả hai cùng cười vang trên cánh đồng làng quê thanh vắng, gió thổi mát rượi, tâm hồn cô gái đang yêu cảm thấy cuộc đời sao đẹp quá, sao mà đáng sống đến vậy. Có cần ở đâu xa, hạnh phúc luôn quanh quẩn bên ta nếu như ta luôn sẵn sàng mở lòng ra để đón nhận nó.

*

Mới sáng, vừa trong phòng đi ra Nhẫn đã nghe tiếng bà Ba thảng thốt:

- Trời! Thằng Sáu Êm chết rồi Nhẫn.

Nhẫn hết hồn:

- Sao chết vậy má? Chết hồi nào? Tối hôm qua con đi ngang còn thấy ảnh đứng bồng cháu nội đây mờ?

- Ừa, hôm qua thôi nôi cháu nội nó. Nửa đêm bị tai biến chở đi Bệnh viện cứu hổng được. Chết hồi hai giờ sáng. Tội nghiệp, cái thằng hiền hậu hết sức, năm nay sáu mươi bốn tuổi chớ hề mích lòng một đứa con nít.

Nhẫn thừ người ra, hình như anh Sáu Êm với Tư Khó có bà con gì đó còn gần lắm... Cô còn đứng tần ngần thì bà Hai má Khó qua tới réo bà Ba um sùm:

- Chị Ba ơi, chị hay thằng Sáu nó chết hôn?

- Mới nghe con Na đi ngang nói nè, tội nghiệp gì đâu đó.

- Con trai nó mới cất cái nhà chà bá, vợ chồng dẫn nhau về báo hiếu, nó hưởng nhàn chưa được bao lâu mà giờ đi rồi. Nghe nói nó bị cao huyết áp nhưng vẫn thuốc men đều đặn sao kỳ vậy ta? Bởi vậy con người ta có số thiệt mà, tới khi trời kêu thì phải dạ thôi.

- Thằng đàng hoàng hết sức, vợ nó mập tù nu tà na, đen thủi đen thui mà từ hồi cưới về tới giờ có hai mặt con cũng sống với nhau đàng hoàng không có ọ ẹ gì, hai đứa con cũng thành đạt hiếu thảo. Thôi, nói cho cùng nó đi vậy cũng yên tâm rồi. Thương cho vợ nó, hồi nào giờ được chồng che chở nay vậy chắc khổ lắm.

Nghe hai bà má xì xầm nói về người đã chết, Nhẫn chạnh

lòng. Thì ra con người ta sống ở đời không phải chết là hết, miệng đời sẽ tự đánh giá nhận xét về họ, về quan hệ của bản thân họ với những người chung quanh, cái chết của Hai Vĩnh và Sáu Êm rõ ràng thể hiện tính cách của hai con người và tình cảm của bà con lối xóm đối với hai người đã mất.

Nhẫn nhìn ra đường, thấy Khó đứng ngoài rào gọi má về coi nhà để anh chạy lên chỗ đám một chút, anh nói:

- Con qua coi có gì phụ thì phụ, Bảy giờ tẩn liệm rồi. Em coi lát qua nhen? Tối nay chắc lỡ hẹn.

Nhẫn dịu dàng gật đầu. Con người ta thật là vô thường, sống đó chết đó. Vậy phải sống làm sao để khi chết đi được mọi người nhắc tới với sự tiếc thương?

*

Chiều, Khó về. (Nhẫn không qua phụ đám ma vì lần nầy chính má cô đi) Anh ngoắc Nhẫn qua nhà, ôm con gà trống trên tay, bùi ngùi nói với cô:

- Con gà trống của anh để dành đạp mái, đạp khá đều nhưng vì gà mái nhiều quá một mình nó làm không xuể, với lại nó già quá, từ hồi khai thiên lập địa đàn gà thì nó là con đầu tiên nên anh thương, để dành hoài. Già nên có khi dòm nó cũng tức cười lắm, đang không cái đứng quay mòng mòng như con nít xong té cái đụi, nằm im một hồi rồi đứng dậy đi tiếp. Ngó mắc cười lắm, anh kêu nó bằng I KHÌNH. Nó ngủ trên cây xoài không hà, anh Sáu Êm nghe anh kể mới kêu anh bữa nào lợi ảnh cho con gà trống dạt của người ta về đạp mái, gà dạt nhưng giống tốt nhen. Anh khoái trong bụng rồi nhưng chưa đem về vì sợ hai con đá nhau. I Khình sáng hôm nọ tự nhiên từ trên cây xoài rớt xuống cái đụi, quay vù vù rồi nằm thẳng cẳng, một đi không trở lại, anh độ chắc răn cắn hay nó bị động kinh gì rồi. Nhưng có dám mần thịt đâu? Sợ H5N1 là tiêu đời đành đem chôn, mà đàn gà có bị gì đâu? Tiếc nồi cà ri một cái. I Khình nấu cà ri chắc cũng hết một bình ga hay một thước củi chứ chẳng chơi. Không có gà trống cho một đám gà mái ở nhà, anh mới lợi anh Sáu, ảnh đưa con nầy đem về nè, nó sung một cái nhen, gà đẻ mấy trứng nở đủ mấy con luôn, mà cũng ngộ, cả trăm gà của anh toàn ngủ trong chuồng có một mình ảnh ngủ trên cây xoài giống y con kia nên anh đặt nó tên I Khình luôn đó. Giờ anh Sáu mất rồi anh cũng còn kỷ niệm với ảnh, nữa cưới em về nhớ phụ anh chăm sóc I Khình nhen.

Nhẫn nghĩ bụng "Nói gì mà nói quá trời không ngưng vậy ha? Chắc là ảnh nhớ anh Sáu. Anh Sáu chuyên nghề chăm sóc gà nòi cho mấy đại gia đá độ, mấy chục năm nay anh sống bằng nghề đó, nuôi hai con học Đại học cũng bằng tiền nuôi gà đá. Anh sống hiền lành, chơn chất không bao giờ to tiếng với bất kỳ ai. Cô cười cười, chọc quê:

- Đặt tên con gà nghe cũng thấy ghét.

- Khửa khửa, còn nữa, gà anh nhiều vậy nhưng anh điểm danh được hết đó nhen. Có con gà trống tơ trước anh định để nữa thay con I Khình cũ, ai dè bữa đó nó đá lộn với con trống Chưn Vàng bị trầy trụa mặt mày, máu me lênh láng, khi lành thì bản mặt như cái mặt ma nên anh gọi là Mặt Ma. Con mái giữ con hễ con nào tới gần nó đá chạy cắm cổ, đá luôn I Khình anh kêu bằng Ác Phụ… khửa khửa, nữa em về nhớ tên gà của anh cũng mệt não chứ chẳng chơi à nhen.

- Trời đất. Trên trời dưới thế có một mình anh à nhen.

Khó ngạc nhiên, trố mắt nhìn Nhẫn, thích thú:

- Đó, kêu anh vậy phải dễ thương hôn?

Nhẫn mắc cỡ đỏ mặt tía tai, làm thinh.

*

Đám ma Sáu Êm chưa chôn thì khuya hôm đó lúc ba giờ sáng anh Sơn sát bên nhà Khó bị tràn dịch màng phổi qua đời. Cách ba ngày hai người đàn ông của xóm đã vĩnh viễn ra đi. Hai bà má là người già gốc gác tại đây, rành rẽ cả mấy đời từng gia đình, chứng kiến lớp trẻ lần lượt chết đi hai bà không còn thiết tha gì tới chuyện cưới xin của cặp đôi Khó Nhẫn nữa.

*

Bên cạnh nhà Khó cách bốn căn, buổi chiều hôm đó xảy ra một cuộc gây gổ quyết liệt. Nguyên nhân là do từ đời trước di căn đến đời sau.

Anh Tạp và anh Chí nhà cách nhau một dây đất. Từ nhỏ đến lớn đã chơi chung với nhau. Em gái anh Chí và ba đứa em gái anh Tạp cũng là bạn thân thời thơ ấu. Ông Bảy cha anh Tạp và ông Tư cha anh Chí thuở hàn vi hay uống trà nhậu rượu. Sau đó họ cùng mua miếng đất giáp ranh nhau có địa chính đo đạc phân ranh bằng hai trụ đá hai đầu đất, ông Bảy thường hay rị mọ rào giậu chung quanh, ông nói với ông Tư là rào sơ sài cho gà hai bên đừng qua lại bươi đồ để khỏi mích lòng, chỉ là rào gà thôi còn khi nào rào chính thức bằng kẽm gai hay bằng lưới B40 mới căng ranh, ông Tư dễ dãi đồng ý vì tình làng nghĩa xóm.

Vậy là ông Bảy rào, hàng rào là những nhánh chà tre được ông đặt khích rêm, nẹp lại bằng những cây tre, không có con gà con vịt nào có thể qua lọt, hàng rào càng lúc càng kiên cố. Ông Tư xem như rào gà nên cũng không nói gì.

Phía bên ông Tư có cây keo ngọt cách ranh hơn một thước đất, mấy đứa em Tập thường qua nhà để cùng em gái Chí hái keo ăn. Ba người đó "nịnh" Tâm lắm vì cây keo của cô trái sai và ngọt nhất xóm. Mấy người trang tuổi với anh em Chí Tâm đều công nhận cây keo là của Tâm. Con nít nên hay chảnh, Tâm khoái ai mới cho người đó đến hái, nhà ông Tư trồng nhiều trúc nên lúc nào dưới cây keo cũng để sẵn cây cù móc thọt keo.

Ấy vậy mà, ông Bảy cứ xô hàng rào tre nghiêng về phía ông Tư, vài hôm lại dựng đứng hàng rào lại, móc đất chôn gốc rào sít qua một chút, lấn dần về phía ông Tư, ông Tư biết nhưng cứ nghĩ là rào tạm thời nên bỏ qua. Đến khi cây keo hoàn toàn nằm chềm chệ trên đất ông Bảy cho ba chị em kia sở hữu thì ông Tư không nhịn nữa, lúc đó Chí và Tâm đã đi học ở Sài Gòn.

Ông Tư sau khi nói chuyện với ông Bảy về lời hứa chỉ làm hàng rào rào gà, nay đã lấn sang đất ông gần hai mét là tại sao? Ông Bảy nói ông chỉ canh theo ranh mà rào, ông Tư mời chòm xóm tới phân chứng thì thấy hai trụ đá ranh ở hai đầu đất đã bị đào lên chôn lại.

Ông Bảy bị phản ứng của người lớn ít hơn của đám trẻ, vì những ai cùng thế hệ với Tập chí và các em của hai người đều biết rõ nguồn gốc cây keo. Ông Tư quyết định mời địa chính tới đo từ đất của hai bên nhà phía bên ông Tư và phía bên ông Bảy trước, sau đó mới đo của hai người, chấp nhận tốn tiền một phen.

Sự việc chưa ngã ngũ thì ông Bảy mất do tuổi già, ông đã tám mươi bốn rồi.

Vụ đo đạc tạm thời chưa nhắc tới. Sau đó anh Chí học xong, ra trường về thì biết chuyện nhưng còn có cha nên anh để cha hoàn toàn quyết định, Tập vẫn canh tác hai mét chạy dài một trăm mét là vị chi hai trăm mét một cách ung dung.

Năm trước ông Tư cũng qua đời. Năm nay anh Chí quyết định thực hiện tiếp công việc cha anh bỏ dở.

Đầu tiên anh mời Tập qua nhà nhắc lại chuyện cũ, Tập khư khư nói lớn lên đã thấy đất đai được rào giậu hẳn hòi, giờ không có ai bàn cãi hoặc tranh chấp nữa, cây keo ngày xưa giờ đã không còn dấu vết thì lấy gì làm bằng chứng ông Bảy đã lấn ranh?

Không thỏa thuận được, Chí là người có học thức, có nghề nghiệp ổn định Tập nghĩ Chí sẽ không vì bao nhiêu mét đất đó mà làm lớn chuyện với anh nhưng Tập đã lầm, vì là người có học, vì cha má Chí đã vất vả nuôi anh em anh ăn học phải chịu nghèo túng một thời gian dài, nếu phải làm gì cho vong linh cha má được an ủi anh đều sẵn sàng.

Hai bà má được Chí mời qua, những bô lão trong xóm cũng có mặt, họ đi vì hiếu kỳ và vì sợ sẽ có chuyện lớn xảy ra cho hai đứa con của những người bạn già trước đây.

Xóm làng trước giờ bình yên không sóng gió với những con người hiền lành chơn chất. Việc làm của ông Bảy thể hiện tính cách một người nhỏ nhen bần tiện, ai cũng nói chỉ có ông Tư tính tình phóng khoáng mới có thể nhịn được ông Bảy, bây giờ lớp trẻ nầy mở lại vụ ranh rấp chưa biết hậu quả ra sao nên mọi người cũng hồi hộp theo dõi.

Phần 14
BÉN DUYÊN

Anh Chí mời bà con cô bác tụ tập lại, sau đó trình bày ý muốn của mình, xin phép chú Tư Nhâm sát ranh Tập và chú Tư Chẩn sát ranh anh để được mời địa chính đến đo đất. Đầu tiên đo đất từ ranh của chú Tư Nhâm với Tập, sau đó đo từ Tập tới Chí, và từ Chí tới chú Tư Chẩn. Chú Tư Nhâm mừng lắm vì chú cũng giống như Chí, bị ông Bảy lấn một mét đất tức muốn cành hông nhưng cũng ngại nói ra vì nghĩ một mét chạy dài bảy chục mét cũng chẳng đáng bao nhiêu mà vợ chú lại là em gái út của ông Bảy nữa nên nể mặt không dám lên tiếng.

Cụ Út Tức năm nay đã chín mươi bốn tuổi nhưng còn rất minh mẫn, cụ chuyên về coi giờ, ngày tháng cho người ta cất nhà, cưới xin, chôn cất. Cụ là một người xưa cũ nhất xóm cho nên hễ có ai muốn biết gì về thời thâm căn cố đế thì đều đến hỏi và xin ý kiến cụ. Sau khi nghe mọi việc xong, cụ phán vầy:

- Thôi Tập à, mọi việc dĩ hòa di quí đi con, làm lớn chuyện lên thì chỉ tổ mất tình làng nghĩa xóm thôi bị vì tao biết cái chuyện nầy cha bây trật nát hết hà. Bây giờ có mời địa chính tới đo đạc rồi vuông đất ai nấy rào giậu cho kiên cố sau đó vui vẻ với nhau để còn nhìn mặt nhau nữa. Bà con xa không qua láng giềng gần bây biết mà.

Tập cũng vội đồng ý sự sắp xếp của Chí, Cụ Tức cười khà khà:

- Tao nói cái xóm của mình nó được hơn xóm khác là ở cái vụ nầy, bà con biết nhường nhịn nhau chứ không ăn thua đủ từng chút. Vậy coi như xong, ai về nhà nấy tụi bây ơi.

Mọi người giải tán. Bà Hai và bà Ba nhướng mắt nhìn nhau rồi lủi thủi theo chân cụ Tức.

Cụ vừa bước vào nhà thì hai bà cũng nối gót theo sau, cụ quay lại:

- Ủa, hai đứa bây theo tao chi? Vô trong nầy ngồi đi.

Hai bà cùng bước vào nhà, cụ kéo ghế chỉ:

- Ngồi đây bây. Hôm nay tới gặp tao hai đứa một lượt chắc tính chuyện cưới xin cho sắp nhỏ chứ gì?

Bà Hai khép nép, theo vai vế thì bà kêu cụ Tức bằng bác, nhưng cả xóm lớn nhỏ dù trước đây có xưng hô thế nào với cụ bây giờ so tuổi tác cũng đều gọi cụ cả.

- Dạ, hổng chuyện gì qua được mắt bác. Con với chị Ba tính kết làm sui gia cho hai đứa nhỏ có đôi có bạn. Hôm nay tới hỏi bác coi hai tuổi của tụi nó có hạp hôn rồi chừng coi tiếp ngày giờ cưới hỏi con biện mâm rượu đến nhờ bác xem giùm.

- Xời đất ơi, gì mà biện mâm rượu nghe sao khách khí dữ vậy Hai? Mà hỏi thiệt, hai đứa nó có đồng ý nhau chưa?

- Dạ nó cũng ưng bụng rồi bác.

- Ưng bụng rồi giờ tuổi tốt xấu nó đâu còn quan trọng nữa bây? Đâu phải như hồi xưa, cha mẹ đặt đâu con ngồi đó nên cha mẹ phải đi coi tuổi.

- Dạ, tụi con cũng biết nhưng cũng phải coi xem có ky gì hôn, với lại con mong bác chỉ bảo thêm ngày nào bỏ rượu, tháng nào đám hỏi, đám cưới cho nó tốt.

- Vậy chứ thằng nọ tuổi gì? Con kia tuổi gì?

- Dạ, thằng tuổi Hợi, con tuổi Mùi.

- Hợi mẹo mùi, tam hạp. Hai tuổi nầy tốt.

Cụ bấm bấm tay tính toán gì đó rồi phán:

- Tháng Giêng bỏ rượu nhen bây, bỏ rượu và đám hỏi trong tháng Giêng luôn, tháng Tư cưới.

Hai bà mừng rỡ:

- Dạ! Vậy cụ cho con ngày giờ tới bỏ rượu nhen cụ.

- Ừa được. Bây để ngày sinh năm đẻ hai đứa nhỏ lợi đây rồi về, tính ra giấy xong tao nhắn lợi lấy. Không có bày biện gì hết nghe chưa? Còn khỏe giúp được con cháu tao mừng còn hổng kịp nữa là quà cáp.

- Dạ, cụ ráng mạnh giỏi cho con cháu nhờ. Mấy cặp được cụ coi ngày bỏ rượu cặp nào làm ăn cũng khấm khá hết là nhờ phước của cụ.

- Phước gì đâu bây ơi, tại tụi nó siêng năng giỏi giắn nên làm có ăn vậy thôi. Như cặp của tụi bây nè, tao coi hay ai coi thì sau nầy tụi nó cũng khá giả, có của ăn của để hà.

- Dạ, cụ nói vậy hai chị em con mừng lắm.

*

Trong lúc hai bà má đi qua tham dự buổi tranh chấp của Chí và Tập thì hai đứa trẻ ở nhà, Khó đứng dưới gốc cây mận, với tay hái một trái, thoáng thấy bóng Nhẫn bên rào, anh ngoắc lia lịa:

- Qua đây, qua đây.

Nhẫn không biết chuyện gì cũng lơn tơn đi qua:

- Gì kêu thấy ớn dạ?

- Ăn mận đi. Chơi tại gốc cho ngon. Cây mận nầy anh đặt tên cho nó rồi đó nhen.

- Tên gì?

- Mận Tỉ, hổng trên một tỉ trái mới lạ.

- Xời, có đếm hôn mà nói trên tỉ trái?

- Nhìn là biết cần gì đếm?

- Sao mận có trái hoài hoài vậy hén? Đợt nầy chưa xong ra bông đợt khác nữa rồi.

Khó tủm tỉm nhìn Nhẫn cười, nói tỉnh bơ:

- Ủa, ngộ vậy đó. Mận mà được vô phân lén nó có trái hoài mà ngọt dã man luôn. Ăn thử coi rồi biết.

- Kiếm chuyện chọc chửi hén? Ngoài con gà I Khình ra còn có một người I Khình.

Khó cười khửa khửa đưa tay bẹo má Nhẫn, Nhẫn làm thinh không chống cự. Được mợi, Khó làm tới:

- Hun miếng nghen.

Nhẫn trợn mắt, sụt lùi lại mấy bước chân:

- Chơi ẩu la làng đó nhen.

- La làng đi, la cho cả xóm bu lại coi, hiện giờ đang ở nhóc bên nhà anh Chí đó. Họ bu lại nói, xời ơi, con nhỏ nầy gần cưới nhau rồi mà hun một cái cũng không cho coi ai xấu mặt thì biết.

Nhẫn trề môi:

- Hở ra cái gần cưới gần cưới rồi giở đủ trò hết trơn.

- Giở trò gì đâu trời? Giở trò gì nói coi?

- Còn hỏi nữa.

- Anh giở trò gì với em thì giờ em giở trò đó lợi với anh đi.

Nhẫn mắc cười, chồm tới giơ tay định đánh Khó nhưng bị anh nắm tay kéo lại lôi vào nhà, anh xoay người cô vào vách vòng tay qua ôm lấy cô và thiết tha đặt lên môi cô nụ hôn như thiêu đốt cả thân hình cô gái trẻ.

Khó nhìn Nhẫn, ánh mắt đắm say khiến trong phút chốc cô cảm nhận được cả cuộc đời của mình đã bị chôn chặt vào trong tận cùng triền mắt ấy vĩnh viễn không thể thoát ra được.

Khi anh cúi xuống cổ, đôi môi sắp lần xuống bộ ngực căng đầy thì Nhẫn bất chợt xô anh ra, cô phóng chạy như bay về nhà, chạy thẳng vào phòng nằm xuống một lúc lâu vẫn nghe trái tim đập đùng đùng. Cô không biết chuyện gì đã và đang xảy ra mà sao cảm giác rạo rực lạ lùng cứ đeo dai dẳng. Nghĩ lại cảm giác vừa mới trải qua, Nhẫn tự nói với lòng, bên cạnh ảnh mình thấy vui vậy sao trước giờ không hề phát hiện ra ta, để cứ hễ gặp mặt là chửi là cay cú cho nên giờ nhớ lợi ngại muốn chết. Nếu là vợ chồng rồi, ngày chí tối bên cạnh nhau chắc cô cũng không hề biết chán. Mà sao lúc nầy ngộ thiệt nhen, gặp ở đâu cũng đòi hun hết trơn, mà… hi hi, cô cũng thích chứ bộ. Ờ còn vụ con ma cây mận nữa, phải hỏi cho ra cái vụ nầy chứ không thôi về bển ở lỡ nửa đêm nửa hôm má có chuyện gì chạy qua chạy lại thấy nó đứng trân trân thì chắc có nước chết.

Nhẫn lồm cồm ngồi dậy khi nghe tiếng bà Ba kêu, cô nhìn thấy má mặt mày hớn hở thì lấy làm lạ:

- Vụ tranh chấp ranh rấp kết quả sao mà coi bộ má vui vậy má?

- Thì đâu cũng vô đó thôi, thỏa thuận xong hết rồi. Tao vui là vì vụ bây ví thằng Tư kìa.

- Vụ con vụ gì?

- Má với bà Hai đi lợi nhà cụ Tức rồi, tháng Giêng nầy bên thằng Tư qua bỏ rượu trình ngày hỏi luôn trong tháng Giêng. Tháng tư đám cưới.

Nhẫn mừng rơn trong bụng nhưng cũng giả vờ ỏng ẹo:

- Trời, gấp dữ vậy má?

- Gấp gì mà gấp, tao mong bây có nơi có chỗ cho yên tâm,

má già rồi con, sống nay chết mai lỡ có bề gì ai lo cho con, đâu thể nào sống một mình hoài được con.

- Không phải con hổng ưng, mà điều mới ưa thằng chả đây mà cưới liền còn mắc cỡ lắm má ơi.

Bà Ba nhìn con gái, cười cười giễu cợt:

- Mồ tổ cha bây chứ mắc cỡ, quen mặt quá xá rồi chứ bộ lạ lẫm gì sa. Mà nói tao nghe coi, nó có sờ mó gì bây chưa?

- Sờ mó gì má hỏi kỳ vậy má? Mới có hun hai lần chứ mấy.

Bà Ba cười hí hí làm Nhẫn nghe nhột rêm mình:

- Vậy mà mắc cỡ gì nữa trời?

Nhẫn ngồi sít vô má, thẽ thọt:

- Má, ảnh nói chừng đám hỏi sẽ quay con heo bự chảng mẹ.

Bà Ba cười nghiêng ngửa:

- Bự chảng mẹ là bây lớn?

- Ai biết đâu. Má, nhà sát bên rước dâu chắc mắc cười lắm hén? Đàng trai làm lễ đàng gái đưa dâu chưa ra khỏi nhà luôn.

- Thì đó, má dụng ý vậy nên mới muốn bây với thằng Tư.

- Ảnh nói với con chừng nữa má nào cũng má ruột hết á, không phân biệt má em má anh gì ráo. Con nói lỡ hai bà má giận nhau hai đứa mình mệt.

Bà Ba cảm động, chớp chớp mắt:

- Cái thằng biết điều, nói nghe ưng bụng hết biết. Mà con cũng yên tâm đi, con dìa làm dâu nhà người ta, má có buồn vui gì cũng ráng nhẫn nhịn cho con được sống yên ổn. Nhà nó có tới ba anh chị em, nhà mình chỉ có một mình con, ngoài má ra con đâu còn ai thân thích. Ráng ăn ở sao cho anh chị em nó thương thì sau nầy con cũng có một gia đình lớn như người ta.

Tự nhiên Nhẫn muốn khóc khi nghe má nói vậy "có buồn vui gì má cũng ráng nhẫn nhịn cho con được sống yên ổn". Tấm lòng của người mẹ luôn là vậy, luôn nghĩ đến con cái và luôn hy sinh cho con. Nhẫn tự hứa với lòng mình, cô sẽ không bao giờ để má phải tủi thân, phải sống oan ức chỉ vì hạnh phúc của cô, cô có thể không cần chồng nhưng cô cần má, ba mươi mấy năm nay không có chồng cô vẫn vui vẻ hàng ngày với má đó thôi.

Nhẫn nũng nịu nằm gối đầu lên hai chân bà Ba đang thòng xuống ván:

- Má không vui là con thôi chồng liền.

Bà Ba bụm miệng Nhẫn, nạt:

- Nói bậy bạ xui xẻo.

Hai mẹ con đang "tình cảm" với nhau ngon trớn bỗng nghe tiếng bà Hai réo bà Ba qua đánh tứ sắc. Bà Ba mừng rỡ lấy cái áo tay dài mới cởi ra máng lên trên móc lật đật đi liền. Nhẫn dòm theo má mà mắc cười, rồi đây kiểu ghiền tứ sắc nầy chắc ngày hai buổi ăn cơm nhà Khó không quá, hổng chừng cũng có ngày gom về một nhà ăn cơm chứ chẳng chơi.

Bà Ba đi rồi, Nhẫn cũng đứng dậy định nấu cơm sáng chợt nghe tiếng xe Honda đậu trước cửa nhà, Nhẫn giật mình quay ra, cô kinh ngạc kêu lên:

- Phấn.

Phấn, một chút kem, một chút son, bộ đồ đầm dài bết chân trông đẹp và quí phái đậu xe lại, dựng chân chống cười với Nhẫn một nụ cười rất tươi.

- Đi đám cưới về ghé ngang thăm Nhẫn nè, vui hôn?

- Vui, vui lắm á Phấn, vô nhà đi mình làm nước chanh uống nhen.

- Thôi khỏi đi Nhẫn, đi đám cưới về mà, no gần chết không

có gì vô nổi đâu. Ngồi nói chuyện hỏi thăm chút chơi thôi.

Trong bụng Nhẫn đâm lo, không phải vô cớ mà Phấn ghé nhà cô vì ngoài hôm gặp ở nhà Khó đến nay cô hầu như quên bẳng Phấn, hôm nay sao cô ấy không đến nhà Khó mà đến nhà cô? Chẳng lẽ cô ta đã biết chuyện gì xảy ra rồi nên tới dằn mặt? Mà không có lý, dằn mặt kiểu gì mà tươi rói hí hửng vậy?

Nhẫn kéo ghế mời Phấn ngồi, Phấn cười thoải mái:

- Cây mận của anh Tư trái thấy sợ hén Nhẫn?

- Ửa, ảnh kêu nó bằng cây mận tỉ đó. Ảnh nói nó có hơn tỉ trái.

Phấn cười ha ha:

- Công nhận ảnh nói chuyện vui thiệt nhen, về nhớ mấy câu nói của ảnh mình mắc cười hoài.

Nhẫn e dè dọ ý:

- Phấn thích ảnh hả Phấn?

Phấn nghiêm túc gật đầu, tim Nhẫn như thót lại, trấn tĩnh một lúc, cô ngập ngừng:

- Hai người có hứa hẹn gì với nhau chưa?

Phần 15
VIÊN MÃN

Hỏi xong câu hỏi ấy, Nhẫn thấy hồi hộp kỳ lạ trong lòng, lỡ như Phấn trả lời có thì cô sẽ ra sao? Không thể CÓ được, hai bà mẹ đã đi xem ngày cưới hỏi rồi nghĩa là Khó đã trình bày rõ ràng với má của ảnh, hôm nay nếu như Phấn có ý đồ gì cô dứt khoát phải giành lấy phần thắng. Bởi vì ngoài tình yêu mình dành cho anh đó còn là tâm nguyện của má cô hằng mong mỏi.

Thấy Nhẫn khẩn trương chờ đợi câu trả lời của mình, Phấn từ tốn nói như tâm sự:

- Mình định hôm nay sẽ nói tất cả với ảnh, mình sẽ thay đổi để làm vợ hiền dâu thảo cho ảnh vui lòng.

Nhẫn điếng trong bụng, cô nhanh nhảu cướp lời:

- E là không còn kịp nữa Phấn ơi.

Phấn giương cặp mắt đẹp ngó cô lom lom:

- Tại sao chứ?

- Nghe nói ảnh đã dự tính ra Giêng nầy cưới vợ rồi.

Phấn thảng thốt:

- Cưới ở đâu vậy? Sao mình không nghe chị Ba của ảnh nói?

Nhẫn ngập ngừng, cô lại thấy ngại mở lời:

- Chuyện nầy chắc Phấn phải trực tiếp đi hỏi ảnh quá.

- Ừ, mình sẽ hỏi.

*

Khi mấy bà đang gầy sòng bên nhà, Khó bắc nồi cơm lên ra đứng vu vơ bên gốc mận, nhìn thấy có chiếc Honda đậu trước cửa nhà Nhẫn anh hiếu kỳ đưa mắt ngó sang, thấy hai cô gái đang ngồi trên ghế, nhận ra là Phấn, anh ngạc nhiên nghĩ: Ủa hai con nhỏ nầy chơi thân với nhau hồi nào vậy ta? Nhỏ Phấn sắc sảo vậy còn Nhẫn thì thật thà, phụ nữ mới và phụ nữ cũ thì làm sao là bạn thiết được? Cha, coi bộ phải qua giải nguy cho con vợ mới được. Nghĩ vậy nên anh với tay hái mấy chùm mận rồi rề sang nhà Nhẫn, thấy anh, Nhẫn mừng như bắt được vàng.

- Ảnh qua kìa.

Phấn đỏ mặt, lúng túng đứng lên, khoe nguyên bộ áo váy đẹp và khuôn mặt có trang điểm nhẹ nhàng, chào anh. Khó cười, nói tỉnh bơ:

- Ủa, hai người làm bạn hồi nào vậy ta?

- Thì từ bữa ở nhà anh đó.

- Rồi nghỉ chơi với tui rồi hả?

- Nghỉ anh sao được? Anh là nhân vật chính mà, em và Nhẫn mới nhắc tới anh, định lát qua thăm bác với lại có chút chuyện muốn nói với anh.

Khó hiểu ý Phấn muốn nói gì, nhưng để tránh cho Nhẫn khó xử cũng như muốn khẳng định tình yêu của mình dành cho cô nên anh vui vẻ vờ như vô tình, nói:

- Hiểu rồi, qua gặp anh và Nhẫn để chúc mừng hai đứa anh sắp lấy nhau chứ gì? Cảm ơn em, ngày đó anh ưu tiên cho Nhẫn mời em để em được làm phù dâu chứ.

Không phải chỉ có Phấn ngạc nhiên mà ngay cả Nhẫn, cô cũng không ngờ Khó lại mạnh dạn nói ra những lời như vậy. Trong khi cô đỏ bừng mặt vì hạnh phúc thì Phấn mặt mày tái xanh tái xám, vẻ xấu hổ hiện rõ trong ánh mắt cô, chầm chậm nhìn cả hai, có lẽ cô không biết phải phản ứng ra sao khi đối diện với hoàn cảnh nầy nhưng với bản lĩnh của một cô gái từng sống nơi đô hội nên cô nhanh chóng trấn tĩnh được mình, thái độ thay đổi tức khắc:

- Vậy sao? Vậy mà Nhẫn bí mật xém chút mình bị hố rồi nhen. Thật ra hôm đó em cũng đã nhìn ra, không phải vô cớ mà anh kêu Nhẫn qua nấu nồi cà ri. Nhưng anh cũng tệ lắm à nha, lẽ ra phải nói sớm cho em thắng lại, không chen vô chuyện hai người mới đúng chứ.

Khó nhìn Phấn, vừa tội nghiệp vừa thương:

- Anh có giấu em đâu? Hôm đó anh cũng đã trả lời rõ ràng với em rồi. Mẫu người vợ thích hợp với anh không phải là em. Anh không có gì hay ho hết Phấn à, chỉ được cái nước nói xàm cho Nhẫn cười thôi. Bây giờ ba đứa mình là bạn của nhau rồi, anh nghĩ chắc là em sẽ vui vẻ chúc phúc cho anh chứ hả?

Phấn nghênh nghênh mặt, ừ thôi, nếu không là gì thì cũng nên là bạn bởi vì họ mới đúng là một đôi, nghĩ vậy nhưng cô cũng giả vờ chanh chua:

- Được, chúc phúc nhưng với điều kiện.

Khó và Nhẫn đồng thanh:

- Điều kiện gì?

Riêng câu hỏi của Khó còn thêm chữ "nữa" kéo dài tỏ vẻ bất bình. Phấn cười chúm chím:

- Là không được lấy tiền mừng cưới của em đó. Tiền đó để em đi trang điểm làm phù dâu kiếm một phù rể khác và anh cũng nhớ phải lựa phù rể đẹp trai độc thân nghe hôn.

Ba người cùng cười phá lên, Khó trề môi:

- Không những không lấy tiền mừng cưới, mà tiền trang điểm phù dâu anh cũng tặng em luôn, hôm đó em cùng đi trang điểm với cô dâu của anh nhưng không được đẹp quá làm chìm vợ anh đó à.

- Hông dám đâu, tại em đẹp hơn cô dâu biết sao giờ?

- Chưa chắc à nhen. Chưa chắc ai qua cô vợ của tui à nhen.

Nhẫn vừa mắc cỡ vừa thấy hạnh phúc. Ba người ngồi ăn mận nói chuyện vui vẻ một hồi Phấn xin phép ra về, trước khi cho xe nổ máy, Phấn nắm tay Nhẫn xiết chặt:

- Mừng cho bạn lấy được người thương mình. Đúng là trời sinh hai người để dành cho nhau. Ngày đó thế nào mình cũng sẽ tới để chung vui với bạn.

Nhẫn cảm động, cô bóp bóp vai Phấn, họ chia tay trong nỗi bịn rịn, khi quay xe, Phấn cố ngăn những giọt nước mắt sắp sửa lăn dài xuống má.

*

Còn lại hai người, Nhẫn cảm thấy lúng túng, cô trách nhẹ:

- Nói vậy hổng tội nghiệp cho Phấn hả?

- Không nói vậy có tội nghiệp cho em không?

- Hỏi các cớ.

- Lúc anh chưa qua sao em không nói cho nó biết luôn?

- Ngại muốn chết. Cổ có ý định qua tìm anh để bày tỏ miệng mồm đâu mà nói?

- Nó có ý bày tỏ em để nó bày tỏ luôn hả?

- Chứ biết sao giờ?

- Vậy là em không có thật tình thương anh rồi.

Nhẫn hoảng hồn:

- Lãng hôn.

- Chứ gì nữa. Lỡ như anh cầm lòng không đậu hứa hẹn với nó rồi em làm sao?

- Ai biết. Hổng lẽ cầm lòng hổng đậu ha?

- Ai biết được . Thiệt tình, hổng thấy ai hiền lành tốt bụng như con vợ tui. Hổng biết giữ chồng gì hết trơn, cũng may là anh già rồi chứ nếu còn trẻ mà em dễ dãi vậy mất chồng như chơi nhen.

- Thử coi có thiệt tình hôn vậy mà?

- Thử gì kỳ vậy? Thử với lửa hả? Thiệt khờ.

- Ừa, bây giờ nói khờ chừng nữa chửi ngu nè.

Nhẫn ục mặt xuống, Khó thấy thương, đứng sát lại, vòng tay ôm ngang eo lưng cô:

- Nói vậy chứ thương gần chết ai chửi bậy bạ được. Chừng nữa anh sẽ cho em hạnh phúc tới già luôn, tới lúc rụng răng móm xọm vẫn còn vui vẻ bên cạnh anh hoài hoài mà không biết chán.

Nhẫn không né khỏi vòng ôm, cô cảm thấy hạnh phúc nhưng vẫn trề môi:

- Giờ thì nói gì hổng được?

- Nói được làm được à nhen, người ta là đấng tu mi mặc quần dài đái đứng đàng hoàng à.

Nhẫn phực ra cười, xô Khó ra:

- Nói gì tầm bậy tầm bạ không.

- Hồi nãy anh đã nói với Phấn rồi, anh không có cái gì tốt hết, chỉ được cái nói xàm cho em vui, em cũng làm thinh công nhận rồi mừ.

- Càng ngày càng nói bậy hà.

- Khửa khửa, tại vì anh vui, anh hạnh phúc em biết không? Thời gian gần đây ra đồng mần gì anh cũng tưởng tượng có em đi chung, hưng phấn lắm, muốn lại ôm hun một cái cho đã nhưng nhìn quanh quất không có, thấy nhớ quá trời nên làm cho nhanh để chạy về gặp em không đó biết hôn?

Nhẫn chớp chớp mắt, cô nghe trong lòng dâng lên một thứ tình cảm kỳ lạ mà bây giờ cô xác định rõ đó là tình yêu. Phải, anh là Tư Khó, anh là người khác phái mà cô đã yêu bằng một tình yêu mãnh liệt của con tim ba mươi mấy năm mới biết rung động lần đầu.

Nhẫn ngước lên nhìn, mắt anh như dại đi, đắm đuối nhìn trả lại cô, Nhẫn rùng mình, cô biết anh đang muốn gì nhưng cô sẽ không né tránh nữa, cô yêu anh mà, có yêu thì sẽ có va chạm, sao cũng được nhưng cô nhất quyết gìn giữ sự trinh bạch để dành kỷ niệm cho chồng trong đêm động phòng bởi vì cô tin rằng, bất cứ người đàn ông nào dù rằng tính tình phóng khoáng đến đâu vẫn luôn mong muốn mình là người đàn ông đầu tiên và cuối cùng của vợ dù với họ vợ chưa hẳn là người duy nhất.

Khó ngồi xuống ghế, nắm tay Nhẫn kéo xuống để cô ngồi lên chân mình, anh ôm lấy và hôn cô, anh hôn bằng tất cả sự say đắm bởi tình yêu mãnh liệt dành cho cô khiến toàn thân cô bị tê liệt. Và với hơi thở gấp gáp, anh nâng cô lên, nhẹ nhàng đặt cô nằm xuống bộ ván trước phòng khách, nụ hôn kéo dài rút ngắn khoảng cách giữa hai người, anh úp mặt vào cổ, rà xuống vùng ngực cô thì Nhẫn chận lại, cô rên rỉ:

- Đừng anh, để dành…

Khó thì thào bên tai cô:

- Anh không đi quá đà đâu, em đừng lo. Anh tôn trọng và sẽ giữ gìn cho em mà. Yên tâm đi nhen, anh thương.

Rồi anh lại tiếp tục, Nhẫn tê điếng người, ngoan ngoãn

buông xuôi một cách tin tưởng. Nhưng khi đang lần tay chạm vào bộ ngực no tròn của Nhẫn, Khó bỗng đứng bậy dậy, mặt đỏ bừng vì xấu hổ:

- Anh về đây, ở lại một hồi anh không kiềm chế được.

Xong, Khó nhanh chân bước vội ra ngoài. Một mình nằm lại, Nhẫn thương quá đỗi, thương vì anh đã giữ đúng lời hứa không đi quá đà với cô, thương vì anh đã công khai với Phấn về mối tình nầy, thương vì cô biết anh yêu cô thật lòng và thương vì… cô thương anh. Cô giận mình sao từ trước tới nay không nhìn ra một ưu điểm nào của anh mà chỉ toàn là thấy ghét, nói ra được điều gì khiến anh bẽ mặt là cô khoái không cần biết cảm giác của anh ra sao. Mà sao cũng ngộ, bị cô chửi bầm bầu như vậy mà cũng cứ đeo theo xàm xàm không chút tự ái mới kỳ, đúng là "đẹp trai không bằng dê dai" mà, nhưng ảnh cũng đâu có dê mình hồi nào đâu ta? Nghĩ đến đó, Nhẫn chúm chím cười. Nhớ đến cảm giác tê rần lúc nãy cô còn thấy lâng lâng. Ờ mà nếu ảnh không kịp dừng lại mình có thể để ảnh "tới luôn" hôn ta? Không đâu, không bao giờ đâu. Được rồi đâu còn gì mới mẻ trong đêm Tân hôn nữa, mà lỡ như có làm chuyện bậy bạ ngay trân cái bộ ván giữa nầy ai mà vô nhà đột xuất chắc đội tám cái quần mới dám ra đường. May quá là may. Thôi đi nấu cơm để má về la chết.

*

10 tháng sau.

Nhẫn đang lui cui làm mấy con cá phi Khó vừa chài được trong ao cá tra, Khó từ ngoài sân kêu um trời:

- Vợ ơi vợ à, vợ ơi vợ.

- Đây nè, gì mà kêu rùm vậy chồng?

- Nấu canh chua nhen? Có me trái với bạc hà nè.

- Me trái ở đâu vậy? Chồng mua hả?

- Không, xin ở nhà chị Sáu, bạc hà bên nhà má Ba đó, má nói bứng bớt về trồng, nó mọc như rừng ở bển đó, anh nói trồng ở đây đi con ăn thì qua cắt chứ gì má lo. Vài bữa vợ con qua cắt bán cho má có tiền đậu chến. Má xời, bây làm như tao nghèo lắm dạ. Tao bán vài con gà vừa ăn vừa đánh tứ sắc nửa tháng không hết luôn. Mà má Ba cũng ngộ hén em, từ hồi gả em cho anh tới giờ không bao giờ má ăn cơm của nhà mình một bữa nhen.

- Sĩ diện với sui gia đó chồng ơi, má nói với em hoài, nói gả con rồi còn qua nhà người ta ăn cơm coi sao được?

- Vậy má Hai ăn cơm ở bển hoài có sao đâu? Bữa nào đánh bài ở bển là ăn cơm ở bển đó.

- Má Ba ăn cơm một mình buồn nên nhất định kêu má Hai ở lại ăn cho vui, Má Hai nể mặt đâu có từ chối được.

- Anh mong tình bạn của hai bà má luôn luôn tốt như vầy hoài để tụi mình hạnh phúc viên mãn.

Nhẫn cười cười liếc Khó:

- Hạnh phúc viên mãn. Nay nói chữ nữa nhen.

- Khửa khửa, chồng em mừ, văn hay chữ tốt à nhen, mà nói nghe nè.

Nhẫn vừa làm cá vừa hỏi:

- Nói gì?

Khó khum đầu sát tai Nhẫn, ra vẻ trịnh trọng:

- Có bầu chưa?

Nhẫn đỏ mặt, thân với nhau như vậy rồi nhưng mỗi lần Khó nói tới chuyện chung đụng xác thịt cô đều cảm thấy mắc cỡ, cô nguýt ngang anh:

- Vô duyên, làm như muốn có bầu là có vậy.

- Chứ gì nữa. Thời buổi bây giờ khoa học tiến bộ, người

ta muốn sinh con trai hay con gái còn được thì muốn có bầu là chuyện nhỏ.

- Chuyện nhỏ vậy anh có bầu đi.

- Ừ được. Anh có bầu rồi chuyển sang bụng em cho em mang giùm nhen? Em mang đặng anh còn phải lao động kiếm tiền nuôi vợ sanh chứ.

Nhẫn cười ngặt nghẽo, cô ngưng dao lại vì cười:

- Nói tầm xàm không. Giống khùng thấy bà nội.

- Từ hồi cưới về tới giờ chê khùng với vô duyên hoài nghen. Khùng mà ngủ chung, khùng mà biết giăng mùng trải chiếu.

- Chứ hổng phải ai kia kêu cứ tự nhiên như hồi xưa cho vui ha? Hồi xưa mở miệng ra là chửi chứ cũng có người thương thầm đó nhen.

- Chết cha! Ân hận rồi, nói chi mấy bí mật nầy cho người ta để giờ bị chảnh vầy ta? Ừa thôi bỏ qua cái vụ chê khùng chê vô duyên đi, em tính chừng nào có bầu nà? Ngày nào anh cũng theo dõi coi em có tanh cơm tanh cá gì hôn mà sao cứ thấy ăn ì ì hoài phát rầu.

- Trời, vô duyên nữa. Ghét hổng thèm nói cho nghe một chuyện.

Khó sít sát lại, dụ khị:

- Chuyện gì nói nghe đi, có hai vợ chồng mà rào trước đón sau chi vậy hôn?

- Hổng nói.

- Nói đi, tối chở đi ăn vú dê nướng.

- Thôi, bữa ăn vú dê nướng ngán rồi, để mua thịt bò về muối ớt nướng ăn với cải bẹ xanh còn có nghĩa hơn. Vú dê xực xực hai bà má chê. Thịt bò nướng chín 70% là hai bà mê.

- Vậy đi Lần Trước uống sinh tố mãng cầu sầu riêng hén? Món mới đó, em dùng thử mê chết luôn, năn nỉ anh chở đi mỗi đêm cho coi.

Nhẫn tủm tỉm:

- Khuyến mãi thêm ly chè cô Năm nữa hén. Vậy mới có thể suy nghĩ lại.

- Được, mà ăn gì dữ vậy trời, ai đang ốm nghén mà đá bạo vậy?

- Nói ốm nghén hồi nào? Chỉ là từ hồi cưới về hôm tháng Tư tới tháng Sáu có kinh một lần tới nay không thấy nữa thôi.

Khó đứng bật dậy, trợn tròn mắt:

- Trời ơi, nay tháng Mười rồi, có bầu ba bốn tháng rồi.

Nhẫn hết hồn, đưa tay lên môi ra dấu nói khẽ:

- Đừng la um sùm hai má nghe, biết có phải hôn.

Khó mặt mày hớn hở, sà sát xuống cạnh cô:

- Ngưng tay đi, anh chở em đi khám liền.

- Thôi, mắc cỡ lắm. Để mơi em cắt bạc hà của má Ba với lá dứa, nha đam của mình đi chợ bán rồi mua que thử thai coi sao cái đã.

- Trời đất cơi, mấy tháng rồi mà hổng chịu nói ra, chờ nó nhúc nhích mới biết hả? Tội nghiệp con anh, mọi người chờ đợi nó từng ngày em hổng biết ha?

- Có thấy gì thay đổi trong mình trong mẩy đâu?

- Ừ hén, giờ mới chợt nhớ ra, mấy tháng nay đêm nào anh cũng "mần việc" mà không thấy em bị nghẽn mạch hồi nào hết trơn, khửa khửa khửa.

Nhẫn đánh bốp vô lưng Khó:

- Mắc dịch, vô duyên hà.

- Kệ vô bao nhiêu viên cũng không sợ, thôi để đó đi chút anh làm cho, rửa tay đi.

- Bậy không, còn vài con nữa mần luôn chứ để gì, con I Khình của anh nó hỗn quá trời, mần cá không cẩn thận nó tha chạy rượt theo không kịp luôn.

- Bởi vậy mới I Khình. Lẹ lên đi vô hun cái.

- Trời! Ngày nào cũng hun mà rấp gì dữ vậy?

- Muốn hun hoài hun hoài luôn hà.

- I Khình.

Khó cười khửa khửa, đứng dậy lại cây ớt quá chừng là trái hái một nắm, xòe tay cho Nhẫn xem:

- Lát kho cá để nguyên nắm ớt nầy vô nhen. Cá có mùi ớt cay cay chứ nếu cay quá má ăn không được.

- Ớt gì trái chít chít không.

- Anh xin giống tuốt tuốt bên xóm kia đó. Mỗi và cơm cắn một cái nó cay bùng trong họng rồi hết, thiệt đã. Người ta hỏi mua cho chim ăn hoài mà hái lâu quá nên anh không thèm gầy giống ra, để vài cây ăn chơi vậy hà.

- Xời, cái gì của anh cũng khác hơn người ta, mận thì làm dưa hấu ăn cơm, ớt thì cay bùng trong họng một cái rồi thôi.

Nhẫn vừa rửa cá vừa cười, châm chọc chồng, Khó cất nắm ớt vô chén rồi đứng nấp vào cạnh cửa, khi Nhẫn vừa dẹp xong rổ cá anh bất ngờ nhấc bổng cô lên, la hét trong sự vui mừng tột đỉnh:

- Vợ tui có bầu rồi, có bầu rồi. Tui sắp được làm cha rồi bà con ơi.

Nhẫn thất kinh, bụm miệng chồng:

- Trời ơi nói gì vậy chồng? Biết phải vậy hôn? Lỡ hai má nghe mà không có sẽ buồn lắm đó.

Khó la lớn hơn:

- Má ơi vợ con có bầu rồi nè má.

Nhẫn thúc thủ. Bà Hai từ ngoài sân đi riết vô:

- Gì? Có bầu rồi hả con?

- Trời, chưa biết má ơi. Mới nói mấy tháng nay hổng có kinh cái ảnh la vậy đó.

- Con có kinh đều hôn?

- Dạ, trước giờ đúng ngày lắm.

- Vậy có bầu thiệt rồi.

- Nhưng con đâu có thấy ốm nghén gì đâu? Con vẫn ăn uống ào ào đó thôi.

- Đâu phải ai có bầu cũng ốm nghén con. Hồi má bầu thằng Khó chớ có biết ốm nghén hồi nào, tới chừng bụng bự nghe nhúc nhích mới đi khám thì cái thai nó năm tháng rồi. Thôi để cơm nước má nấu kêu nó chở con đi khám cho yên tâm.

- Khoan má ơi, để con đi mua que thử thai về coi sao đã.

- Que thử thai sao bằng bác sĩ con. Thôi để tao qua cho bà ngoại nó hay rồi tính.

Nói xong bà te rẹt đi qua bà Ba liền. Nhẫn nguýt Khó:

- Chết chưa? Lỡ chậm kinh hai bà thất vọng anh mang tội đó. Chưa gì mà bà ngoại bà nội rồi ngặt mình ghê.

- Có mà.

- Hổng có rồi sao?

- Thì kiếm tiếp.

- Mắc dịch.

- Mắc gì cũng được, thay đồ đi, anh chở đi liền.

- Thôi. Hay là anh chở ra mua que thử thai đi.

- Để anh tự đi mua cũng được.

- Đàn ông mua người ta cười chết à.

- Cười gì mà cười? Vì gia đình, làm gì anh cũng không ngại. Mình có phạm pháp đâu mà lo em. Người ta còn bầu anh làm người chồng gương mẫu dám đi mua que thử thai cho vợ nữa à. Thôi ở nhà nhen, anh đi mua liền đây.

Khó nói xong chưa kịp để vợ phản ứng đã vội vã dắt xe ra ngoài nổ máy vọt đi thì hai bà má đã có mặt, bà Hai hỏi:

- Nó đi đâu vậy con?

- Ảnh gấp, đi mua que thử thai đó má.

- Gấp là phải rồi, bốn chục tuổi mới có đứa con đầu lòng mà. Phải hôn chị?

Khác với bà Hai, bà Ba nghe tin con gái có thai vừa mừng vừa lo. Mừng vì cô sắp được làm mẹ, có người nối dõi cho nhà chồng cũng như củng cố được vị trí của mình trong gia đình. Lo vì Nhẫn cũng lớn tuổi lại là sinh con so mặc dù y học ngày nay rất tiến bộ nhưng sản phụ cao tuổi luôn khó sanh đẻ hơn thiếu nữ dưới ba mươi. Bà van vái ông chồng quá cố của mình phù hộ độ trì cho con gái được mang thai suôn sẻ, sanh đẻ mẹ tròn con vuông thì tuổi già của bà sẽ được an ủi khi thấy đứa con duy nhất của mình hạnh phúc bên chồng con.

Nhẫn thấy đôi mắt má nhìn cô với trăm mối ngổn ngang bất chợt nghe nao lòng. Cô nghĩ chắc má sợ nhà chồng mừng hụt thì cô sẽ lâm vào cảnh khó xử. Từ sau ngày đám cưới, ngoài việc về ngủ ở nhà chồng ra thì sinh hoạt của cô vẫn bình thường như trước. Cô vẫn trồng trọt, nuôi heo nuôi gà bên nhà mình và tiền thu nhập chia hai với má, có khác là khi cô làm gì thì cũng có chồng phụ nên công việc nhanh hơn và chuyện nhà của Khó cô cũng đảm đang, má chồng cũng dễ dãi giao toàn quyền cho vợ chồng cô, mỗi tháng Khó cung cấp cho bà vài triệu tiêu vặt và anh Hai cũng gửi tiền về cho má hàng tháng.

Ba người con của bà ai cũng hiếu thảo với mẹ và có vẻ rất xem trọng vợ chồng cô. Nhẫn thấy hạnh phúc trọn vẹn. Riêng đối với cô, Khó càng lúc càng âu yếm hơn, tình cảm chỉ có thêm chứ không bớt. Ngoài những khi đi công việc thì anh luôn có mặt ở nhà hủ hỉ với cô không để cô phải một mình. Vài hôm lại chở đi ăn món nầy món kia đúng như lời đã hứa trước khi cưới.

Ba người đàn bà cứ nhìn ra cửa ngóng đợi Khó, bà Hai cằn nhằn:

- Thằng ma nầy hôm nay đi đâu lâu dữ vậy ha?

Bà Ba binh con rể:

- Tại chị nóng ruột nên thấy lâu chứ đây chạy ra chợ cũng xa mà chị.

- Ừ chắc tại tui nóng ruột. Vái van cho nó có thai nấu nồi chè ăn mừng. Bận nầy hai bà già mình hùn tiền tự nấu nhen chị? Bắt con cái nó lo hoài cũng tội nghiệp.

- Sao mà nấu chè? Hổng làm bữa tiệc mặn á?

- Thôi, mình vui mà sát sinh gì chị. Để đầy tháng thôi nôi làm lớn mời chòm xóm luôn.

- Chị tính cũng phải. Vậy mình nấu chè gì? Mà lỡ như nó chậm kinh thì sao chị?

- Thì mình cũng nấu, vái cho nó mau đậu thai. Hễ có bầu thì nấu chè trôi nước, không có thì nấu chè đậu hén chị?

Nghe hai bà má tính mà Nhẫn phát rầu hết biết. Ân hận hồi nãy nói ra chi với Khó giờ đổ bể tùm lum. Nghĩ tức mình ông chồng nhiều chuyện một cái ta ơi.

Nghe tiếng xe của Khó, hai bà đứng bật dậy:

- Nó dìa cà.

Tim Nhẫn đập ì đùng trong lồng ngực, cô thấy tức thở, cảm giác lo sợ như một đứa trẻ có học lực trung bình yếu đang đứng chờ nghe xướng tên kết quả của cuộc thi tốt nghiệp.

Tập cuối
TÌNH MẸ

Khó mặt mày hớn hở dựng xe ngoài sân, bước vào nhà, tay cầm một chùm hộp que thử thai cười tươi rói với hai bà má rồi đưa cho Nhẫn, Nhẫn nhìn thấy ba cái liền la lên:

- Trời, thứ quỷ nầy mua chi cả đống vậy? Thử một lần không có thì thôi chứ gì?

- Sai. Cô bán thuốc nói với anh, độ chính xác của que thử thai là vào buổi sáng lúc vừa ngủ dậy chưa ăn uống gì. Sáng giờ em đã ăn tùm lum thứ hết trơn thì chỉ có năm mươi phần trăm trở lại thôi nên anh mua thêm hai cái nữa dự phòng. Cổ còn nói với anh muốn biết rõ ràng thì nên đi khám Bác sĩ sản khoa xem thai bao nhiêu tháng, mạnh yếu ra sao để có phương án bồi dưỡng ngay lúc nầy nữa. Bây giờ dù muốn dù không em cũng phải theo anh đi Bác sĩ thôi, tranh thủ buổi trưa đi khám ngoài giờ.

- Thôi chiều đi anh. Hông ấy để sáng mơi thử que đã.

- Hổng được, nôn quá trời rồi.

- Biết vậy hổng nói.

- Nói rồi ráng chịu. Thay đồ đi.

Hai bà má cũng lên tiếng:

- Thôi nghe lời nó đi con. Cơm canh để má nấu cho. Đi khám coi kết quả ra sao cho nó mừng.

Nhẫn bị triệt buộc, cô lầm bầm với Khó rồi cũng ngoan ngoãn vào trong thay đồ theo anh đi khám Bác sĩ tư, bỏ bữa cơm trưa lại cho má chồng nấu.

Trên đường đi, ngồi sau lưng ôm lấy anh, cô than:

- Rầu ghê nơi vậy đó. Lỡ không có thai hai má thất vọng cho coi. Tại anh đó, đàn ông mà mau miệng quá trời.

- Khửa khửa, anh nói rồi mừ, nhiều chuyện dữ lắm. Biết cái gì để trong bụng hổng có được đâu, là phải la làng lên cho mọi người cùng biết.

Nhẫn hứ, đánh vào lưng chồng. Mặc dù anh nói vậy chứ cô biết rõ anh là một người tốt bụng, chuyện vui huyên thiên kể cho mọi người nghe để chia sẻ còn chuyện buồn thì lại giữ kín trong lòng một mình gánh chịu. Như chuyện vì sao mà anh ly dị vợ, mặc cho người ta đàm tiếu anh chưa bao giờ giải thích ngay cả với cô, và để tránh cho anh sự bẽ mặt, cô cũng chưa một lần nào nhắc tới.

Khó biết Nhẫn đang lo lắng nên kiếm chuyện chọc ghẹo cho cô quên:

- Mắc cười quá.

- Mắc cười gì?

- Nhớ cái đêm động phòng mắc cười hoài.

- Nữa… kiếm chuyện nữa nhen.

- Khửa khửa khửa… Nhớ hồi vô mùng, cho người ta hun, tới khi người ta sung lên hổng cho… ấy nhen.

- Thôi vô duyên quá nhen.

- Bị người ta dụ, mới vừa lâm trận, chợt la làng hết thân: Chết anh ơi, chết chết! Tét, tét cái gì rồi kìa.

Nhẫn đấm ình ình vào lưng Khó:

- Thôi im nha.

Khó giả nai:

- Ủa mà tét cái gì vậy em?

- Mệt quá nha. Chọc hoài hổng chán hả?

- Nhớ lại thương muốn chết chán gì mà chán.

Khó cười xong, nói đàng hoàng lại:

- Nếu em không có mang, thì hai đứa về nhà liền ăn cơm với canh chua cá phi. Còn nếu như có thì tắp vô Lần Trước mua bốn ly sinh tố về đãi hai bà má hén?

- Không có anh buồn hôn?

- Buồn chớ, nhưng không sao hết. Thua keo này ta bày keo khác. Có hay chưa có anh đều thương em như vậy thôi.

Nhẫn cảm động. Cô tin rằng anh nói thật lòng. Khó đưa cô đến phòng khám của Bác sĩ Ngọc Thùy, sau gần một giờ đồng hồ chờ đợi cuối cùng Nhẫn bước ra khỏi phòng khám, mặt sáng trưng như một thiên thần, môi cố mím chặt vẫn không giấu nổi nụ cười tràn ra tới đôi mắt. Nhìn thái độ của Nhẫn, Khó mừng rơn trong bụng, anh muốn chạy đến nhấc bổng lấy cô đưa lên trời. Anh mím môi mở lớn mắt nhìn vợ chờ cô trả lời, Nhẫn cười cười lắc đầu. Ôi con vợ thật thà sao qua khỏi đôi mắt anh, phải trừng trị nó mới được. Anh quay trở vô định bước vào phòng khám, Nhẫn hốt hoảng nắm tay kéo lại:

- Đi đâu vậy?

- Vô hỏi Bác sĩ.

- Hỏi gì trời?

- Hỏi làm cách nào để vợ có thai nhanh nhất.

- I Khình. Có thai rồi.

Khó không ngăn được nụ cười, anh khửa khửa ngay trước đám đông, nghe giọng cười của anh ai nấy đều ngoái ra nhìn và cũng cười theo. Khó đưa tay nựng cằm vợ:

- Thấy cái mặt hí hửng là biết rồi bày đặt nói dóc. Hay để anh vô hỏi Bác sĩ coi từ nay phải nuôi vợ bầu ra sao cho đứa nhỏ thông minh xinh đẹp nè.

- Thôi về giùm em một cái. Về cho hai má mừng, đang hồi hộp chờ mình ở nhà đó.

- Ghé lần Trước chứ.

- Hổng Lần Trước Chỗ Cũ gì hết. Giờ muốn dìa hà.

- Tuân lịnh vợ bầu. Ủa, mà Bác sĩ có nói bầu mấy tháng hôn?

- Gần mười tám tuần rồi. Hơn bốn tháng á.

- Úi, vậy biết trai gái rồi.

- Chưa, qua năm tháng mới siêu âm biết được. Thôi về vừa đi vừa nói anh ơi.

Khó lật đật quay xe trở ra chở vợ về. Trên đường về, anh khoái chí hát rùm trời mấy câu rồi nắm tay vợ siết chặt:

- Cám ơn em. Hôm nay là ngày anh vui nhất sau đám cưới của mình.

Nhẫn rụt rè dọ ý:

- Chồng thích con trai hay con gái?

- Miễn con em sinh cho anh thì trai hay gái anh đều cưng cả. Là con mà phân biệt trai gái gì em. Con gái hay trai mình cũng đều cho chúng học hành tới nơi tới chốn sau nầy cuộc sống của nó không phải lao động vất vả như vợ chồng mình. Mà nói nghe nè, sinh liên tiếp vài đứa cho có chị có em nữa chúng đùm bọc nhau chứ hai đứa mình cũng lớn tuổi rồi, lỡ có bề gì để nó một mình cô độc trên đời tội nghiệp nhen.

- Thì em có kế hoạch gì đâu, tới đâu tới chứ biết sao giờ?

- Anh phải nỗ lực bồi bổ mới được. Khửa khửa khửa…

- Quỷ sứ, nói một hồi cái nói bậy hà.

Hai vợ chồng nói chuyện suốt chẳng mấy chốc đã về tới nhà. Nghe tiếng xe hai bà má túa ra, chưa kịp lên tiếng Khó đã bài hải:

- Nấu chè trôi nước đi. Nấu chè trôi nước đi. Bốn tháng rưỡi rồi, nửa tháng nửa siêu âm biết trai gái luôn.

Hai má mừng quính nhìn nhau. Nhẫn thấy mắt má mình như ngân ngấn nước, má chồng thì nở nụ cười hết cỡ, không phải bà chưa có cháu nội nhưng bà thương Khó nhất nhà và anh là người trực tiếp phụng dưỡng bà nên bà rất muốn anh được sống vui vẻ hạnh phúc con đàn cháu đống.

Dọn cơm lên, bà Hai nhất quyết kéo bà Ba ở lại ăn cơm cho bằng được vì sáng giờ mắc lo vụ của Nhẫn bà Ba có về nhà đâu mà nấu cơm, lại trong lúc Khó đưa vợ đi khám thai hai bà cũng cùng nhau lo cơm nước. Bà Ba nể mặt sui gia nên cũng ở lại cùng cả nhà dùng cơm, xong hai bà bỏ đó cho vợ chồng Khó thu dọn rồi dẫn nhau đi ra quán mua đồ về nấu chè như lời van vái.

Khó cưng vợ, khi hai má đi rồi, anh không cho Nhẫn làm gì, ngồi đó nhìn anh dọn dẹp, Nhẫn mắc cười gạt chồng qua một bên:

- Kỳ quá anh ơi. Bác sĩ nói thai em mạnh lắm là do em làm việc xốc vác, người như em mà ngồi yên sao được anh đừng làm em hư chứ.

- Vậy cũng được. Nhưng nếu có chuyện gì cần anh làm giùm nhớ nói nhen.

- Nhớ mà.

*

Từ lúc biết Nhẫn mang thai, không khí gia đình nhộn nhịp hẳn lên. Khó lúc nào cũng tranh thủ xoa xoa bụng vợ và khi anh phát hiện bụng cô thường xuyên nhúc nhích thì coi mòi khoái chí dữ tợn, anh nói chuyện lăng xăng với đứa bé trong bụng làm cho Nhẫn vừa thấy hạnh phúc vừa buồn cười.

Hai bà má cũng vậy, tranh nhau chăm sóc cô. Được cái Nhẫn không bị ốm nghén, không bị thai hành, cô vẫn sinh hoạt bình thường như mọi ngày, cũng theo anh ra giồng trồng tỉa, ngồi chồm hổm làm cỏ, cũng cho gà vịt heo cúi ăn, vẫn cơm nước mỗi ngày dù má chồng hay giành phần thế. Má cô cứ căn dặn cẩn thận vì đây là con so. Cho đến khi được hơn năm tháng siêu âm ra đứa con trai thì niềm vui vỡ òa trong gia đình.

Vợ chồng anh Hai và chị Ba hay tin cũng về chúc mừng, còn mua quá chừng trái cây, đồ ăn bồi dưỡng cho thai phụ.

Thai được bảy tháng bỗng một hôm Nhẫn đau bụng dữ dội làm cả nhà thất kinh, Khó tức tốc chở vợ đến bệnh viện, ngồi sau xe Nhẫn cứ cựa quậy không lúc nào yên. Khó an ủi cô, trấn an, động viên và nắm chặt tay vợ như truyền thêm cho cô sức mạnh. Đến bệnh viện, anh không gửi xe mà chạy thẳng vào phòng cấp cứu mới ngừng xe và bồng cô xộc vào, các bác sĩ vội vàng đón bệnh nhân đặt vào băng ca và đưa vào phòng thăm khám. Ngồi ngoài phòng chờ, Khó đứng lên ngồi xuống lo lắng không yên, anh lo sợ đủ thứ, có lúc lại nghĩ, mất đứa bé cũng không sao miễn là vẫn còn có Nhẫn, rồi tự mình gạt phăng ý nghĩ đó. Không, phải an toàn hết cho cả hai mẹ con.

Một lát sau Bác sĩ ra, nói với anh là không sao, do cô ăn nhầm món gì đó không tiêu hóa được nên đã ói hết ra, bác sĩ cũng cho thuốc để cô súc ruột giờ tạm thời yên ổn, kêu anh đi mua cho cô một tô cháo lỏng để ăn cho hồi phục sức, thai nhi và mẹ cũng đã được an toàn.

Khó mừng quá, anh nhất nhất nghe theo lời bác sĩ. Mua cháo vào thấy Nhẫn nằm đó anh thương đứt ruột, nhìn quanh quẩn không có ai anh nhẹ nhàng hôn vào trán cô:

- Tội nghiệp vợ anh quá trời.

Nhẫn mệt mỏi nhìn chồng nhưng trên môi vẫn giữ nụ cười. Khó múc từng muỗng cháo đút cho vợ với tất cả sự trìu mến vốn có.

Chiều hôm đó anh chở vợ về nhà, hai bà má sau khi biết được nguyên nhân cơn đau bụng của Nhẫn thì hết hồn hết vía, bà nầy đổ cho bà kia là tại chị cho nó ăn cái nầy, chị cho nó ăn cái kia, không ai nhịn ai cuối cùng hai bà khóc um lên, bà hai giận dỗi bỏ ra nhà sau còn bà Ba ngoe nguẩy đi về nhà mình mặc cho hai đứa con năn nỉ hết lời.

Hai ngày bà Ba không thèm qua nhà bà Hai, bà Hai cũng nghỉ chơi tứ sắc và cũng không thèm qua bà Ba. Vợ chồng Khó khó xử hết biết, bèn bàn nhau phải dàn hòa. Vậy là Nhẫn đi gặp má mình còn Khó gặp má anh.

Khi Khó vừa mở lời thì bà Hai đốp liền:

- Tao biết rồi mầy ơi.

Ngó thấy Khó có vẻ hụt hẫng, bà dịu giọng:

- Má biết rồi, thôi để má tính cho.

Thật ra mấy hôm nay bà cũng cảm thấy khó chịu trong bụng lắm. Bà đã quen với sự có mặt của bà bạn già nầy mấy mươi năm, hồi nào hai bà cũng kè kè sát cánh với nhau chưa một lần mích lòng chuyện lớn chuyện nhỏ gì, rồi lại cùng nhau ao ước làm sui gia cho thân càng thêm thân, ai dè làm sui gia chưa có bao lâu lại vì cái chuyện cỏn con nầy mà sinh ra giận hờn lãng nhách tới độ hai ba ngày chẳng thấy mặt nhau liệu có đáng không? Mà bà là mẹ chồng cũng phải biết thông cảm cho mẹ ruột của con dâu chứ, bà thương nó một thì bà Ba thương nó tới mười, con người ta rứt ruột đẻ ra mà? Bà Ba cũng tội nghiệp lắm rồi, đang yên lành, cứ đi chơi về là có cơm ăn, mọi việc sau trước một mình con gái lo, giờ bà Ba tặng điều đó cho bà để mỗi ngày dù bận bịu mấy cũng tranh thủ lo cơm nước cho mình, bà Ba có cho Nhẫn ăn thứ gì cũng chỉ như bà thôi, là muốn tốt cho con mà bà nỡ lòng nào nói những câu cay cú làm đau lòng người mẹ, nếu là bà, bà cũng giận đừng nói chi bà Ba, và cái sự giận hờn nầy không đơn giản là chỉ hai bà buồn thôi mà ảnh hưởng tới hai đứa con nữa, bậc làm cha mẹ nỡ lòng nào để con trẻ vì mình mà lo trước lo sau? Bà quyết định rồi, hôm nay dù Khó không mở lời bà cũng qua nhà bà Ba mà xin lỗi để được làm hòa vì thiệt tình bà cũng nhớ bà Ba, nhớ mấy con bài tứ sắc lắm rồi.

Ở bên nhà bà Ba, Nhẫn cũng gặp phản ứng của má ruột y chang như Khó gặp má mình. Nhưng bà Ba không suy nghĩ trong lòng mà nói ra với con gái:

- Má biết rồi, là do chỉ nóng ruột nên mới nói những lời đó, mà má cũng bậy, cũng không nhịn chỉ một câu. Suy cho cùng thì hai má đều muốn tốt cho con, trước giờ má và má chồng con không hề có xích mích gì, con yên tâm dìa đi, để má qua chịu lỗi với chỉ cho con được sống vui vẻ. Chỉ cũng hiền, cũng biết phải quấy chắc không bắt lỗi má đâu.

Nhẫn thương má mình quá đỗi, cô nhớ mình đã từng tuyên bố sẽ không để má phải chịu ấm ức trong lòng và cô sẽ làm được bằng mọi giá.

Nhẫn về tới nhà, chưa kịp kể cho Khó nghe thì thấy bà Hai lụi đụi đi qua nhà bà Ba, ở bên kia bà Ba cũng vừa ra khỏi rào, hai bà gặp nhau trước cổng không biết nói gì rồi cặp tay đi vào nhà bà Ba, buổi trưa hôm đó bà Ba về bưng tô cá phi nấu ngót qua bà ba và hai bà ăn cơm với nhau. Buổi chiều thì có một sòng bài tứ sắc ở nhà bà Ba cho tới tối mịch.

Vậy là hai bà sui đã huề nhau rồi. Họ huề vì tình thân trước giờ, vì quá hiểu rõ nhau và nhất là vì hai đứa con yêu của họ.

*

Tối lại vợ chồng Khó nằm nhắc và nói lén hai bà má cười khúc khích. Nhẫn sực nhớ đến vụ con ma cây mận bèn ngồi bật dậy:

- Ờ anh, lâu nay quên hỏi một vụ, con ma mận là sao dạ?

- Khửa khửa, ma là ma chứ sao ha? Hỏi kỳ.

- Ai mà tin, làm gì có ma? Anh giở trò gì mau nói?

- Trò gì mà trò? Ma làm sao bắt chước được mà giở trò?

- Không nói phải hôn? Được, kể từ mai em về bên nhà ngủ luôn, ở đây sợ ma.

- Trời, dóc nhe. Ở mấy tháng trời giờ nói sợ ma?

- Mấy tháng nay quên giờ nhớ rồi.

Khó cười khửa khửa rồi ngồi dậy, đứng lên mở tủ lấy cái mùng trắng một nóc ra, thồn vô mùng cái mền nhỏ rồi xếp theo chiều dài cái mùng, lấy dây gân cột ngăn ra đầu mình và chân thì do mùng rũ xuống nên khi bay lên Nhẫn nhìn không thấy đụng đất, anh móc qua móc lại như thế nào mà Nhẫn không theo dõi kịp đến khi anh treo nó lên xà nhà, tắt hết đèn Nhẫn hồn vía lên mây, dẫu biết là do bàn tay của Khó phù thủy tạo ra vẫn hết hồn hết vía. "Con ma" có đầy đủ đầu mình tay chân đang phất phơ phất phơ trước mặt cô, Nhẫn ôm lấy chồng, run sợ thật sự:

- Trời! Nửa đêm nửa hôm mà thấy vầy chắc chết. Anh nghĩ sao mà chơi kỳ vậy? Rồi làm sao mà cho nó bay tới bay lui bay chui vô nhà luôn được?

- Khửa khửa, anh cột đầu nó vô cái ròng rọc, kéo vù vù tới đâu nữa đừng nói vô nhà.

- Chơi kỳ quá. Thôi mở đèn giải quyết nó đi anh ơi, bị ám ảnh ngủ không được luôn giờ.

- Thì phải buông anh ra anh mới mở đèn được chứ, ôm cứng ngắt vầy làm sao nhúc nhích?

*

Mười lăm tháng sau.

Thằng Hiền chắp tay sau đít lẫm dẫm đi theo ba nó. Nhất cử nhất động y chang Khó. Hai bà nội ngoại ngồi ngay thềm ba cười ngất ngơ với điệu bộ của thằng bé. Nó nói chuyện chưa rành lắm nhưng đã đi giỏi, hễ chỗ nào có mặt Khó là đều có nó trừ những khi anh ra đồng. Khó đặt tên cho con là Hiền vì nói mình khó thì con sẽ hiền và phải hiền cho dễ dạy. Anh cưng nó hơn bất cứ thứ gì trên đời, đi đâu cũng chở theo, ngoài những khi vắng nhà vì công việc thì lúc nào bé Hiền cũng đeo dính lấy ba. Chính vì vậy mà hai bà nội ngoại cũng không có cơ hội giành để mà giận hờn. Nhưng từ sau vụ giận đó hai bà càng ngày càng thân chưa từng xảy ra tiếng bấc tiếng chì. Thật là một gia đình hạnh phúc tuyệt vời.

Nhẫn lại mang thai đứa con thứ hai được ba tháng. Khi thằng Hiền thôi nôi là mẹ nó có thai em nó hai tháng rồi. Khó còn chọc quê vợ "Trơn đít cho đẻ hoài", Nhẫn đã quen với lối nói chuyện của anh nên lúc nào cô cũng thấy vui, càng ngày càng trẻ đẹp hơn. Cô cũng không bận bịu mấy với bé Hiền vì ba của nó lo hết, từ miếng ăn giấc ngủ thậm chí cả việc tắm rửa cho nó. Mà mắc cười lắm nhen, khi từ nhà bà nội sang nhà bà ngoại, nó nhỏng nhẽo đòi mẹ ẵm thì ba nó xách lưng áo của nó lên rồi đi, chơi kỳ cục vậy mà nó khoái chí cười hắc hắc. Trưa nóng nực, ba nó lột sạch quần áo nó ra thả lên võng đưa vù vù, nó cười khửa khửa y chang ba một lúc rồi lim dim đi vào giấc ngủ ngon lành. Khó nói với Nhẫn "Ba tuổi nó hát nhạc phà phà cho em coi nhen".

Khi Nhẫn siêu âm bào thai trong bụng là con gái thì lúc đó cô đã cảm nhận được mình là người đàn bà hạnh phúc nhất trần đời vì được chồng yêu.

- HẾT -

Mục lục

Liên lạc Tác giả
Lê Nguyệt
lenguyet2806@gmail.com

Liên lạc Nhà xuất bản
Nhân Ảnh
han.le3359@gmail.com
(408) 722-5626